महाराष्ट्रातील सर्व विद्यापीठातील व महाविद्यालयातील लोकसंख्याशास्त्र, अर्थशास्त्र व समाजशास्त्र याविषयाच्या विद्यार्थ्यांना व अभ्यासकांना उपयुक्त संदर्भग्रंथ

लोकसंख्याशास्त्र

Demography–population study

AF833513

डॉ. अविनाश कुलकर्णी

डायमंड पब्लिकेशन्स

लोकसंख्याशास्त्र
डॉ. अविनाश कुलकर्णी

Loksankhyashastra
Dr. Avinash Kulkarni

पहिली आवृत्ती : जुलै, २०१९

ISBN 978-93-86401-70-0

©डॉ. अविनाश कुलकर्णी, २०१९

मुखपृष्ठ
शाम भालेकर

अक्षरजुळणी
डायमंड पब्लिकेशन्स

प्रकाशक

डायमंड पब्लिकेशन्स
२६४/३ शनिवार पेठ, ३०२ अनुग्रह अपार्टमेंट
ओंकारेश्वर मंदिराजवळ, पुणे-४११ ०३०
☎ ०२०-२४४५२३८७, २४४६६६४२
info@diamondbookspune.com

ऑनलाईन पुस्तक खरेदीसाठी भेट द्या
www.diamondbookspune.com

*या पुस्तकातील कोणत्याही भागाचे पुनर्निर्माण अथवा वापर इलेक्ट्रॉनिक अथवा यांत्रिकी साधनांनी-फोटोकॉपिंग, रेकॉर्डिंग किंवा कोणत्याही प्रकारे माहिती साठवणुकीच्या तंत्रज्ञानातून प्रकाशकाच्या आणि लेखकाच्या लेखी परवानगीशिवाय करता येणार नाही. सर्व हक्क राखून ठेवले आहेत.

प्रस्तावना

देशाच्या लोकसंख्येचा अभ्यास सामाजिक शास्त्रांच्या अभ्यासकांना नेहमीच एक आव्हान वाटते. लोकसंख्येचे विविध पैलू देशाची सामाजिक संरचना, आर्थिक-सामाजिक समस्या, आर्थिक विकासाची क्षमता यांवर प्रकाश टाकतात. लोकसंख्येतील संख्यात्मक आणि गुणात्मक बदल बारकाईने तपासल्यास अनेक प्रचलित समस्यांची मुळे त्यात दडलेली आढळतात. लोकसंख्येतील बदलांनुसार आर्थिक व सामाजिक विकासाचे सुकाणू फिरवावे लागते. वाढती लोकसंख्या किंवा लोकसंख्येचा प्रस्फोट ही जशी एक समस्या आहे, तशीच घटती लोकसंख्या किंवा कुंठित झालेली लोकसंख्या हीही तितकीच गंभीर समस्या आहे, हे या अभ्यासावरून समजते. लोकसंख्याशास्त्र म्हणजे केवळ संख्याशास्त्रीय वा आर्थिक दृष्टिकोनातून केलेला अभ्यास असे नव्हे; तर सामाजिक, सांस्कृतिक, आनुवंशिक, राजकीय, मानसशास्त्रीय अशा विविध बाजूंनी केलेले विश्लेषण होय, हे ध्यानात घेणे आवश्यक आहे. लोकसंख्येतील बदल हे गतिमान असतात. तीन-चार दशकांपूर्वीची भारतातील लोकसंख्येची समस्या व आजची लोकसंख्येची समस्या यात जमीन-अस्मानाचा फरक आहे. पूर्वी अर्थव्यवस्थेत प्राथमिक आणि दुय्यम क्षेत्रांचे प्राबल्य होते. शारीरिक श्रमांना महत्त्व होते, प्रतिष्ठा होती. आता 'ज्ञानाधिष्ठित अर्थव्यवस्था' आहे. आज बौद्धिक श्रमांना अधिक महत्त्व आले आहे, त्यानुसार लोकांच्या शारीरिक उत्पादकतेबरोबर बौद्धिक क्षमता, कौशल्य विकास यांना आता असाधारण महत्त्व आले आहे. आर्थिक व सामाजिक विकासाचे धोरण ठरवत असताना या पैलूंचे भान ठेवणे आवश्यक असते. काही परस्परविरोधी घडामोडींचे स्पष्टीकरण लोकसंख्येचा शास्त्रशुद्ध अभ्यास केल्यावर व त्या अभ्यासाचे सखोल विश्लेषण केल्यावरच प्राप्त होते. लोकसंख्या लाभांश ही अलीकडील काळातील एक लोकप्रिय संकल्पना. या संकल्पनेचा उगम, तिचे स्पष्टीकरण, तिचा आर्थिक विकास धोरणाच्या दृष्टीने होणारा वापर, या संकल्पनेच्या मर्यादा या सर्वांचे भान धोरणकर्त्यांने ठेवणे गरजेचे बनते.

लोकसंख्येच्या अभ्यासाशी आणि संशोधनाशी निगडित असणाऱ्या आणखी काही घडामोडींचा उल्लेख करता येईल. उदा. जपानमध्ये वृद्ध लोकसंख्येचे प्रमाण जगात सर्वांत जास्त आहे; पण त्यामुळे अनेक सामाजिक व औद्योगिक समस्या तेथे निर्माण झाल्या आहेत. चीनने काही वर्षांपूर्वी 'एक कुटुंब–एक मूल' हे धोरण अमलात आणले, त्याचे फायदेही दिसून आले; पण आता चीन या धोरणाचा पुनर्विचार करीत आहे. त्याचा संबंध औद्योगिक प्रगती व त्यानुसार होणारी आर्थिक अभिवृद्धी यांच्याशी आहे असे तेथील धोरणकर्त्यांच्या ध्यानात आले आहे. युरोपमधील कितीतरी देशांची लोकसंख्या कुंठित अवस्थेला पोहोचली आहे. कुटुंबात जन्माला येणाऱ्या बालकांना मोफत पालन–पोषण–शिक्षण–घरे अशा मुबलक सवलती अनेक प्रगत देशांमध्ये दिल्या जातात. भारतात जैन धर्मीयांच्या लोकसंख्येत २००१–२०११ या दशकात आतापर्यंतची सर्वांत कमी वाढ नोंदवली गेली आहे. त्याबद्दल जाहीरपणे चिंता व्यक्त करण्यात आली आहे. पार्शी धर्मीयांच्या लोकसंख्येबाबत जवळपास अशीच स्थिती आहे. लोकसंख्येची धर्मानुसार विभागणी व त्यांच्यामधील जननदर हा नेहमीच कुतूहलाचा, चिंतेचा आणि टीकेचा विषय असतो. लोकसंख्येतील वर्गीकृत जाती व जमातींचे प्रमाण तसेच हिंदू–मुस्लीम असे धर्मानुसार असलेले प्रमाण हा अतिशय संवेदनशील मुद्दा ठरतो. त्या सांख्यिकी माहितीतून अनेक सामाजिक–आर्थिक समस्या व धोरणे यांचे स्पष्टीकरण मिळते.

लोकांमधील साक्षरता ही सामाजिक–आर्थिक विकासाची पूर्वअट मानली जाते; पण साक्षरतेचे वाढते प्रमाण हे विषमता व भेदभावास जन्म देते असा अनुभव भारतात येतो असे अनेक टीकाकार दाखवून देतात. केरळसारख्या राज्याने साक्षरतेच्या आघाडीवर नेत्रदीपक प्रगती केली आहे. याउलट, उत्तरेकडील राज्यांमध्ये निरक्षरता अजूनही अधिक आहे. त्या राज्यांची दरडोई उत्पन्नाची पातळी सापेक्षतेने कमी आहे; पण ही राज्ये केंद्र सरकारकडून तसेच वित्त आयोगामार्फत तुलनेने अधिक साहाय्य मिळवतात. या भेदभावाबाबत वारंवार जाहीरपणे बोलले जाते. तो चर्चेचा मुद्दा बनतो. निवडणुका लढवल्या जात असताना या मुद्द्याभोवती गरमागरम चर्चा फिरत असते.

गेल्या सुमारे शंभर वर्षांच्या काळात लोकसंख्येत नागरीकरणाचे प्रमाण लक्षणीय रीतीने वाढले आहे. नागरीकरण म्हणजे लोकसंख्या खेडेगावांऐवजी शहरी भागात रहाते असा संकुचित अर्थ घेऊन भागणार नाही. नागरीकरण याचा खरा अर्थ म्हणजे नागरी संस्कृती, नागरी व्यवसाय, नागरी मानसिकता व त्यांच्यात होणारे जाणीवपूर्वक

बदल. त्यातही लोकसंख्येच्या स्थलांतराचा मुद्दा अतिशय महत्त्वाचा आहे. हे तात्पुरते आहे का कायमस्वरूपी का हंगामी हेही तपासणे गरजेचे ठरते. अशा स्थलांतरामुळे कायदा-सुव्यवस्था, नागरी सेवा, पाणी-वीज-घरे-रस्ते यांच्या सेवा, यांचे प्रश्न उपस्थित होतात. एखाद्या भागातील वाढती गुन्हेगारी व तेथे होणारे लोकसंख्येचे स्थलांतर यांचा परस्परसंबंध दाखवता येतो. थोडक्यात म्हणजे, अनेक प्रचलित घडामोडी, समस्या, कुरबुरी, संघर्ष, अस्थिरता, बेरोजगारी यांच्यामागे लोकसंख्येच्या संरचनेतील बदल कारणीभूत आहेत व ते प्रत्यक्षपणे वा अप्रत्यक्षपणे या सर्वांना जबाबदार आहेत असे दाखवता येते.

'लोकसंख्याशास्त्र' ही एकमेव अशी विद्याशाखा आहे की जिथे दोन विरुद्ध टोकांची मते/भूमिका अगदी हिरिरीने मांडल्या जातात व त्यांचे जोरदार समर्थनही केले जाते. 'लोकसंख्येचे ओझे भारताला असह्य होत आहे व आता लोकसंख्येवर नियंत्रण आणण्याची वेळ आली आहे.' असेही ठासून मांडले जाते; तर दुसऱ्या बाजूस 'मोठी लोकसंख्या म्हणजे मोठा कामगार वर्ग, तसेच मोठी बाजारपेठ, त्यांचा फायदा देशाला नक्कीच मिळतो' असेही विवेचन केले जाते. अंतिम सत्य या दोन टोकांच्या मध्ये कोठेतरी दडलेले आहे हे निराळे सांगण्याची गरज नाही.

लोकसंख्या आणि सामाजिक न्याय यांच्या परस्पर संबंधांबाबत सध्या मोठे विचारमंथन चालू आहे. जगातील संपत्तीचा किती लोकांना कसा लाभ झाला, त्यांच्या हाती पडलेल्या लाभातील कल काय आहे, त्यामागील कारणे कोणती व त्यासाठी उपाययोजना काय याचा विचारही सतत चालू असतो. या मुद्द्यावर काही ठोस कृती असावी असे प्रयत्न जागतिक पातळीवर होत असतात. यालाच सुसंगत एक निराळा मुद्दा म्हणजे लोकसंख्या आणि पर्यावरणाचे संरक्षण आणि जपणूक. जगातील कोणत्या देशातील सरकारने-म्हणजे पर्यायाने जनतेने पर्यावरणाची हानी टाळण्यासाठी नेमके काय केले पाहिजे याचा कालबद्ध कार्यक्रम ठरवणे, त्यासाठी संशोधन व मार्गदर्शन करणे, त्या उपायांसाठी आर्थिक मदत देऊ करणे असे आता आवर्जून केले जाते. काळाची ती गरज आहे. पुढील पिढीचे आयुष्य अधिक सुखकर आणि सोपे असावे ही आताच्या पिढीची नैतिक जबाबदारी आहे अशी रास्त भूमिका यामागे आहे. थोडक्यात म्हणजे, आज एकविसाव्या शतकात लोकसंख्येचा विचार केवळ संख्यात्मक पातळीवर न रहाता तो गुणात्मक पद्धतीने तपासून त्याची धोरण पातळीवर सोडवणूक करणे असे आयाम अधिक महत्त्वाचे ठरत आहेत आणि त्यामुळेच

लोकप्रशासन, समाजशास्त्र, लोकशिक्षण, वर्तनविचार, आरोग्यसेवा, सामाजिक मानसशास्त्र, मानवशास्त्र, भाषा, तत्त्वज्ञान, वैद्यकशास्त्र अशा सर्व विद्याशाखांमधील विचार व संशोधनास लोकसंख्येच्या अभ्यासाची जोड देणे गरजेचे झाले आहे.

वरील नवोन्मेषी भूमिकेशी प्रामाणिक राहून प्रस्तुत पुस्तकाची मांडणी माझे तरुण विद्यार्थीमित्र डॉ. अविनाश कुलकर्णी यांनी केली आहे व ते विवेचन बहुतांशी यशस्वीही झाले आहे. लोकसंख्याशास्त्रातील मूलभूत संकल्पना, या अभ्यासाचे विविध आयाम आणि लोकसंख्येच्या धोरणाचे चिकित्सक मूल्यमापन या तिन्ही पातळ्यांवर त्यांनी आपली लेखणी चालवली आहे. त्यांचे विवेचन सुगम आणि वस्तुनिष्ठ आहे. जरूर तेथे त्यांनी अधिकृत सांख्यिकी माहितीचा उपयोग करून साधार विश्लेषण केले आहे. लोकसंख्येच्या अभ्यासासाठी नवनवीन आयाम आता विचारात घेतले जातात, पण सध्याच्या महाविद्यालयीन आणि विद्यापीठीय शिक्षणामध्ये अद्यापही या नव्या मुद्द्यांचा समावेश झालेला फारसा आढळत नाही. ही त्रुटी भरून काढण्याचा प्रामाणिक प्रयत्न डॉ. कुलकर्णी यांच्या लेखनात आढळतो. ही भूमिका ही त्यांच्या लेखनाची निश्चितच जमा बाजू आहे. अर्थशास्त्राच्या तसेच सामाजिक शास्त्राच्या अभ्यासकांना लोकसंख्याशास्त्राची शास्त्रशुद्ध ओळख करून देण्याचे काम हे पुस्तक यशस्वीपणे करेल अशी खात्री वाटते; पण याचबरोबर सामाजिक कार्यकर्ते, कामगार क्षेत्रातील कार्यकर्ते, स्वयंसेवी संस्थांमधील कार्यकर्ते, लेखक, पत्रकार, संपादक, संशोधक, विश्लेषक, धोरण विश्लेषक, भाष्यकार अशा सर्वांना हा विषय सोप्या पद्धतीने समजून घेण्यासाठी डॉ. कुलकर्णींच्या या पुस्तकाचा निश्चितच उपयोग होईल. लोकसंख्येच्या समस्येच्या एकेका पैलूवर व्यापक विचार व संशोधन होणे गरजेचे असते. त्या दिशेने पहिली पायरी म्हणून या पुस्तकाची दखल घेतली जावी असे आवर्जून म्हणावेसे वाटते.

डॉ. कुलकर्णी यांचे या लेखन प्रयत्नाबद्दल अभिनंदन व मन:पूर्वक शुभेच्छा!

चैत्र शुद्ध १, शके १९४१ — **डॉ. संतोष दास्ताने**

गुढीपाडवा, ०६/०४/२०१९ — (प्रा.–अर्थशास्त्र)

कार्यकारी सारांश
(Executive Summary)

डरखाईम या फ्रेंच समाजशास्त्रज्ञाने सामाजिक स्वरूपशास्त्रामध्ये (Social Morphology) लोकसंख्येबाबतच्या प्रक्रियांचे विवेचन केले आहे. लोकसंख्येवरून समाजाची रचना ठरते व समाज रचनेचा लोकसंख्येवर परिणाम होतो. प्रगती व भरभराट ही लोकसंख्येच्या स्वरूपावर अवलंबून असते. राष्ट्राची खरी संपत्ती जमीन, जंगले, खनिज पदार्थ, पाणी किंवा पैसा नसून त्यातले सुदृढ व सुखी नागरिक ही असते. नैसर्गिक साधनसामग्रीचा पुरेपूर उपयोग करण्याकरिता मनुष्यबळ हवे, पण त्यासाठी दोन्हींमध्ये संतुलन असणे आवश्यक आहे. जेव्हा साधनसामग्री अपुरी पडण्याइतकी लोकसंख्या वाढते तेव्हा तिला आळा घालणे अत्यंत जरुरीचे होते. मात्र, लोकसंख्या व साधनसामग्रीतील तफावत नेहमी अतिरिक्त लोकसंख्येमुळे नसते, त्यांची गुणात्मक वैशिष्ट्ये या तफावतीस कारणीभूत असू शकतात. लोकसंख्येत रोगी, वृद्ध, अपंग, लहान मुले अशा अकार्यक्षम लोकांची संख्या अधिक असल्यास समस्या निर्माण होतात.

भारतातील सर्व जनतेला विशेषकरून दुर्बल, वंचित घटकांना दर्जेदार, मोफत सरकारी आरोग्यसेवा पुरविण्याचे ध्येय डोळ्यांसमोर ठेवून २००५ साली *'राष्ट्रीय ग्रामीण आरोग्य अभियान'* (National Rural Health Mission-NRHM) या कार्यक्रमाची घोषणा झाली. २०१३-१४ या आर्थिक वर्षापासून हा कार्यक्रम नागरी भागांमध्येही राबविला जात आहे. भारताच्या आरोग्य क्षेत्रातील इतिहासात हा कार्यक्रम म्हणजे सर्वांत मोठी सरकारी योजना म्हणून ओळखला जातो. २०१८मध्ये सुरू करण्यात आलेली 'आयुष्यमान भारत' ही योजना पुढील काळात आरोग्य क्षेत्रातील महत्त्वाची योजना ठरणार आहे.

निरोगी, सशक्त पिढी उपजावी म्हणून बालकांचे आरोग्य उत्तम व सुदृढ व्हावे यासाठी मातासंगोपन अधिक महत्त्वपूर्ण ठरते. मातासंगोपनामुळे गर्भधारणेपासून बाळाचे आरोग्य उत्तम व निरोगी राखण्यास मदत होते. त्या दृष्टिकोनातून भारतामध्ये गर्भवती मातांचे आरोग्य व बाल आरोग्य यासाठी विविध योजना आणि शासकीय तसेच स्वयंसेवी संस्था कार्यरत आहेत. यामध्ये जवळपास ९ लाख '*आशा* – Accredited Social Health Activists (ASHA)' शासन आणि गरीब गर्भवती स्त्रियांमधील प्रभावी दुवा म्हणून काम करत आहेत. परिणामी भारतातील माता मृत्यूदर, अर्भक मृत्यूदर आणि एकूण मृत्यूदरात मोठ्या प्रमाणात घट झालेली दिसून येत आहे. तर भारतातील सरासरी आयुर्मानात मोठी वाढ झाली आहे.

डॉ. अविनाश कुलकर्णी

अनुक्रम

१.	**लोकसंख्याशास्त्र विषयाची ओळख**	१
	१.१ लोकसंख्याशास्त्र : अर्थ आणि व्याख्या	
	१.२ लोकसंख्याशास्त्र : स्वरूप आणि व्याप्ती	
	१.३ लोकसंख्याशास्त्र : अभ्यासाची आवश्यकता व महत्त्व	
	१.४ लोकसंख्याविषयक काही मूलभूत संकल्पना	
२.	**लोकसंख्या सिद्धांत**	१२
	२.१ माल्थस यांचा लोकसंख्या सिद्धांत	
	२.२ पर्याप्त लोकसंख्येचा सिद्धांत	
	२.३ लोकसंख्या संक्रमणाचा सिद्धांत	
	२.४ लोकसंख्यावाढी संदर्भात अभिजात व नव–अभिजात विचार	
	२.५ लोकसंख्यावाढ आणि आर्थिक विकासाचा सिद्धान्त	
३.	**लोकसंख्येची रचना**	२५
	३.१ जागतिक लोकसंख्येचा कल	
	३.२ लोकसंख्यावाढीचे घटक व त्यातील परस्परावलंबन	
	३.३ लोकसंख्येची संरचना	
	३.४ लोकसंख्येची विभागणी/वितरण	
४.	**जनन व मर्त्यता**	५२
	४.१ जनन : अर्थ व त्यातील कल	
	४.२ जननदर : निर्धारिक घटक आणि परिणाम	
	४.३ मर्त्यता : अर्थ आणि कल	
	४.४ मर्त्यता कल	
	४.५ मर्त्यता कमी करणारे घटक	

५. **लोकसंख्याशास्त्रातील निवडक प्रवाह** ६९
५.१ लिंग व वयोगटानुसार लोकसंख्या वितरणाचा त्रिमितीस्तंभ
५.२ लोकसंख्या प्रक्षेपण पद्धती
५.३ वृद्ध : व्यक्ती व लोकसंख्या
५.४ विवाहाच्या वयातील कल
५.५ आयुर्मान
६. **स्थलांतर आणि नागरीकरण** ८४
६.१ स्थलांतर : अर्थ व कल
६.२ स्थलांतराचे प्रकार : तात्पुरते, अंतर्गत व आंतरराष्ट्रीय
६.३ स्थलांतराचे निर्धारक
६.४ स्थलांतराचे परिणाम
६.५ नागरीकरण : अर्थ आणि कल
६.६ लोकसंख्येचे ग्रामीण – नागरी वितरण
६.७ नागरीकरणाचे निर्धारक घटक आणि परिणाम
७. **लोकसंख्या आणि पर्यावरण** १०६
७.१ लोकसंख्या, अर्थव्यवस्था आणि पर्यावरण : सहसंलग्नता
७.२ लोकसंख्या आणि आरोग्य समस्या
७.३ लोकसंख्या आणि मानव विकासातील प्रवाह
७.४ लोकसंख्या आणि संस्कृती
८. **लोकसंख्याविषयक माहितीचे स्रोत** ११७
८.१ जनगणनेचा अभ्यास : पद्धती आणि गुणवैशिष्ट्ये
८.२ भारतातील निवडक जनगणनेची गुणवैशिष्ट्ये
८.३ राष्ट्रीय कुटुंब आरोग्य पाहणी
८.४ राष्ट्रीय नमुना पाहणी संघटना
८.५ लोकसंख्याविषयक माहितीचे आंतरराष्ट्रीय स्रोत
९. **भारतातील लोकसंख्या धोरण** १३१
९.१ लोकसंख्या धोरणाचा अर्थ व व्याख्या
९.२ भारतातील लोकसंख्या धोरणाची उत्क्रांती
९.३ लोकसंख्या नियंत्रण ते कुटुंब कल्याण
९.४ भारतातील कुटुंब नियोजन धोरण : आढावा

९.५ नवे राष्ट्रीय लोकसंख्या धोरण
९.६ राष्ट्रीय लोकसंख्या आयोग
१०. भारतातील माता व बाल कल्याण धोरण १४५
१०.१ माता आरोग्य व पोषण धोरणाचा आढावा
१०.२ बाल आरोग्य व पोषण धोरणाचा आढावा
११. लोकसंख्या शिक्षणाची आवश्यकता १५३
११.१ लोकसंख्या शिक्षण अर्थ
११.२ लोकसंख्या शिक्षणाची आवश्यकता व महत्त्व
संदभसूची १५५
लेखक-परिचय १५७

१. लोकसंख्याशास्त्र विषयाची ओळख
(Introduction to Demography)

प्रस्तावना : कोणत्याही देशाचा, प्रदेशाचा, राज्याचा विकास हा त्या त्या देशातील लोकसंख्येच्या विकासावर अवलंबून असतो. विकासाच्या विविध योजनांवर लोकसंख्या हा घटक सर्वांत अधिक प्रभावशाली असतो तर लोकसंख्येवर विकासाच्या विविध योजनांचा प्रभाव पडतो. अशा प्रकारे लोकसंख्या आणि विकास या दोन एकमेकांवर परस्पर अवलंबून असणाऱ्या महत्त्वपूर्ण घटकांचा अभ्यास लोकसंख्याशास्त्र अथवा लोकसंख्या शिक्षण याविषयामध्ये केला जातो. याविषयाचा अभ्यास करताना लोकसंख्याशास्त्र याचा अर्थ व काही महत्त्वपूर्ण व्याख्या पुढीलप्रमाणे पाहू-

१.१ लोकसंख्याशास्त्र : अर्थ आणि व्याख्या (Demography : meaning and definition)

लोकसंख्याशास्त्र अर्थात डेमोग्राफी हा मूळ ग्रीक शब्द, यावरून यातील डेमॉस याचा अर्थ लोक किंवा व्यक्ती होय; तर ग्राफी याचा अर्थ माहिती प्राप्त करणे, माहितीचे लिखाण करणे होय. यावरून या दोन शब्दांचा एकत्रित अर्थ लोकसंख्येचा व्यवस्थाबद्ध रीतिने अभ्यास करणे असा ध्वनित होतो. त्यामुळेच इ.स. १८५५मध्ये गिलार्ड यांनी सर्वप्रथम लोकसंख्याशास्त्र ह्या संकल्पनेचा वापर केला. लोकसंख्याशास्त्र या संकल्पनेचा अर्थ व महत्त्वाच्या काही व्याख्या पुढीलप्रमाणे-

डोनाल्ड बोग (Donald Bouge) यांच्या मते - मानवी समूहाचा आकार, त्याची रचना आणि आवकाशिक विभाजन यात आणि त्यातील होणाऱ्या बदलांवर जनन, मर्त्यता, विवाह, स्थलांतर आणि सामाजिक गतिशीलता या पाच प्रक्रियांद्वारा जे परिणाम होतात त्याचा गणिती व सांख्यिकीय अभ्यास करणारे शास्त्र म्हणजे 'लोकसंख्याशास्त्र' होय.

डब्ल्यू बर्कले यांच्या मते - लोकसंख्याशास्त्र हे मानवी वर्तणुकीशी संबंधित

नव्हे तर मानवी समूह अथवा त्याच्या एखाद्या भागाशी संबंधित असते. मानवी समूहाचे संख्यात्मक वर्णन म्हणजे 'लोकसंख्याशास्त्र' होय.

थॉम्पसन व लेविस यांच्या मते – लोकसंख्याशास्त्र याविषयाच्या अभ्यासकास लोकसंख्येचे आकारमान, रचना, विभाजन त्याचप्रमाणे त्यात होणारे बदल व त्यांची कारणे यामध्ये अभिरुची असते; कारण या बाबी मानवी कल्याणाशी संबंधित असतात.

वॉरन थॉम्पसन यांच्या मते – (१) लोकसंख्येत होणारे बदल, ते कसे घडून येतात व लोककल्याणाच्या दृष्टीने त्याचे परिणाम, (२) ज्यात कुठे कुठे लोकवस्ती आहे? तिचे आवकाशिक विभाजनात व वेगवेगळ्या गटांमधील विभाजनात काय काय बदल होतात? आणि (३) लोकसंख्येच्या वेगवेगळ्या गटातील वैशिष्ट्ये यांचा अभ्यास लोकसंख्याशास्त्रमध्ये केला जातो.

स्टेनफोर्ड यांच्या मतानुसार – मानवी समूहाच्या सांख्यिकीय माहितीचा अतिशय तांत्रिक व प्रकर्षाने गणिती पद्धतीचा अभ्यास म्हणजे 'लोकसंख्याशास्त्र' होय. यामध्ये विशेषत: जन्म, मृत्यू व स्थलांतर इ. त्याचबरोबर लोकसंख्येच्या रचनेतील बदल ज्यामुळे समजतात अशा वयोगट, लिंग व वैवाहिक दर्जा इ. वैशिष्ट्यांचासुद्धा समावेश होतो.

फ्रँक लॉरीमेर यांच्या मतानुसार – व्यापक अर्थाने लोकसंख्याशास्त्रात लोकसंख्येचा संख्यात्मक व गुणात्मक दृष्टिकोनातून अभ्यास केला जातो.

लोकसंख्याशास्त्र या संकल्पनेच्या वरील विविध व्याख्यांवरून असा अर्थ ध्वनित होतो की, यामध्ये व्यक्तीच्या वर्तनाचा नव्हे तर मानवी समूहाचा अभ्यास केला जातो. त्यामध्ये प्रामुख्याने मानवी समूहाचे आकारमान, मानवी समूहाची रचना, वैशिष्ट्ये, विकास, जन्मदर, मृत्युदर, लिंग व वैवाहिक दर्जा, स्थलांतर इ. विविध घटकांचा परस्परसंबंध व व्यवस्थाबद्ध रीतिने अर्थात शास्त्रीय पद्धतीने अभ्यास केला जातो.

लोकसंख्याशास्त्र याविषयाच्या शास्त्रशुद्ध अभ्यासाची सुरुवात ब्रिटिश अभ्यासक जॉन ग्रॅंट यांनी १६२०-१६७४ या कालावधीत केली. त्यामुळे त्यांना लोकसंख्याशास्त्राचे जनक मानले जाते. १७ व्या शतकात लोकसंख्येचा अभ्यास करणाऱ्या याविषयाला 'लोकसंख्याशास्त्र' म्हणून इंग्लंड या देशाने मान्यता दिली. त्यानंतर जर्मनी, फ्रान्स, अमेरिका आणि इतर युरोपीय देशांमध्ये याविषयाच्या अध्ययनाची सुरुवात झाली.

१.२ लोकसंख्याशास्त्र : स्वरूप आणि व्याप्ती (Demography : Scope & nature)

लोकसंख्याशास्त्राचा अभ्यासविषय व्यापक स्वरूपाचा असून त्यामध्ये केवळ लोकसंख्याविषयक सांख्यिकीय माहिती संकलित करून ती प्रसारित अथवा प्रसिद्ध केली जात नाही, तर त्या संकलित केलेल्या सांख्यिकीय माहितीचे विवेचन व विश्लेषण करून काही विशिष्ट निष्कर्षसुद्धा काढले जातात. आधुनिककाळात याविषयाच्या संशोधनामध्ये वाढ घडून येत आहे. त्यामुळे लोकसंख्याशास्त्र याविषयाची व्याप्ती अभ्यासताना पुढील घटकांचा आधार घ्यावा लागतो.

१. जनन (Fertility) **:** कोणत्याही प्रदेशातील अथवा समाजातील लोकसंख्येत होणारी वाढ अथवा घट अभ्यासण्यासाठी जन्म, मृत्यू आणि स्थलांतर या तिन्ही घटकांचा विचार महत्त्वपूर्ण असतो. हे तिन्ही घटक त्या समाजातील लोकसंख्येच्या रचनेवर अवलंबून असतात. जन्मदर हे जनन मोजण्याचे एक प्रत्यक्ष साधन आहे. लोकसंख्या अभ्यासकांनी जनन मोजण्याची अनेक साधने शोधून काढली आहेत. त्यांपैकी जनन मोजण्यासाठी प्रत्यक्ष व अप्रत्यक्ष साधनांचा नेहमी वापर केला जातो. यामध्ये मोठ्या प्रमाणात वापरले जाणारे साधन म्हणजे अशोधित जन्मदर होय. अशोधित जन्मदर म्हणजे विशिष्ट भूप्रदेशात एका वर्षात जिवंत जन्मास आलेल्या अपत्यांची संख्या आणि त्या वर्षात मध्य बिंदूवर असलेली लोकसंख्या होय. लोकसंख्या सातत्याने होणाऱ्या जन्म-मृत्यू संख्या व स्थलांतर यामुळे बदलत असते. जर याकामी वर्षाच्या सुरुवातीची लोकसंख्या जन्मदर काढण्यासाठी विचारात घेतली तर पायाभूत असलेला लोकसंख्येचा आकडा खूपच कमी होईल व जन्मदर मोठा होईल. याउलट, वर्षाच्या शेवटची लोकसंख्या विचारात घेतली तर लोकसंख्या मोठी व जन्मदर लहान असे होईल; म्हणून कोणत्याही एका टोकाची लोकसंख्या आधारभूत न धरता जन्मदरासाठी वर्षाच्या मध्यास असलेली लोकसंख्या विचारात घेतली जाते.

ज्या देशात नोंदणी पद्धतीवरून जन्माबद्दलची आधारसामग्री मिळणे अशक्य असेल तेथे जननक्षमता अभ्यासण्यासाठी ज्या पद्धतीचा वापर केला जातो त्या पद्धतीस 'स्त्री गुणोत्तर' असे म्हणतात. या साधनांच्याद्वारे जनगणना सामग्रीच्या आधारावर विविध गटांची जनन परिस्थितीची तुलना करण्यास मोठी मदत होते.

जननक्षमतेवर परिणाम करणारे घटक : सामाजिक व्यवस्थेच्या समूहामध्ये धर्म, साक्षरता, शैक्षणिक संपादन, आर्थिक क्रियांमध्ये सहभाग, पती-पत्नींच्या आर्थिक

क्रियांचे स्वरूप, कुटुंबाची मिळकत यांसारखे अनेक चल आहेत या सामाजिक क्रियेच्या व्यवस्थेमध्ये काही चल हे प्रत्यक्ष जननक्षमतेवर परिणाम करतात. विशेषत: भारतातील हिंदू समाजातील स्त्रियांच्या प्रत्यक्ष जननक्षमतेवर हे चल परिणाम करतात. भारतीय समाजामध्ये नवविवाहित स्त्रीचे वैवाहिक कर्तव्य म्हणजे अपत्यांना जन्म देणे. नवविवाहित जोडपे आपले कर्तृत्व आपल्या मनाप्रमाणे घडविण्यास स्वतंत्र नसते. एकत्र कुटुंब पद्धतीतील कुटुंबसंस्था, परंपरा व जमातीचे अथवा समाजाचे नियम यासर्वांचे बंधन त्यांच्यावर असते. ज्या स्त्रीला अपत्य नाही तिच्या कुटुंबामध्ये तिच्यावर टिकाटिप्पणी केली जाते.

ग्रामीण भागातील आरोग्यसंस्था ज्या विशेषत: 'प्रसूती व मुलांची काळजी' याबाबत सेवा पुरवितात त्यामुळे बाल मृत्यूचे प्रमाण कमी होण्यास प्रभावीपणे मदत होते. त्यामुळे जननक्षमतेवर इष्ट परिणाम होण्यास मदत होते. मुलींच्या शिक्षणामुळे त्यांचे विवाहाचे वयामध्ये वाढ होते. त्याचबरोबर वैयक्तिक आरोग्य, आरोग्यपूर्ण आहाराचे महत्त्व लक्षात येते व वैद्यकीय मदत घेण्याची इच्छा होते. हे सर्व घटक जनन कमी करण्यास साहाय्यभूत ठरतात.

मानवाच्या जननप्रक्रियेस जीवशास्त्रीय व सामाजिक घटक आधारभूत असतात. अपत्यजन्म ही जीवशास्त्रीय प्रक्रिया आहे तरी अपत्यजन्म हा सामाजिक अभिमतीशिवाय शक्य नाही. अपत्यनिर्मितीसाठी वैवाहिक बंधन आवश्यक असते. व्यक्तीचे वय आणि लैंगिक विकास या दोन्ही वैशिष्ट्यांनुसार अपत्य जननासाठी काही जीवशास्त्रीय मर्यादा आहेत.

२. मर्त्यता (Mortality) **:** मृत्यू पावणे म्हणजे मर्त्यता होय. माणसाच्या आयुष्याच्यादृष्टिकोनातून जन्मानंतर १ वर्षाच्या आतील मृत्यू ही बालमर्त्यता तर स्त्रियांचे मृत्यू ही स्त्रीमर्त्यता असे भाग पाडले जातात. प्रत्येक समाजातील लोकसंख्येत 'जनन' आणि 'मर्त्यता' या क्रिया सातत्याने चालू असतात. त्यामुळे लोकसंख्येत नैसर्गिक बदल घडून लोकसंख्येतील प्रचलित आणि संभाव्य बदलांची छाननी करण्यासाठी मृत्युविषयक आकडेवारी माहिती असणे जरुरीचे असते.

समाजातील मृत्युदरात घट घडवून आणणे हे कोणत्याही कल्याणकारी राज्याचे प्रमुख उद्दिष्ट असते. मृत्युदरातील घट ही राज्याच्या प्रगतीचे द्योतक मानली जाते. त्यासाठी सार्वजनिक आरोग्यसुविधा, पिण्यासाठी स्वच्छ पाणी, सांडपाण्याची विल्हेवाट, साथीच्या रोगांचे उच्चाटन, वैयक्तिक व सार्वजनिक आरोग्य जोपासना इ. गोष्टींचा

विचार केला जातो. समाजाच्या विकासाच्या प्रक्रियेत जननदर व मृत्युदर यांचा घनिष्ठ संबंध आहे.

३. स्थलांतर : स्थलांतर हा लोकसंख्येच्या गतिशीलतेतील एक महत्त्वपूर्ण घटक आहे. लोकसंख्याशास्त्राच्या दृष्टिकोनातून त्याला खूप महत्त्व आहे. स्थलांतर यामध्ये व्यक्ती आपले मूळ अधिवासाचे ठिकाण सोडून काही कारणानिमित्त दुसऱ्या ठिकाणी विशिष्ट काळापुरते किंवा कायमचे वास्तव्य करते.

४. विभाजन : जनगणना करण्याकामी लोकसंख्येचे विभाजन हे वेगवेगळ्या घटकात केले जाऊ लागले. यामध्ये वयोगटानुसार लोकसंख्येची विभागणी, श्रमशक्तीनुसार विभागणी, धर्मानुसार विभागणी, ग्रामीण व शहरी विभागणी, लिंगभेद व वैवाहिक दर्जानुसार विभागणी अशा विविध घटकांमध्ये लोकसंख्येची विभागणी करून लोकसंख्येचा अभ्यास, विवेचन, विश्लेषण, निष्कर्ष इ. काढले जातात.

५. लोकसंख्या धोरण : लोकसंख्या वृद्धीवर प्रभावी नियंत्रण ठेवण्याच्या दृष्टिकोनातून करण्यात येणाऱ्या नियोजनास लोकसंख्या धोरण असे म्हटले जाते. त्यामध्ये जननक्षमता, मर्त्यता, स्थलांतर या घटकांबद्दल विचार केला जातो. बुखारेस्ट येथे झालेल्या जागतिक लोकसंख्या परिषदेत वाढत्या लोकसंख्येस प्रतिबंध करण्यासाठी लोकसंख्या धोरणाबाबत चर्चा घडून आली व प्रत्यक्ष कार्यवाही करण्यासाठी जागतिक योजना आखली गेली. ऑरगॅस्की यांच्या मते, लोकसंख्या धोरण हे पूर्वनियोजित व शासनाद्वारे कार्यान्वित केले जाते.

६. लोकसंख्येचा आकार : लोकसंख्येच्या अभ्यासामध्ये लोकसंख्येचा आकार या घटकाचा समावेश होतो. लोकसंख्येच्या आकारमानावरून लोकसंख्या वृद्धीचा दर समजतो. लोकसंख्येच्या आकारमानात लोकांची एकूण संख्या, लोकसंख्येची घनता इ. गोष्टींचा समावेश होतो. लोकसंख्येच्या घनतेवरून विशिष्ट भागातील पर्यावरण विषयक व सामाजिक स्थिती यांबाबतची कल्पना येते.

७. लोकसंख्येची रचना : लोकसंख्येच्या अभ्यासामध्ये लोकसंख्येच्या रचनेचाही अभ्यास केला जातो. यामध्ये रचना लिंग, वय, वंश अशा विविध घटकांनुसार लोकसंख्येची विभागणी केली जाते. लोकसंख्येच्या रचनेचे वर्गीकरण करताना स्त्रिया व पुरुषांची संख्या, मुले, तरुण, प्रौढ व वृद्ध व्यक्तींची संख्या, विविध वंशांच्या लोकांची संख्या, विविध धर्मांच्या व्यक्तींची संख्या अशा विविध घटकांचा विचार केला जातो.

अशा प्रकारे लोकसंख्याशास्त्र याविषयाच्या अभ्यासामध्ये जनन, मर्त्यता, स्थलांतर, विभाजन, लोकसंख्या धोरण, लोकसंख्येची रचना व आकार या विविध घटकांचा समावेश केला जातो.

लोकसंख्याशास्त्र विषयाचे स्वरूप : लोकसंख्या आणि विकास हे परस्परांवर अवलंबून असतात त्यामुळे लोकसंख्याशास्त्र याविषयाचा अभ्यास विकासाच्या संदर्भाने आर्थिक, सामाजिक, राजकीय, पर्यावरणात्मक अशा वेगवेगळ्या दृष्टिकोनातून करणे आवश्यक आहे. त्यामुळेच लोकसंख्याशास्त्र याविषयाचे स्वरूप हे आतंरविद्याशाखीय आहे.

सुधारित आकडेवारी, नवी तंत्रे आणि लोकसंख्या संक्रमणाचे काटेकोर मापन यामुळे लोकसंख्याशास्त्राला शास्त्रीय स्वरूप प्राप्त झाले आहे. लोकसंख्येशी निगडीत घटकांचा अभ्यास व त्याचे विश्लेषण यात पद्धतशीरपणे केले जाते. शास्त्राप्रमाणेच लोकसंख्याशास्त्राचेही स्वत:चे नियम किंवा सिद्धांत आहेत. उदा. पर्याप्त लोकसंख्येचा सिद्धांत, माल्थसचा लोकसंख्याविषयक सिद्धांत, लोकसंख्या संक्रमणाचा सिद्धांत, वगैरे. लोकसंख्याशास्त्रात कर्त्याचे कारण-परिणाम यांच्यातील संबंध अभ्यासला जातो. लोकसंख्यावाढ-अन्नधान्य टंचाई, औद्योगिक केंद्राच्या ठिकाणी लोकसंख्येचे होणारे केंद्रीकरण व त्यातून निर्माण होणाऱ्या समस्या, उच्च जननदर, लोकसंख्यावाढ इ. घटकांतील संबंधांचे विश्लेषण यात केले जाते. या शास्त्रात स्वयंसुधारणा करण्याची क्षमता आहे. बदललेल्या परिस्थितीत पुन्हा निरीक्षणे केली जातात व नव्याने प्रकाशात आलेल्या घटकांद्वारे प्रस्थापित निष्कर्षात सुधारणा केली जाते. यातील तत्त्वे व नियम सर्वव्यापी असतात.

लोकसंख्याशास्त्र हे 'वास्तववादी' शास्त्र आहे, कारण यात वास्तववादी घटकांचा किंवा वस्तुस्थितीचा अभ्यास केला जातो. तसेच हे आदर्शवादी शास्त्रसुद्धा आहे. उच्च जननदर, उच्च मृत्युदर, स्थलांतर इत्यादींशी निर्माण समस्यांचा अभ्यास करून त्या दूर करण्यासाठी उपाय सुचविले जातात. तसेच जनन (Fertility), मर्त्यता (Mortality), लोकसंख्येतील वय संरचना, लिंग संरचना, प्रादेशिक रचना अथवा विभागणी, स्थलांतर आणि नागरीकरण तसेच पर्यावण इ. घटकांचा सविस्तर अभ्यास केला जातो. त्यातील कल आणि बदल यांनुसार लोकसंख्येवरील परिणाम आणि आर्थिक व सामाजिक परिणाम यांचा सविस्तर अभ्यास केला जातो.

आधुनिक लोकसंख्याशास्त्राचा अर्थशास्त्र, समाजशास्त्र, मानसशास्त्र, भूगोल,

गणित, जनुकशास्त्र, पर्यावरणशास्त्र आणि मानववंशशास्त्र यांच्याशी निकटचा संबंध आहे. त्यामुळे लोकसंख्याशास्त्राचे स्वरूप आंतरविद्याशाखीय आहे. लोकसंख्याशास्त्र आणि त्याचा इतर सामाजिकशास्त्रांशी असणारा परस्पर संबंध पुढीलप्रमाणे–

लोकसंख्याशास्त्र आणि अर्थशास्त्र : लोकसंख्या अभ्यास हे अर्थशास्त्रातील एक महत्त्वपूर्ण क्षेत्र आहे. अर्थव्यवस्थेत उत्पादक व उपभोक्ता या दोन्ही दृष्टीने लोकसंख्येची भूमिका महत्त्वाची असते. लोकसंख्या वृद्धी, लिंगनिहाय विभागणी, वयोमानानुसार रचना, राष्ट्रीय उत्पन्न व दरडोई उत्पन्न यांसारख्या आर्थिक चलांच्या अभ्यासाबाबत लोकसंख्या अभ्यास व अर्थशास्त्र हे आंतरसंबंधित असल्याचे दिसते. भविष्यातील एकूण लोकसंख्या व त्याची गुणवत्ता, आर्थिक संधी आणि आर्थिक संघटन यांवर अवलंबून असते. लोकसंख्या वृद्धीदर व अवलंबित्व गुणोत्तर हे लोकसंख्याविषयक घटक आर्थिक विकासावर परिणाम घडवून आणतात. विकसनशील देशात आर्थिक विकासाचा वेग मंद असण्यास अतिरिक्त लोकसंख्या हा महत्त्वाचा घटक जबाबदार असतो. वाढत्या लोकसंख्येने निर्माण होणारी बेकारी, दारिद्र्य, अल्प दरडोई उत्पन्न, उपासमार इ. प्रश्न सोडविण्यासाठी लोकसंख्याशास्त्रचा अभ्यास उपयुक्त ठरतो.

लोकसंख्याशास्त्र आणि समाजशास्त्र : लोकसंख्येतील स्त्री–पुरुष घटकांचे विवाहाचे वय, वैवाहिक स्थिती, घटस्फोटाचे प्रमाण, विधवा विवाह याबाबत समाजाचा दृष्टिकोन, स्त्रियांचे सामाजिक स्थान हे जननक्षमतेवर परिणाम करणारे सामाजिक घटक आहेत. या सर्व घटकांना सामाजिक आशय असल्याने समाजशास्त्राच्या अभ्यासासाठी लोकसंख्याशास्त्राचा इथे उपयोग होतो.

लोकसंख्याशास्त्र आणि मानसशास्त्र व भूगोल : अल्पवयीन विवाह, मुलांसाठी आग्रह, संतती नियमनाच्या साधनांचा अपुरा वापर यांसारख्या मानसशास्त्रीय घटकांचा अभ्यास करून लोकसंख्यावाढीच्या समस्येवर उपाय सुचविण्यासाठी या शास्त्राचा उपयोग होतो. तर जन्म, मृत्यू, स्थलांतर, प्रादेशिक असमतोल इ. घटकांची चर्चा करताना लोकसंख्याशास्त्र व भूगोल एकमेकांना पूरक ठरतात.

लोकसंख्याशास्त्र आणि विधीशास्त्र : कायदे हे सार्वजनिक आरोग्य, स्वच्छता, अन्ननिर्मिती, वितरण आणि विक्री, औषधी द्रव्य व औषधी उत्पादन, चिकित्सालय, इस्पितळे, स्थलांतर, विवाह, जननक्षमता, बालदक्षता, शिक्षण आणि महिलांची

भूमिका व त्यांचा दर्जा यांच्याशी संबंधित असल्यामुळे लोकसंख्याशास्त्र व कायदा यांच्यातील संबंध स्पष्ट होतो. गर्भपातास मान्यता, कुटुंबनियोजन, संतती नियमनाच्या साधनांचा वापर इत्यादीबाबत कायदे केल्याने लोकसंख्येचे योग्य व्यवस्थापन करता येते.

लोकसंख्याशास्त्र आणि पर्यवरणशास्त्र : कोणत्याही प्रदेशातील लोकसंख्येवर तेथील पर्यावरणाचा प्रभाव पडतो. त्याचप्रमाणे पर्यावरणावरही त्याप्रदेशातील लोकसंख्येचा परिणाम होत असतो. कोणत्याही प्रदेशातील पर्यावरणाचा दर्जा तेथील लोकसंख्येच्या घनतेवर अवलंबून असतो. लोकसंख्येचे पर्यावरणाशी असणारे गुणोत्तर अभ्यासणे पर्यावरणशास्त्राच्या दृष्टीने महत्त्वाचे असते.

लोकसंख्याशास्त्र आणि राज्यशास्त्र : साधारणपणे धर्म, जात, शिक्षण, ग्रामीण-शहरी भागातील वास्तव्य, व्यवसायाचे स्वरूप आदी घटक लोकांच्या मतदानविषयक वर्तणुकीवर प्रभाव पाडतात. त्यामुळे राज्यशास्त्राच्या अभ्यासकांना लोकसंख्या अभ्यासाची मदत होते.

अशा प्रकारे लोकसंख्याशास्त्राचा विविध विद्याशाखारतील विविध विषयांशी परस्परसंबंध आहे. त्यामुळे याविषयाचे स्वरूप आंतरविद्याशाखीय आहे.

१.३ लोकसंख्याशास्त्र : अभ्यासाची आवश्यकता आणि महत्त्व (Need & significance)

एखाद्या देशाच्या विकासाचा विचार करता लोकसंख्या हा घटक विशेष महत्त्वाचा ठरतो; कारण अतिरिक्त लोकसंख्या किंवा न्यूनतम लोकसंख्या या दोन्ही प्रकारची परिस्थिती कोणत्याही राष्ट्राच्या हिताची नसते. त्याचप्रमाणे लोकसंख्येतील वयोगटानुसारची विभगणीसुद्धा महत्त्वाची असते; कारण त्यावरून लोकसंख्येतील उत्पादक व अनुत्पादक किंवा परावलंबी घटकांची स्थिती लक्षात येते. त्याचप्रमाणे लोकसंख्येतील लिंग संरचना, ग्रामीण व शहरी विभागणी यांद्वारे लोकसंख्येतील स्त्री-पुरुष प्रमाण समजते. नागरी व ग्रामीण विभागणीमुळे लोकसंख्येचे स्थलांतर आणि नागरी विकासावरील ताण यांची कल्पना येते. त्यामुळे लोकसंख्याशास्त्र याविषयाचा अभ्यास करणे अत्यंत आवश्यक व महत्त्वपूर्ण ठरते.

लोकसंख्येचे आकारमान, त्यातील तत्कालीन व दीर्घकालीन बदल, जन्मदर व मृत्युदराशी संबंधीत पैलू, लोकसंख्येची संरचना आणि घनता, श्रमशक्ती, स्थलांतराबाबत नियोजन, सामाजिक व आर्थिक समस्या यांबाबतचा संख्यात्मक व

गुणात्मक दृष्टिकोनाचा समावेश या अभ्यासात होतो. कुटुंब आणि विवाहासारख्या सामाजिक समस्यांच्या लोकसंख्याविषयक पैलूंचा लोकसंख्याशास्त्रात अभ्यास केला जातो आणि एकूणच मानवी जीवनाचा सामुदायिक अभ्यास केला जातो. लोकसंख्याशास्त्राची व्याप्ती सातत्याने वाढत असल्याने त्याचे महत्त्वही वाढत आहे. त्यामुळे लोकसंख्या समस्या जाणून घेण्यास मदत होते. विशेषत: जगातील अल्पविकसित देशांना याचा अधिक उपयोग होतो. तसेच विकसित व अविकसित देशातील लोकसंख्या नियोजनाच्या दृष्टीनेही लोकसंख्याशास्त्राचा अभ्यास उपयुक्त ठरतो. आरोग्य सोईंच्या नियोजनासाठी लोकसंख्याशास्त्राचा अभ्यास उपयुक्त ठरतो. उच्च जननदरामुळे माता व बालक या दोहोंच्या आरोग्याची समस्या गंभीर बनते. विशेषत: विकसनशील देशांमध्ये सततच्या गरोदरपणामुळे विवाहित स्त्रियांबाबत पोषण निस्सारण घडून येते. उच्च जनन हे बालकांच्या अपुऱ्या वाढीशी निगडित आहे. लोकसंख्याशास्त्रात जनन आणि त्याच्याशी संबंधित समस्यांचा अभ्यास केला जात असल्याने देशातील आरोग्य नियोजनात त्याचा फार उपयोग होतो. अन्नधान्य पुरवठ्याच्या व्यवस्थेत देशातील एकूण लोकसंख्येला संख्यात्मक व गुणात्मकदृष्ट्या पुरेशा प्रमाणात अन्नधान्य पुरविणे अभिप्रेत असते. लोकसंख्यावाढीबरोबरच अन्नधान्य पुरवठा वाढणे अनिवार्य असते. अन्नधान्य नियोजनाबाबत सरकारला व आंतरराष्ट्रीय संस्थांना लोकसंख्याशास्त्राचा उपयोग होतो. विकसनशील देशात लोकसंख्या वेगाने वाढते पण रोजगार निर्मिती त्याप्रमाणात होत नाही; त्यामुळे अवलंबित्व गुणोत्तर उच्च राहते; म्हणून रोजगार नियोजन काटेकोरपणे करावे लागते. हे नियोजन करताना लोकसंख्येच्या विविध पैलूंचा अभ्यास उपयुक्त ठरतो. रोजगार नियोजनातील स्थलांतर, अप्रवासी (immigrants), उत्प्रवासी (emigrants) हे सर्व महत्त्वपूर्ण घटक लोकसंख्याशास्त्रात अभ्यासले जातात. अविकसित देशांमध्ये शिक्षणाबाबत सरकारची भूमिका निर्णायक असते. झपाट्याने वाढणाऱ्या लोकसंख्येच्या शिक्षणाच्या सोयीचा योग्य विस्तार होणे आवश्यक असते. निरक्षरतेची बहुव्यापकता आणि शिक्षणाचे प्रमाण यांचे लोकसंख्याविषयक मूल्यमापन करत शिक्षण नियोजन करावे लागते. भविष्यकालीन शैक्षणिक गरजांबाबत पूर्वानुमान करतानासुद्धा लोकसंख्या वृद्धीच्या अंदाजाचा आधार घ्यावा लागतो.

आर्थिक नियोजनाच्या दृष्टीने लोकसंख्याशास्त्राला महत्व आहे. मानवाच्या अधिकाधिक गरजा भागविण्यासाठी दुर्मीळ साधनसंपत्तीचा कार्यक्षमतेने वापर करणे

आवश्यक असते. देशातील लोकसंख्या हीसुद्धा एक प्रकारची साधनसंपत्ती असल्याने त्याबाबतही नियोजन करावे लागते. विशिष्ट प्रदेशातील शिक्षणाच्या सोयी, आरोग्य सुविधा, वाहतूक व दळणवळण इत्यादींबाबत नियोजन करताना लोकसंख्याशास्त्र उपयुक्त ठरते. लोकसंख्येतील वाढीबरोबर गृहनिर्माणाची आवश्यकताही वाढत जाते. उत्पन्नातील वाढ, आर्थिक विकास, विभक्त कुटुंब व्यवस्थेची वाढती प्रवृत्ती इ. कारणांमुळेही घरांची समस्या बिकट बनते. औद्योगिक केंद्राच्या परिसरात व शहरी भागात घरांची टंचाई फारच जाणवते. यातून गलिच्छ वस्त्या व झोपडपट्ट्यांची निर्मिती होते. जनन, मृत्यू, स्थलांतर, कुटुंब उभारणी आदींबाबतचे अंदाज गृहनिर्माण नियोजनात उपयोगी पडतात. आर्थिकदृष्ट्याही लोकसंख्याशास्त्राचा अभ्यास उपयुक्त ठरतो. आर्थिक विकासाच्या दरापेक्षा लोकसंख्यावाढीचा दर अधिक असल्यास त्यातून बेकारी व दारिद्र्यासारख्या समस्या निर्माण होतात. जलदगतीने वाढणाऱ्या लोकसंख्येने आर्थिक विकासात निर्माण होणारे अडथळे व ते दूर करण्यासाठी करावी लागणारी उपाययोजना यासाठीही लोकसंख्याशास्त्र महत्त्वाचे ठरते. लोकसंख्याशास्त्राला सामाजिकदृष्ट्याही महत्त्व आहे. रस्ते, पाणीपुरवठा, वीज, शैक्षणिक सोयी, आरोग्य, निवासव्यवस्था आदी गरजांची कल्पना येते. वाढत्या लोकसंख्येने कायदा व सुव्यवस्थेबाबत कोणते प्रश्न निर्माण होतील व कोणते उपाय योजता येतील हे ठरवताना लोकसंख्याशास्त्राचा उपयोग होतो.

१.४ लोकसंख्याविषयक काही मूलभूत संकल्पना (Basic Concepts in Demography)

अ) **अतिरिक्त लोकसंख्या** (Excess Population) **:** उपलब्ध साधनसंपत्तीच्या संदर्भात गरजेपेक्षा लोकसंख्या अधिक असते तेव्हा लोकसंख्या अतिरिक्त आहे असे मानले जाते व अशी लोकसंख्या एक समस्या बनते. त्यामुळे दरडोई उत्पन्न कमी होते. जीवनावश्यक वस्तूंची टंचाई जाणवते. नागरीकरणाच्या समस्या उद्‌भवतात. पर्यावरणाच्या समस्या गंभीर स्वरूप धारण करतात. बेरोजगारी व दारिद्र्यात वाढ होते. परिणामी कुपोषणाची समस्या तीव्र बनते. त्यामुळे मानव विकासावर परिणाम होतो.

ब) **न्यून लोकसंख्या** (Less Population) **:** एखाद्या देशाच्या साधनसंपत्तीच्यामानाने गरजेपेक्षा जेव्हा लोकसंख्या कमी असते तेव्हा न्यून लोकसंख्या आहे असे मानले जाते. त्यामुळे अशा देशात साधनसामग्री उपलब्ध असूनही तिचा

जास्तीतजास्त लाभ घेतला जात नाही. सामाजिक, औद्योगिक आणि आर्थिक क्षेत्रातील विकासाची गती मंदावते. परिणामी दरडोई राष्ट्रीय उत्पन्न कमी होते. अशा देशांमध्ये लोकसंख्या वाढवावी म्हणून सोयी सवलती दिल्या जातात उदा. फ्रान्स, स्वीडन इ.

क) **पर्याप्त लोकसंख्या** (Optimum Population) **:** जेव्हा देशातील उपलब्ध साधनसामग्रीचा जास्तीतजास्त लाभ घेऊ शकणारी लोकसंख्या असते तेव्हा त्या देशात पर्याप्त लोकसंख्या आहे असे मानले जाते. ही लोकसंख्या आदर्श मानली जाते. परंतु, लोकसंख्येची ही स्थिती खूप दीर्घकाळ राहणे अवघड असते.

समारोप : कोणत्याही देशाचा विकास हा त्या देशातील लोकसंख्येच्या गुणात्मक विकासावर अवलंबून असतो. त्यामुळे देशातील उपलब्ध साधनसामग्रीचा अधिकाधिक उपयोग करून देशातील लोकांना मानव विकासाच्या अधिकाधिक संधी, सोयी-सुविधा उपलब्ध करून देणे आवश्यक असते. त्यामुळेच लोकसंख्येचा शास्त्रीय पद्धतीने अभ्यास करणे अधिक आवश्यक व महत्त्वपूर्ण आहे.

२. लोकसंख्या सिद्धांत
(Theories of Population)

प्रस्तावना : सामाजिकशास्त्रांचा अभ्यास करताना आणि सामाजिकशास्त्रांच्या विविध शाखांचा विकास होत असताना सामाजिकशास्त्रातील विविध पैलूंवर विविध देशातील समाजशास्त्रीय विचारवंतांनी सैद्धांतिक विचार मांडले आहेत. त्याचप्रमाणे सामाजिकशास्त्रातील लोकसंख्या याविषयाच्या संदर्भातही विविध समाजशास्त्रीय विचारवंतांनी जे विचार मांडले आहेत अथवा सिद्धांत मांडले आहेत ते पुढीलप्रमाणे पाहू.

२.१ माल्थस यांचा लोकसंख्या सिद्धांत (Population theory of Malthus)

थॉमस रॉबर्ट माल्थस यांचा जन्म १४ फेब्रुवारी १७६६मध्ये ग्रेट ब्रिटनमधील डार्किंग येथे झाला. त्यांनी केंब्रिजच्या जिझस कॉलेजमधून शिक्षण घेतले. त्यानंतर ईस्ट इंडिया कंपनीच्या हेलबरी कॉलेजमध्ये ते राजकीय अर्थशास्त्राचे प्राध्यपक म्हणून नियुक्त झाले. माल्थस यांनी सन १७९८मध्ये 'Essay on the principle of population assist affects the future improvement of society' या नावाने पहिला लोकसंख्येवरील प्रबंध लिहिला. याप्रबंधात त्यांनी त्यांचा लोकसंख्याविषयक सिद्धांत मांडला. या सैद्धांतिक विवेचनामध्ये त्यांनी भविष्यातील लोकसंख्यावाढीचा समाजावर काय परिणाम होईल याविषयी महत्त्वपूर्ण विचार मांडले आहेत, ते पुढीलप्रमाणे-

माल्थस यांनी प्रामुख्याने वेगाने वाढणाऱ्या लोकसंख्यावाढीचा सिद्धांत मांडला आहे. त्यांच्या मते, निर्वाह साधनांच्या तुलनेने वेगाने होणारी लोकसंख्यावाढ हे दारिद्र्याचे कारण असून मानवी प्रगतीला त्यामुळे अडथळा निर्माण झालेला आहे. माल्थस यांच्या सिद्धांताची गृहीतके पुढीलप्रमाणे-

१) माणसात प्रजननाचे मोठे सामर्थ्य असते.

२) शेतीक्षेत्रात घटत्या उत्पादन फलाचा सिद्धांत कार्यवाहीत असतो.

३) मानवाला निर्वाहासाठी अन्नाची आवश्यकता आहे.

४) भिन्न लिंगी व्यक्तींमध्ये परस्पर आकर्षण असते.

वरील गृहीतकांवर आधारित माल्थस यांनी सिद्धांताची मांडणी करताना लोकसंख्यावाढीचा दर आणि अन्नधान्य उत्पादन वाढीचा दर यांचा तुलनात्मक विचार केला आहे. त्यासाठी त्यांनी भूमितीय श्रेणी आणि अंकगणितीय पद्धतींचा वापर केला आहे. माल्थस यांच्या मते, लोकसंख्यावाढ ही अन्नधान्याच्या वाढीपेक्षा अधिकपटीने होते. त्यामुळे लोकसंख्या व अन्नधान्य उत्पादन यांच्यातील समतोल ढासळतो. लोकसंख्या जर मर्यादित ठेवली नाही तर भूमितीय गुणोत्तर पद्धतीने ती वाढते. उदा. १, २, ४, १६, ३२, ६४ .... व आवश्यक अन्नधान्ये ही मात्र गणितीय गुणोत्तर पद्धतीने वाढतात. उदा. १, २, ३, ४, ५ .... माल्थस यांनी असा निष्कर्ष मांडला की, लोकसंख्यावाढ ही जरी भूमिती श्रेणीने वाढत असली तरी अन्नधान्य वाढीचा दर अंकगणिती श्रेणीने वाढेल त्यामुळे अन्नधान्याची टंचाई निर्माण होऊन उपासमार होईल. लोकसंख्या व अन्नधान्य यांच्यातील असंतुलित वाढीमुळे लोकांची राहणीमान पातळी घसरेल. अन्नधान्याचे उत्पादन वाढविणे अशक्य असल्याने उपासमार, दारिद्र्य व मृत्यू असे दुष्परिणाम आढळून येतील. निर्वाह साधनांच्या कमतरतेमुळे लोकसंख्येवर निर्बंध व नियंत्रणे निर्माण होतील.

माल्थस यांनी १८०३ साली प्रसिद्ध केलेल्या त्यांच्या लोकसंख्या सिद्धांताच्या दुसऱ्या आवृत्तीत काही सुधारणा केल्या. त्यांनी लोकसंख्या वाढीवर काही प्रतिबंधात्मक उपाय सुचविले. त्यामध्ये दूरदर्शीपणा, नैतिक संयमन, ब्रह्मचर्य, विवाहाचे वय वाढविणे इ. उपाय सुचविले आहेत. परंतु, त्यांनी संतती नियमनाची प्रगत साधने मात्र सुचविली नाहीत. निसर्गाचा कोप टाळण्यासाठी लोकांनी प्रतिबंधात्मक उपाय योजावेत असे माल्थस सुचवितात.

माल्थस यांच्या लोकसंख्या सिद्धांताचे मूल्यमापन : लोकसंख्यावाढ आणि नैसर्गिक साधनसंपत्ती यातील परस्परसंबंध माल्थस यांनी विस्तृतपणे मांडला. त्यांच्या सिद्धांताचे मूल्यमापन करताना या सिद्धांताचे महत्त्व पुढीलप्रमाणे पाहू.

माल्थस यांच्या लोकसंख्या सिद्धांतामुळे लोकसंख्यावाढीची समस्या प्रथमच सामाजिकशास्त्राच्या अभ्यास कक्षेत समाविष्ट करण्यात आली; कारण माल्थस आधीच्या काळात लोकसंख्या समस्या ही केवळ वैचारिक पातळीवर मांडण्यात आली होती. माल्थस यांनी लोकसंख्येच्या प्रश्नास सिद्धांताचा आधार देऊन शास्त्रीय पद्धतीने मांडणी केली.

माल्थसपूर्व काळातही जगात अनेक विचारवंतांनी लोकसंख्यावाढी विषयी

विचार मांडले होते. परंतु लोकसंख्याविषयक विविध विचारांचे एकत्रित संकलन करून त्यास सैद्धांतिक परिभाषेत मांडण्याचे श्रेय माल्थस यांचेकडे जाते; म्हणून माल्थस यांना लोकसंख्याशास्त्राचा जनक असे म्हटले जाते.

माल्थस यांच्या सिद्धांतामुळे लोकसंख्या या प्रश्नावर अनेक विचारवंत आणि शासकीय व्यवस्था यांचे लक्ष वेधले गेले. त्यानंतर लोकसंख्या विषयाच्या शास्त्रीय अभ्यासास सुरुवात झाली.

माल्थस यांनी स्वीडन, नॉर्वे, फ्रान्स आणि स्वित्झर्लंड या देशातील लोकसंख्याविषयक आकडेवारी संकलित करून त्यांच्या सिद्धांतात पाचवेळा (१८०३, १८०६, १८०७, १८१७, १८२४) सुधारणा केल्या त्यामुळे त्यांनी मांडलेला सिद्धांत हा व्यावहारिक होता तो केवळ काल्पनिक नव्हता.

माल्थस यांचा सिद्धांत हा विविध देशांच्या सत्ताधारी लोकांना अनुकूल होता; कारण त्यातून असे सूचित होत होते की, सत्ताधारी लोकांनी गरीब लोकांसाठी सुधारणा केल्या तरी त्याचा फारसा फायदा होणार नाही, त्यांचा निराशावादी भविष्यकाळ अटळ आहे.

माल्थस यांच्या सिद्धांतावरील सर्वसाधारण **टीका किंवा आक्षेप** पुढीलप्रमाणे–

१) लोकसंख्या भूमिती श्रेणीने वाढत नाही : माल्थस यांनी लोकसंख्या ही भूमिती श्रेणी वाढते असे म्हटले आहे. परंतु, असे समजणे चुकीचे आहे कारण आधुनिककाळात शिक्षणाचा सर्वत्र प्रसार झालेला आहे आणि कुटुंबनियोजनाचे महत्त्व व्यक्तीला पटले आहे. त्यामुळे लोकसंख्यावाढ भूमिती श्रेणीने होते असे नाही.

२) माल्थसने मृत्युदर विचारात घेतलेले नाहीत : अनेक देशात मृत्युदराचे तसेच बालमृत्यूचे प्रमाण जास्त आहे. केवळ मृत्युदर अधिक असल्यानेदेखील लोकसंख्यावाढीला मर्यादा पडतात. यासंदर्भात माल्थस यांनी मृत्युदर विचारात घेतलेले दिसून येत नाही.

३) लोकसंख्यावाढ आणि अन्नधान्य उत्पादन यात प्रत्यक्ष संबंध नाही : प्रा. कॅनन यांनी माल्थस यांच्या सैद्धांतिक विवेचनावर असा आक्षेप नोंदविला की, विविध देश लोकसंख्येला पुरेल इतकेच अन्नधान्याचे उत्पादन करतात. परंतु, सर्वांना पुरेसे अन्नधान्य मिळते; कारण अन्नधान्याची इतर राष्ट्रातून आयातदेखील करण्यात येते.

४) अन्नधान्याची वाढ गणिती श्रेणीने होते असे मानणे चुकीचे आहे : शेती क्षेत्रातील नवतंत्रज्ञानाचा शोध व संशोधन यामुळे अन्नधान्य उत्पादनामध्ये वाढ होते त्याचा विचार माल्थस यांनी केलेला दिसत नाही.

५) जगातील सर्व लोक शाकाहारी नाहीत : जगातील सर्व लोक अन्नधान्याशिवाय इतर अन्न खात नाही असे माल्थसने गृहीत धरले. त्यांच्या मते, मांस, मासे इ. अन्न खाण्यासाठी अन्नधान्याची आवश्यकता असते.

६) वाढती लोकसंख्या प्रत्येक वेळी धोकादायक ठरतेच असे नाही : टीकाकारांच्या मते, जगातील काही राष्ट्रात लोकसंख्या वाढ व्हावी म्हणून प्रोत्साहन दिले जाते. उदा. जर्मनी, कारण लोकसंख्या कमी झाल्यास देशात मनुष्यबळ कमी पडते व त्यामुळे विकासात अडथळे निर्माण होतात याचा विचार माल्थस यांनी केलेला नाही.

७) कुटुंबनियोजनाची संकल्पना मर्यादित : माल्थस यांनी भविष्यातील प्रगतीचा विचार केलेला दिसत नाही. लोकसंख्या नियंत्रणासाठी गर्भप्रतिबंधक गोळ्या, कुटुंबनियोजन शस्त्रक्रिया इ. मार्गाने लोकसंख्यावाढीस आळा घालता येतो.

८) आर्थिक व सामाजिक विकासामुळे लोकसंख्यावाढीचे प्रमाण घटते : जगातील अनेक राष्ट्रात जीवनमानाची पातळी उंचावल्यामुळे ती पातळी कायम राखण्यासाठी कुटुंबे मर्यादित राखली जातात त्यामुळे लोकसंख्यावाढीचे प्रमाणात घट होते.

९) अन्नधान्याबाबत अंदाज चुकीचे ठरले आहेत : संशोधन व वैज्ञानिक प्रगतीमुळे पडीक व लागवडीखाली नसलेली जमीन मानवाने लागवडीखाली आणून अन्नधान्य उत्पादनात प्रचंड वाढ घडून आणली आहे.

भारताच्या संदर्भात माल्थस यांच्या सिद्धांताचे मूल्यमापन पुढीलप्रमाणे–

१) लोकसंख्येची भूमिती श्रेणीने वाढ : लोकसंख्यावाढ अन्नधान्याच्या उत्पादन वाढीपेक्षा जास्त होऊन लोकांचे दारिद्र्य तसेच राहील हे माल्थसचे तत्त्व भारताच्या बाबतीत अनुभवास येते. वाढणाऱ्या लोकसंख्येमुळे उपलब्ध साधनसामग्रीवर अतिरिक्त ताण पडतो आहे. त्यामुळे दारिद्र्य व उपासमार अर्थात कुपोषणात वाढ होत आहे. वाढणारी लोकसंख्या हे दारिद्र्याचे प्रमुख कारण ठरते हा माल्थस यांचा विचार भारताच्या संदर्भात लागू पडत असल्याचे दिसून येते.

२) अन्नधान्याची स्वयंपूर्णता : माल्थस यांनी अन्नधान्याचे उत्पादन व पुरवठा गणिती श्रेणीने वाढतो असे प्रतिपादन केले ते काळानुरूप सर्वत्र लागू पडत नाही. काही देश अन्नधान्याची निर्यातही करतात. भारतासारख्या देशातून काही अन्नधान्याची निर्यात केली जाते.

३) लोकसंख्या नियंत्रण : भारतात यासंदर्भात उल्लेखनीय वैज्ञानिक प्रगती झालेली दिसून येते त्यामुळे लोकसंख्यावाढीच्या दरावर नियंत्रण मिळविण्याचा प्रयत्न होत आहे.

४) स्थलांतरित लोकसंख्या : माल्थसने फक्त शेती व्यवसायावरच जगणारी लोकसंख्या विचारात घेतली. परंतु, भारतासारख्या विकसनशील देशात स्थलांतरित लोकांमुळे लोकसंख्येत वाढ झालेली दिसून येते.

५) लोकसंख्येचा राष्ट्रीय उत्पन्नाशी संबंध : करे या विचारवंतांनी माल्थस यांच्या सिद्धांतावर आक्षेप नोंदविताना म्हटले की, लोकसंख्या व अन्नधान्य यांचा परस्पर संबंध महत्त्वाचा नसून, लोकसंख्येचा राष्ट्रीय उत्पन्नाशी संबंध जोडणे महत्त्वाचे आहे. भारतात याची प्रचिती दिसून येते, कारण राष्ट्रीय उत्पन्नात वाढ झाल्याने दरडोई उत्पन्नात वाढ होते.

माल्थस यांच्या सिद्धांतावर वरीलप्रमाणे आक्षेप नोंदविले असले तरी भारतासारख्या विकसनशील देशांना माल्थस यांच्या लोकसंख्या सिद्धांताची उपयोगिता बऱ्याच प्रमाणात आहे. हा सिद्धांत आर्थिक विकासातील एक संक्रमणात्मक अवस्थाच आहे असे मत एंजल्स यांनी व्यक्त केले आहे.

२.२ पर्याप्त लोकसंख्येचा सिद्धांत (Optimum theory of population)

अतिरिक्त लोकसंख्या व कमी लोकसंख्या दोन्ही राष्ट्रांच्या विकासावर परिणामकरक ठरते. त्यामुळे लोकसंख्येचा पर्याप्त आकार किती असावा हे ठरविणे कठीण व आव्हानात्मक काम आहे. एखाद्या विशिष्ट प्रदेशातील साधनसंपत्तीचा यथायोग्य उपयोग करून अधिकाधिक आर्थिक कल्याण साधण्यासाठी आवश्यक असणारी लोकसंख्या ही पर्याप्त लोकसंख्या म्हणता येईल. अशा लोकसंख्येस सुयोग्य लोकसंख्या, आदर्श लोकसंख्या, इष्टतम लोकसंख्या किंवा उचित लोकसंख्या असेही संबोधले जाते. परंतु, ही एक अर्थशास्त्रीय संकल्पना आहे. ही संकल्पना लोकसंख्या व संसाधने यातील संबंधाचा अभ्यास करण्यासाठी भूगोलामध्ये वापरण्यात आली.

पर्याप्त लोकसंख्या ही संकल्पना कँटिलॉन या विचारवंतांनी १९ व्या शतकाच्या अखेरीस मांडली. त्यानंतर अलेक्झांडर मॉरिस कार सॉंडर्स यांनी या संकल्पनेस सैद्धांतिक अधिष्ठान प्राप्त करून दिले. लोकसंख्या व साधनसामग्री यातील संबंध हा पर्याप्त लोकसंख्या सिद्धांताचा पाया आहे. एडविन कॅनन यांनी पर्याप्त लोकसंख्येचा सिद्धांत सर्वप्रथम मांडला म्हणून त्यांना या सिद्धांताचे जनक असे संबोधले जाते. हा सिद्धांत घटत्या उत्पादन फलांच्या तत्त्वावर आधारलेला आहे. त्याचे स्पष्टीकरण पुढीलप्रमाणे–

पर्याप्त लोकसंख्या म्हणजे अशी लोकसंख्या की, ज्या वेळी जास्त दरडोई उत्पन्न मिळते; म्हणजेच जोपर्यंत पर्याप्त लोकसंख्या प्रमाण साध्य होत नाही तोपर्यंत उपलब्ध साधनांचा पुरेसा उपयोग होऊ शकत नाही. पर्याप्त लोकसंख्येचे प्रमाण पार केल्यास उत्पादन व उत्पन्न कमी होते; कारण इतर साधनसामग्रीवर ताण वाढतो व त्यामुळे उत्पन्न व उत्पादन कमी होते. पर्याप्त लोकसंख्या असताना देशातील नैसर्गिक साधने, तंत्रज्ञान, भांडवल इ. साधनांचा जास्तीतजास्त चांगला वापर होऊन राष्ट्रीय उत्पन्न व दरडोई उत्पन्न यात वाढ होते. परंतु, अशी परिस्थिती कायम रहात नाही तर तंत्रज्ञान व वैज्ञानिक शोध, युद्धे, आर्थिक व राजकीय धोरणातील बदल इ. कारणांमुळे उत्पादन प्रमाणात बदल होतात व त्यामुळे पर्याप्त लोकसंख्येच्या प्रमाणातही बदल होतात.

पर्याप्त लोकसंख्या सिद्धांतावरील **टीका अथवा आक्षेप** पुढीलप्रमाणे–

१) लोकसंख्येतील बदलाचे स्पष्टीकरण नाही : एखाद्या देशाची लोकसंख्या विशिष्ट वेळी पर्याप्त आहे किंवा नाही तसेच देशाची लोकसंख्या पर्याप्त लोकसंख्येपेक्षा अधिक अथवा कमी आहे हे या सिद्धांतावरून सांगता येते. परंतु, ही लोकसंख्या कमी अथवा अधिक का होते याचे स्पष्टीकरण या सिद्धांतावरून मिळत नाही.

२) उत्पादन व उत्पन्नावर अतिरिक्त भर : या सिद्धांतामध्ये उत्पादन व उत्पन्न या घटकांवर अधिकाधिक भर देण्यात आला आहे. परंतु, उत्पादन व उत्पन्न वाढीबरोबरच त्याचे वितरण कसे होते हेदेखील महत्त्वाचे असते कारण उत्पन्नात विषमता असल्यास एकूण उत्पन्नात वाढ होऊनही बहुसंख्य लोक उत्पन्नापासून वंचित राहून दारिद्र्यात वाढ होऊ शकते. त्यासाठी उत्पादन व उत्पन्नाच्या वितरणाचा विचार आवश्यक असल्याचे दिसून येते परंतु असा विचार या सिद्धांतात आढळून येत नाही.

३) लोकांच्या आवडीनिवडी व तंत्रज्ञान यातील बदलांकडे दुर्लक्ष : लोकसंख्यावाढ होत असताना लोकांच्या आवडीनिवडी, तंत्रज्ञान यातही काळानुरूप बदल घडून येत असतात. विज्ञानाच्या प्रगतीमुळे उत्पादनाच्या प्रमाणात प्रचंड वाढ झालेली आहे. या घटकाकडे या लोकसंख्या सिद्धांताचे दुर्लक्ष झाल्याचे दिसून येते.

४) भौतिकवादाला अतिरिक्त प्राधान्य : या सिद्धांतामध्ये भांडवल, संपत्ती इ. उत्पादनाला अधिकाधिक महत्त्व दिल्याचे दिसून येते. त्यामुळे हा सिद्धांत भौतिकवादाला प्राधान्य देणारा आहे अशी टीका त्यावर करण्यात आली आहे.

५) समग्र दृष्टिकोनाचा अभाव : या सिद्धांताने राष्ट्रीय दृष्टिकोनातून समग्र विचार केलेला आढळून येत नाही. लोकसंख्येच्या सामाजिक व राजकीय घटकांकडे यामध्ये पूर्णपणे दुर्लक्ष झालेले दिसून येते. युद्धकाळात मनुष्यबळाची आवश्यकता असते अशाप्रसंगी पर्याप्त पातळीपेक्षा अधिक लोकसंख्यासुद्धा वरदान ठरू शकते.

६) व्यावहारिक उपयुक्ततेचा अभाव : या सिद्धांतावर हौसर, डंकन, रायटर, मोबर्ट विल्हरिज, क्विस यांसारख्या अनेक विचारवंतांनी टीका करताना म्हटले आहे की, पर्याप्त लोकसंख्या सिद्धांत हा संदिग्ध, अस्पष्ट व अव्यावहारिक आहे. प्रत्यक्षात या सिद्धांताचा उपयोग फारसा नाही.

पर्याप्त लोकसंख्येवर वरीलप्रमाणे आक्षेप नोंदविण्यात आले असले तरी, लोकसंख्या व आर्थिक विकास यांचा सहसंबंध दर्शविणारा हा एक आशावादी सिद्धांत आहे असे दिसून येते.

२.३ लोकसंख्या संक्रमणाचा सिद्धांत (Theory of demographic transition)

लोकसंख्यावाढीचा दर हा जन्मदर व मृत्युदर यावर अवलंबून असतो. विविध देशातील अर्थव्यवस्थेच्या विकासाच्या वेगवेगळ्या अवस्थांमध्ये जन्मदर व मृत्युदर यातील तफावतीमुळे लोकसंख्यावाढीचा दर वेगवेगळा असतो. जन्मदर व मृत्युदर यांच्यातील एक विशिष्ट संबंध सांगणारा हा लोकसंख्या संक्रमणाचा सिद्धांत पुढीलप्रमाणे–

या सिद्धांतामध्ये लोकसंख्येच्या संक्रमणाच्या म्हणजेच स्थित्यंतराच्या तीन अवस्था सांगितलेल्या आहेत, त्या पुढीलप्रमाणे–

पहिली अवस्था : लोकसंख्या संक्रमणाच्या सिद्धांतानुसार संक्रमणाची पहिली अवस्था ही आर्थिक विकास होण्यापूर्वीची अवस्था असते. या अवस्थेत समाजातील

बहुसंख्य लोक शेतीवर अवलंबून असतात. राहणीमानाची पातळी अतिशय तळाची असते. बहुसंख्य लोकांच्या जीवनावश्यक गरजा भागणेसुद्धा कठीण असते. या अवस्थेत जन्मदर व मृत्युदर दोहोंचे प्रमाण जास्त असते, हे दर उच्च पातळीवर असतात. जन्मदर जास्त असण्याचे कारण समाज रूढी, परंपरा, धार्मिक चालीरीती यांना अनुसरून वागणारा असतो. मुले म्हणजे वृद्धापकाळाचा आधार व उत्पन्नाचे साधन या दृष्टिकोनातून जन्माला येणाऱ्या मुलांकडे पाहिले जाते. याखेरीज बालविवाह, बहुपत्नीत्व या पद्धतीमुळेही जन्मदर जास्त राहतो. एकूणच कुटुंबातील मुलाबाळांची संख्या अधिक असते.

मृत्युदर जास्त असण्याचीही अनेक कारणे असतात. आरोग्यविषयक सोयींचा अभाव, निकृष्ट प्रतीचा आणि अपुरा आहार अर्थात कुपोषण, बालमृत्यूचे व प्रसूतीकाळातील स्त्रियांच्या मृत्यूचे प्रमाण मोठे असते. त्याचबरोबर रोगांच्या साथी, दुष्काळ, पूर इ. नैसर्गिक आपत्ती यामुळेही लोक मोठ्या प्रमाणावर मरण पावतात.

अशा प्रकारे जन्मदर व मृत्युदर दोन्ही जास्त असल्याने लोकसंख्या संक्रमणाच्या सिद्धांतानुसार आर्थिक विकासाच्या पहिल्या अवस्थेत लोकसंख्या जवळपास स्थिर असते. लोकसंख्या वाढ फारशी वेगाने होत नाही.

भारताच्या बाबतीत १९२१ पर्यंत लोकसंख्या संक्रमणाच्या सिद्धांतात सांगितलेली पहिली अवस्था दिसून आली. १९२१मध्ये भारतातील जन्मदर हजारी ४९.२ इतका होता, तर मृत्युदर हजारी ४८.६ इतका होता. त्यामुळे १८९१ ते १९२१ या कालावधीत भारताची लोकसंख्या २५ कोटींच्या जवळपास स्थिर होती.

दुसरी अवस्था : लोकसंख्या संक्रमणाच्या दुसऱ्या अवस्थेत आर्थिक विकासाला प्रारंभ होतो. अन्नधान्य पुरवठ्यात वाढ होते. वाहतुकीच्या सोयींचा विस्तार होतो. नव्या औषधांच्या शोधामुळे साथीचे रोग व तत्सम इतर आजारांना आळा घातला जातो. लोकांच्या राहणीमानात सुधारणा होऊ लागते. या सर्वांचा परिणाम म्हणून विकासाच्या या अवस्थेत मृत्युदरात घट होते. परंतु, अर्थव्यवस्था ही शेतीप्रधान असते. शिक्षणाचा प्रसार मर्यादित असतो. लोकांच्या दृष्टिकोनात फारसा बदल झालेला नसतो. कुटुंबातील मुलाबाळांची संख्या मर्यादित ठेवण्याबाबतीत ते उदासीन असतात. त्यामुळे या अवस्थेत जन्मदराचे प्रमाण पहिल्या अवस्थे प्रमाणेच उच्च राहते. म्हणजे घटता मृत्युदर आणि स्थिर असणारा जन्मदर यामुळे संक्रमणाच्या दुसऱ्या अवस्थेत लोकसंख्या वेगाने वाढताना दिसून येते.

भारतात १९२१ नंतर मृत्युदरातील घट व उच्च जन्मदर यामुळे लोकसंख्या प्रचंड वेगाने वाढत आहे. सन १९९१च्या जनगणनेनुसार भारतातील मृत्युदर हजारी १० पर्यंत घटला आहे. तर जन्मदर मात्र हजारी २२.५ इतका उच्च असल्याने लोकसंख्या ८४ कोटींच्या पुढे गेली. भारत लोकसंख्या संक्रमणाच्या या दुसऱ्या अवस्थेत प्रदीर्घकाळ राहिल्याने भारतात लोकसंख्या विस्फोटाची परिस्थिती निर्माण झालेली दिसून येते.

तिसरी अवस्था : लोकसंख्या संक्रमणाच्या दुसऱ्या अवस्थेपासून मृत्युदरात घट होत असतेच, तिसऱ्या अवस्थेत जन्मदरसुद्धा घटू लागल्याचे दिसू लागते. या अवस्थेत आर्थिक विकास होताना अर्थव्यवस्थेचे शेतीप्रधान अवस्थेकडून उद्योगप्रधान अवस्थेकडे संक्रमण होताना दिसून येते. औद्योगिकीकरण, शहरीकरण, शिक्षणाचा प्रसार यामुळे कुटुंबाचा आकार जाणीवपूर्वक लहान ठेवण्याची प्रवृत्ती बहुसंख्य सुशिक्षित, मध्य व उच्च वर्गातील लोकांमध्ये दिसून येते. कुटुंबनियोजनाच्या साधनांचा अवलंब केला जातो. राहणीमानाचा दर्जा टिकवून ठेवून मुलाबाळांच्या सर्वांगीण विकासाकडे पालक जास्त लक्ष देऊ लागतात.

थोडक्यात, आर्थिक व सामाजिक विकासाबरोबर जन्मदर व मृत्युदर दोहोंतही घट होऊन लोकसंख्यावाढीचे प्रमाण कमी होते. इंग्लंड, फ्रान्स, जर्मनी इ. राष्ट्रांनी संक्रमणाचा तिसरा टप्पा पार केला आहे. त्या देशात लोकसंख्यावाढ हा प्रश्नच उरलेला नाही. भारतातही सन २०११च्या जनगणनेमध्ये जन्मदर घटला असल्याचे आढळून आले आहे. त्यामुळे लोकसंख्यावाढीचा वेग १९९१च्या तुलनेत घटला आहे; त्यामुळे भारतही लोकसंख्या संक्रमणाच्या तिसऱ्या अवस्थेकडे वाटचाल करत आहे असे दिसून येते.

लोकसंख्या संक्रमण सिद्धांताचे वरील विवेचन अधिक प्रगत व उपयुक्त वाटत असले तरी या सिद्धांतवरही काही **आक्षेप वा टीका** नोंदविण्यात येतात त्या पुढीलप्रमाणे–

१) सिद्धांत व्यावहारिकदृष्ट्या फारसा उपयुक्त नाही : लोकसंख्येत भविष्यकाळात कोणते बदल घडून येऊ शकतात यासंबंधी काही निष्कर्ष काढण्यास या सिद्धांताचा फारसा उपयोग होत नाही. त्यामुळे अर्थातच व्यावहारिकदृष्ट्या हा सिद्धांत फारसा उपयुक्त नाही अशी टीका केली जाते.

२) सिद्धांत जन्मदरातील घट याचे स्पष्टीकरण देण्यास असमर्थ : लोकसंख्येच्या सिद्धांताने जन्मदरात घट का होते? याचे स्पष्टीकरण देणे अपेक्षित असते. परंतु, हा सिद्धांत असे स्पष्टीकरण देण्यास असमर्थ ठरत असल्याचे दिसून येते.

३) अविकसित देशाचा आर्थिक विकास आणि जन्मदरातील घट यांचा संबंध : अविकसित देशात आर्थिक विकास सुरू झाला की, त्या देशातील जन्मदर आपोआप घटत जातो असे हा सिद्धांत सांगतो. तथापि, आर्थिक विकास सुरू झाल्यानंतर जन्मदरात आपोआप घट होण्यास सुरुवात होईल असे अवलंबून राहण्यापेक्षा आपल्या देशातील आर्थिक विकासाबरोबरच जन्मदर घटण्यासाठी जाणीवपूर्वक प्रयत्न करणे अपरिहार्य आहे असे दिसून येते. देशाचा आर्थिक विकास सुरू केल्यावर देशातील जन्मदर घटेल असे न मानता देशाच्या आर्थिक विकासासाठी जाणीवपूर्वक जन्मदर घटविणे आवश्यक असल्याचे विविध अविकसित देशांचे मत बनले आहे. त्यामुळे लोकसंख्या संक्रमणाच्या तीन टप्प्यांवर हा सिद्धांत उभा आहे त्यालाच तडा जात असल्याची टीका करण्यात आली आहे.

४) सिद्धांतातील तत्त्वामध्ये फारसे तथ्य नाही : युरोपमधील विविध देशांच्या अनुभवांवरून या सिद्धांताची मांडणी करण्यात आली आहे. या सिद्धांतानुसार देश आर्थिक विकासाच्या टप्प्यात पोहोचला की देशातील जन्मप्रमाण व मृत्यूप्रमाण कमी होते; त्यामुळे देशाच्या लोकसंख्येची वाढ थांबून लोकसंख्या स्थिर राहते; पण काही युरोपिअन देशात जन्मदर व मृत्युदरात होणारे बदल वेगवेगळ्या प्रकारचे आढळून आले आहेत. त्यामुळे या सिद्धांतात सांगितलेल्या तत्त्वात फारसे तथ्य नाही अशी टीका करण्यात येते.

५) अविकसित देशांना हा सिद्धांत लागू पडण्याबाबत साशंकता : अनेक अविकसित देशात मृत्युदरात घट होऊनही अशा अविकसित देशाच्या लोकसंख्येत वाढ झाल्याचे आढळून आले आहे. त्यामुळे अविकसित देशांना हा सिद्धांत कितपत लागू पडेल त्याबद्दल अनेक तज्ज्ञ टीकाकारांनी शंका व्यक्त केली आहे.

लोकसंख्या संक्रमणाच्या सिद्धांतावर वरीलप्रमाणे आक्षेप नोंदविण्यात येत असले तरी जगातील काही विकसनशील देशांच्या संदर्भात हा सिद्धांत लागू पडत असल्याचे दिसून येते.

२.४ लोकसंख्यावाढी संदर्भात अभिजात व नव–अभिजात विचार (Classical and Neo-classical thoughts of population growth)

एकोणिसाव्या शतकात सुरुवातीपासून लोकसंख्यावाढ आणि आर्थिक वृद्धी यांचे विश्लेषण करणारे वेगवेगळे सैद्धांतिक विचार मांडले गेले. यामध्ये माल्थस, रिकार्डो, स्मिथ, जे. एस. मिल, नासाऊ सिनिरर, या अभिजात अर्थतज्ज्ञांनी

लोकसंख्यावाढ आर्थिक विकासातील अडथळा आहे असे प्रतिपादन केले. तर या अभिजात तज्ज्ञांच्या विचारांमध्ये सुधारणा करून लोकसंख्याविषयक विचार मांडले गेले त्यांना नवअभिजात सिद्धांत म्हटले जाते.

अभिजात सिद्धांत/विचार : लोकसंख्यावाढीचा अभिजात सिद्धांत हा प्रामुख्याने थॉमस माल्थस यांच्या विचारांनी प्रभावित झालेला दिसतो. त्यामध्ये वाढती लोकसंख्या हा घटक आर्थिक विकासासाठी धोकादायक असून, वाढत्या लोकसंख्येला नियंत्रित करणे आवश्यक आहे असे हा सिद्धांत मानतो. लोकसंख्यावाढीमुळे दारिद्र्याच्या प्रमाणात वाढ घडून येते. तसेच लोकांच्या राहणीमानाची पातळी घसरते, असे निष्कर्ष मांडले आहेत.

नवअभिजात सिद्धांत किंवा नवमाल्थसवाद : विशेषत: १८८४ नंतर नवमाल्थसवादी विचारवंतांचा एक गट उदयास आला. डॉ. ड्रीसंडेल यांनी Elements of Social Science हा ग्रंथ १८८०मध्ये लिहिला, तेव्हापासून नवमाल्थसवादी विचार अधिक प्रबळ होऊ लागला. नवमाल्थसवाद्यांच्या मते, आधुनिक वैज्ञानिक पद्धतीचा वापर केल्याने अन्नधान्य वाढ व लोकसंख्या नियंत्रण हे दोन्ही शक्य होते. अशाप्रकारचे विचार नवमाल्थसवाद्यांकडून मांडले गेले तरी लोकसंख्येचे नियंत्रण न केल्यास त्याचे दुष्परिणाम होतील हे जगाला सैद्धांतिक पद्धतीने सांगणारा माल्थस हा पहिला विचारवंत होता.

२.५ लोकसंख्यावाढ आणि आर्थिक विकासाचा सिद्धांत (Population growth and theory of economic development)

आर्थिक विकास आणि लोकसंख्यावाढ यातील परस्परसंबंध अधिक तर्कशुद्ध पद्धतीने विश्लेषण करणारा लायबेन्स्टाईन यांचा सिद्धांत हा आधुनिककाळात महत्त्वाचा मानला जातो. लायबेन्स्टाईन यांनी इ.स. १९६३मध्ये लोकसंख्यावाढीचा सिद्धांत मांडताना लोकसंख्यावाढ आणि आर्थिक विकास यांच्यातील परस्परसंबंध स्पष्ट केला आहे. हा सिद्धांत स्पष्ट करताना ते म्हणतात की, निर्वाह पातळीवर असलेल्या मागास अर्थव्यवस्थेवर एक प्रकारच्या खालच्या पातळीवर अर्थ स्थिर समतोल (Quasistable equilibrium) असतो. या मागास अर्थव्यवस्थेत परिवर्तन घडून आणण्यासाठी प्रभावी अशा उत्तेजक घटकांची उत्पन्नवाढीला आवश्यकता असते. तांत्रिक प्रगती, भांडवलात वाढ, अस्थलांतर या अनुकूल घटकांची आवश्यकता असते तर त्यास विरोध करणारे घटकही असतात.

या घटकांत अत्याधिक उपयोग, साधन संपदांवरील ताण, संस्था रचनेतील लवचिकतेचा अभाव व लोकसंख्यावाढ यांचा समावेश प्रतिकूल घटक म्हणून कार्ये करतात. लायबेन्स्टाईनच्या मते, अशा प्रतिकूल शक्तीच्या परिणामांची मर्यादा ओलांडून उत्पादनवाढीस अनुकूल अशा किमान पातळीपर्यंत उत्पन्न पाहोचविण्यासाठी प्रभावी प्रयत्नांची आवश्यकता असते. या घटकास त्यांनी 'किमान निर्णायक प्रयत्न' असे म्हटले आहे. हे प्रयत्न कमी पडल्यास अर्थव्यवस्था पुन्हा निर्वाह पातळीवर येण्याची शक्यता असते. त्यामुळे अर्थव्यवस्थेचा विकास होऊ शकत नाही. लायबेन्स्टाईन यांनी आपला सिद्धांत मांडताना पुढील तीन तत्त्वे मांडली आहेत-

(अ) जर लोकसंख्या जास्त असेल तर राहणीमानाचा दर्जा निकृष्ट राहतो व तो उंचावण्यासाठी प्रयत्नांची आवश्यकता असते.

(इ) लोकसंख्येची जास्त घनता किंवा कमी घनता ही अर्थव्यवस्थेच्या विकासास प्रेरक ठरते असे नाही तर अर्थव्यवस्थेच्या विकासाकरिता कच्च्या मालाची उपलब्धता व गुणवत्ता, भांडवल, तांत्रिक प्रगतीसाठी उत्पादन नियमांची आवश्यकता असते.

(उ) जन्मदर कमी झाल्यास आर्थिक विकास होतो आणि आर्थिक विकास होईपर्यंत समाजाच्या वैचारिक पातळीत वाढ होत नाही. त्यामुळे लाकसंख्या नियंत्रणाच्या साधनांचे महत्त्व व ज्ञान होत नाही.

वरील तीन तत्त्वे स्पष्ट केल्यानंतर लायबेन्स्टाईन पुढे म्हणतात की, लोकसंख्यावाढ व राहणीमान यांचा जवळचा संबंध आहे. मर्त्यता व अधिक विकास यांचा व्यस्त संबंध आहे; कारण आर्थिक विकास झाला की, पौष्टिक आहार, निवास, वैद्यकीय सोयी यांच्या उपलब्धतेमुळे मृत्युप्रमाण कमी होते. जन्मदर आणि आर्थिक विकास यांचा संबंध काही मर्यादेपर्यंत सम असतो. परंतु, ठरावीक मर्यादेनंतर लहान कुटुंब व त्याचे फायदे अधिक प्रभावी ठरतात. त्यामुळे जन्मदर घटतो.

हा सिद्धांत स्पष्ट करताना ते म्हणतात की, अपत्य हे जर आर्थिकदृष्ट्या त्यावर खर्च करून फायदेशीर ठरणार असेल तरच आई-वडिलांना अपत्य हवे असते. हा आई-वडिलांचा निर्णय फक्त बुद्धिप्रणीत असतो, असे मत त्यांनी व्यक्त केले आहे.

थोडक्यात, आर्थिक विकासाच्या सुरुवातीच्या अवस्थेत लायबेन्स्टाईन यांनी सांगितलेली परिस्थिती जन्मदर कमी राहण्यासाठी अनुकूल राहत नाही. आर्थिक विकासाचे किमान प्रयत्न सुरू झाल्यानंतर सुरुवातीस मृत्युदर कमी होतो; पण जन्मदर घटत नाही. त्यामुळे लोकसंख्यावाढ ही जलद गतीने होते. लोकसंख्यावाढीमुळे

आर्थिक विकासास अडथळा निर्माण होतो; म्हणजेच लोकसंख्यावाढ ही अर्थ विकासास अवरोधक शक्ती ठरते. लोकसंख्यावाढीमुळे विस्थापक व किमान निर्णायक प्रयत्नघटक निष्प्रभ ठरतात. त्यामुळे अर्थव्यवस्था निर्वाह पातळीवर समतोल बनते. आर्थिक विकासाचा प्रयत्न होतो तेव्हा प्रत्येक नवीन अपत्याचा/मुलाचा खर्च त्याच्या उपयोगितेपेक्षा जास्त ठरतो. अशी परिस्थिती निर्माण झाल्यानंतरच जन्मदर कमी होऊन लोकसंख्यावाढ कमी होते. त्यामुळे आर्थिक विकासातील अडथळा कमी होऊन अर्थव्यवस्थेचा विकास होतो.

लायबेन्स्टाईन यांच्या सिद्धांतावरील टीका : नव-अभिमत विचारवंत लायबेन्स्टाईन सिद्धांतवरील करण्यात आलेल्या टीका पुढीलप्रमाणे-

१) लायबेन्स्टाईन यांनी अपत्य जन्मासाठी आई-वडिलांचा बुद्धिवादी निर्णय कारणीभूत असतो असे गृहीत धरले आहे. यासिद्धांतात ते आर्थिक घटकास अधिक महत्त्व देतात. परंतु, आई-वडिलांच्या मानसिक किंवा भावनिक घटकांचा विचार या सिद्धांताने केलेला दिसत नाही.

२) लोकसंख्यावाढ नियंत्रणासाठी विविध पातळीवर जे उपाय सुचविले जातात त्याचा लायबेन्स्टाईन यांनी विचार केलेला नाही.

३) जन्मदरातील घट ही फक्त आर्थिक घटकांमुळे होते असे गृहीत धरले आहे ते चुकीचे वाटते.

लायबेन्स्टाईन यांच्या लोकसंख्या सिद्धांतावर वरीलप्रमाणे आपक्षे असले तरीही त्यांच्या सिद्धांतामध्ये आर्थिक स्तर खालच्या पातळीवर असणाऱ्या देशात जन्मदर कमी का असतो? मृत्युदरात घट झाल्यावर जन्मदरात घट होण्यास काही काळ का जावा लागतो? जन्मदरात घट का होते? यांसारख्या प्रश्नांची उत्तरे मिळतात म्हणून हा या सिद्धांताचे महत्त्व आबाधित राहते.

समारोप : लोकसंख्याविषयक विविध सिद्धांताचा परामर्श वरीलप्रमाणे पाहता असे दिसून येते की, या विविध विचारवंतांनी लोकसंख्यावाढ आणि आर्थिक विकास यांचा परस्परसंबंध मांडला आहे. लोकसंख्यावाढ आणि आर्थिक विकास हे दोन्ही घटक एकमेकांवर परिणामकारक असतात. आर्थिक विकासाच्या वेगवेगळ्या टप्प्यांवर लोकसंख्यावाढीचा वेग अवलंबून असतो; तर लोकसंख्यावाढीचा आर्थिक विकासाच्या गतीवर विपरित परिणाम होत असतो. त्यामुळे आर्थिक विकास, सामाजिक विकास आणि आरोग्य विकास इ. साठी लोकसंख्यावाढ नियंत्रण आवश्यक ठरते.

३. लोकसंख्येची रचना
(Structure of Population)

प्रस्तावना : आर्थिक व सामाजिक विकासाच्या विविध योजना आखताना लोकसंख्येतील विविध घटकांचा विचार केला जातो. त्यामुळे विकासाच्या योजनांचे नियोजन आणि नियंत्रण यासाठी लोकसंख्येतील विविध घटकांचे प्रमाण लक्षात घेणे आवश्यक ठरते. लोकसंख्येतील हे विविध घटकांचे प्रमाण म्हणजेच लोकसंख्येची रचना अथवा लोकसंख्येची विभागणी होय. यामध्ये विविध वयोगटातील लोकसंख्येची विभागणी जशी महत्त्वपूर्ण आहे, तसेच लोकसंख्येची ग्रामीण-शहरी, स्त्री-पुरुष, व्यावसायिक विभगाणी इ. चा अभ्यासही अधिक महत्त्वपूर्ण आहे. लोकसंख्येची ही रचना अथवा विभागणी या प्रकरणात पुढीलप्रमाणे जाणून घेऊ.

३.१ जागतिक लोकसंख्येचा कल (Population trends in world)

जागतिक पातळीवर आर्थिक विकास आणि पर्यावरण विकास यांवर जगातील वाढत्या लोकसंख्येचा ताण पडतो आहे. जागतिक पातळीवर आर्थिक तसेच सामाजिक विकासामध्ये अनेक आव्हाने निर्माण झाली आहेत. जगातिक पातळीवरील आर्थिक व औद्योगिक विकासामुळे पर्यावरणावर विपरित परिणाम घडून येत आहे. नैसर्गिक साधन संपत्तीवर ताण निर्माण झाला आहे. जैविक इंधनाच्या वाढत्या वापराचे अर्थात हरितगृह वायूंचे दुष्परिणाम टाळण्याचे जगासमोर आव्हान आहे. त्यातूनच जागतिक तापमान वाढ, पूर, वादळे यांसारख्या नैसर्गिक संकटांना सामोरे जावे लागत आहे. या सर्वांचा परिणाम जगातील विकसित, विकसनशील आणि अविकसित देशांवर होत आहेत. त्यामुळे जागतिक लोकसंख्यावाढ नियंत्रण आणि त्याची अंमलबजावणी अत्यावश्यक बनली आहे. त्यादृष्टिने प्रयत्न तोकडे पडत आहेत. त्यामुळे भविष्यातील संकटांची जाणीव करून लोकसंख्यावाढीस मर्यादा घालणे हे सर्वच देशांसमोर आव्हान आहे. या व्यापक दृष्टिकोनातूनच जागतिक पातळीवरील लोकसंख्याविषयक कल पाहणे महत्त्वाचे ठरते.

औद्योगिक क्रांतीमुळे प्रथम युरोपमध्ये व नंतर इतर पाश्चिमात्य देशांत उद्योगधंद्यात व शेती क्षेत्रात सुधारणा झाल्या. त्यामुळे अन्नधान्य व इतर जीवनावश्यक वस्तूंचे मुबलक व नियमितपणे उत्पादन होऊ लागले. दळणवळणाची नवनवीन वेगवान साधने उपलब्ध झाली. परिणामी वस्तूंची देवाणघेवाण जगाच्या कानाकोपऱ्यातून करणे शक्य झाले. जागतिक व्यापारातही मोठ्या प्रमाणात वाढ झाली. लोकांचे राहणीमानात सुधारणा घडून आल्या. आरोग्यविषयक सेवासुविधा मोठ्या प्रमाणात उपलब्ध झाल्या. विविध वैद्यकीय शोधांमुळे रोगांचे व साथींचे नियंत्रण शक्य झाले. या सर्वांचा परिणाम म्हणून मृत्युदरात घसरण झाली मात्र जन्मदरात त्याप्रमाणात घसरण न झाल्याने जागतिक पातळीवर लोकसंख्येत झपाट्याने वाढ झालेली दिसून येते.

इ.स. १९२०मध्ये जगाची लोकसंख्या अंदाजे १८६ कोटी होती. लोकसंख्या अभ्यासकांच्या मते, इतकी लोकसंख्यावाढ होण्यास सुमारे साडेचार लाख वर्षांचा कालावधी लागला असावा. परंतु, जगाची लोकसंख्या १८६ कोटींवरून ३०० कोटी इतकी होण्यास फक्त चाळीस वर्षे लागली. या चाळीस वर्षांपैकी पहिल्या तीस वर्षांत लोकसंख्येची वाढ साधारण दहा टक्क्यांनी झाली. परंतु, १९५०-६० या दशकात लोकसंख्यावाढीचा वेग जवळपास दुप्पट झाला व केवळ या दशकात जागतिक लोकसंख्या ४८ कोटींनी वाढली. सन १९७५च्या सुमारास जागतिक लोकसंख्या अंदाजे ४०० कोटी होती. या जागतिक लोकसंख्येपैकी एकट्या आशिया खंडाची लोकसंख्या २३० कोटी होती. म्हणजेच जगाच्या लोकसंख्येपैकी एकूण ५७ टक्के लोकसंख्या याभागात होती. त्या वेळी आशिया खंडातील लोकसंख्या वाढीचा वेग साधारणपणे २.२ टक्के होता.

जागतिक लोकसंख्येचा कल पहात असताना हेही प्रामुख्याने लक्षात घेणे आवश्यक आहे की, जगातील सर्व देशात लोकसंख्यावाढ सारखीच झालेली नाही. दरडोई उत्पन्न, साक्षरता प्रमाण व शिक्षणाची पातळी, औद्योगिकीकरण, नागरीकरण, इ. सामाजिक व आर्थिक निर्देशांकानुसार जगातील राष्ट्रांची विकसित व विकसनशील अशा दोन गटांत विभागणी केली जाते. औद्योगिकीकरणाच्या काळात (१८५०-१९२०) विकसित देशातील लोकसंख्या खूपच वाढली. याकाळात विकसित देशातील लोकसंख्यावाढीचा वेग विकसनशील देशांतील लोकसंख्यावाढीच्या वेगापेक्षा जास्त होता. १९३० पासून विकसित देशातील लोकसंख्यावाढीचा वेग कमी झाला तर विकसनशील देशातील लोकसंख्यावाढीचा वेग अधिकाधिक वाढू लागला. जागतिक लोकसंख्येच्या जवळपास ७० टक्के लोकसंख्या ही विकसनशील देशात असलेली

आढळून येते. त्यामध्ये भारत, पाकिस्तान, बांग्लादेश, इंडोनेशिया, अफगाणिस्तान व चीन या राष्ट्रांची लोकसंख्या खूप जास्त आहे. ही सर्व राष्ट्रे दक्षिण आशियात आहेत. जगाच्या या वाढत्या लाकसंख्येचा कल पुढीलप्रमाणे-

आकृती क्र. ३.१ जागतिक लोकसंख्यावाढीचा कल (लोकसंख्या कोटीत)

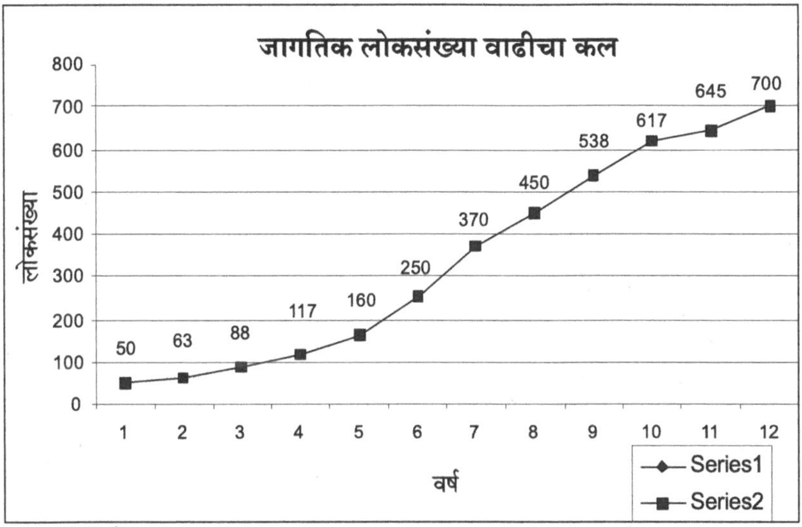

वर्ष = १-१६५०; २-१७५०; ३-१८००; ४-१८५०; ५-१९००; ६-१९५०; ७-१९७०; ८-१९८१; ९-१९९१; १०-२००१; ११-२००६; १२-२०११

(संदर्भ-www. thoughtco. com/current-world-population)

वरील आलेखावरून असे दिसून येते की, सन १६५० ते १९०० म्हणजेच २० व्या शतकाच्या प्रारंभापूर्वी जागतिक लोकसंख्यावाढ ही दुपटीपेक्षा कमी होती. परंतु, २० व्या शतकामध्ये जगातील अनेक देश स्वतंत्र झाल्यामुळे त्या देशांचा आर्थिक विकास होण्यास सुरुवात झाली. त्यामुळे तेथे मृत्युदरात घसरण होऊन लोकसंख्यावाढीचा वेग जवळपास दुप्पट झाला. २० व्या शतकाच्या शंभर वर्षांत जागतिक लोकसंख्येत जवळपास चारपट वाढ झाली. यांपैकी आशिया खंड हा जगातील सर्वाधिक लोकसंख्या असलेला खंड असून त्याची लोकसंख्या अंदाजे ४.२९८ अब्ज इतकी आहे. या खंडातील चीन आणि भारत देशांमध्ये लोकसंख्यावाढीचा दर सर्वाधिक राहिला.

जागतिक लोकसंख्यावाढीचा कल पाहताना ह्या लोकसंख्येची विभागणी पाहणे गरजेचे आहे. या लोकसंख्येच्या विभागणीनुसार जगातील सर्वाधिक लोकसंख्या असलेले दहा देश पुढीलप्रमाणे-

आकृती क्र. ३.२.जगातील सर्वाधिक लोकसंख्या असलेले देश (लोकसंख्या कोटीत)

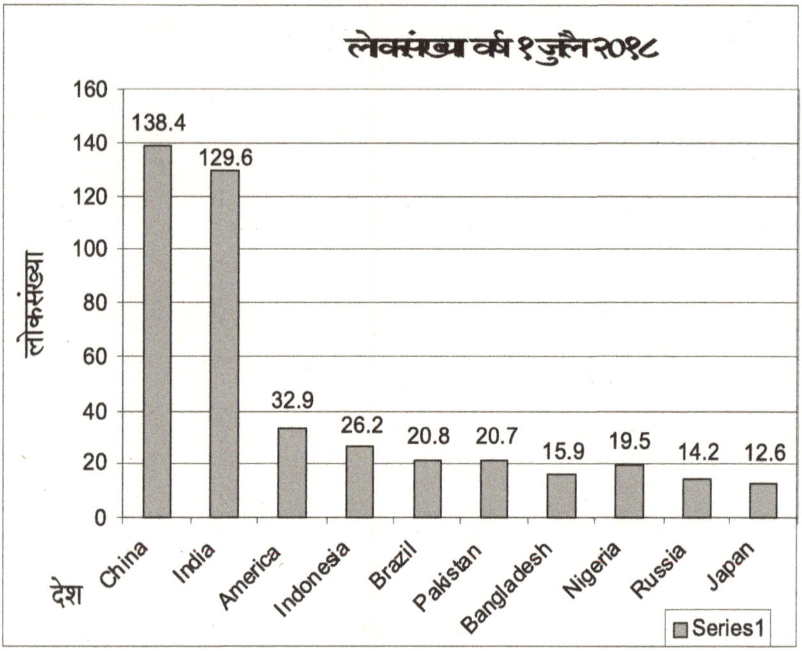

(संदर्भ-www. census. gov/popclock/print. php)

जागतिक लोकसंख्यावाढीचा कल वरील आकृतीवरून पाहता असे दिसून येते की, जगातील सर्वाधिक दहा लोकसंख्येच्या देशामध्ये अमेरिका (US), ब्राझील आणि नायझेरिया वगळता ७ देश हे आशिया खंडातील आहेत. जागतिक लोकसंख्यावाढीचा कल पाहत यावाढीचा नैसर्गिक दरानुसार आढावा अथवा कल पुढीलप्रमाणे पाहू-

लोकसंख्यावाढीचा नैसर्गिक दर : जन्म व मृत्यू यांच्या एकत्रित परिणामांमुळे लोकसंख्येत होणारी निव्वळ वाढ म्हणजे नैसर्गिक वाढ होय. यावर आधारित दर म्हणजेच लोकसंख्येच्या नैसर्गिक वाढीचा दर होय.

तक्ता क्र. ३.१ जागतिक पातळीवर लोकसंख्यावाढीचा नैसर्गिक कल (आकडेवारी १९८९)

देश	नैसर्गिक लोकसंख्यावाढ (टक्के)
भारत	२.०
पाकिस्तान	३.४
चीन	१.५
श्रीलंका	१.५
सिंगापूर	१.३
बांग्लादेश	२.३
इंडोनेशिया	१.८
फिलिपाईन्स	२.३
थायलंड	१.५
म्यानमार	२.१
सोमालिया	२.०
जपान	०.४
कोरिया	१.०
हाँगकाँग	०.९
ऑस्ट्रेलिया	०.८
अमेरिका	०.६
इंग्लंड	०.३

(संदर्भ–World Bank, World Development Report 1991)

लोकसंख्यावाढीचा नैसर्गिक दर वरीलप्रमाणे पाहता असे लक्षात येते की, लोकसंख्यावाढीचा हा नैसर्गिक दर अधिक असणारी राष्ट्रे अविकसित व विकसनशील असल्याचे दिसून येते. हा दर सर्वाधिक पाकिस्तान, बांग्लादेश, फिलिपाईन्स, भारत, म्यानमार आणि सोमालिया इ. देशात आहे. हा दर अधिक असल्याने या देशांची लोकसंख्यावाढ झपाट्याने झाली. त्यामुळे दारिद्र्य, बेरोजगारी, नागरीकरण, पर्यावरण इ.च्या समस्या निर्माण झाल्या. वाढत्या लोकसंख्येचा ताण उपलब्ध साधनसामग्रीवर पडल्यामुळे त्याचा आर्थिक विकासावरही परिणाम झाला आहे. ‘सन २०१५च्या आकडेवारीनुसार दर हजार माणसी जागतिक पातळीवरील लोकसंख्यावाढीचा नैसर्गिक

दर २, ५३७.४८ इतका होता. या आकडेवारीनुसार जगात नैसर्गिक लोकसंख्यावाढीचा सर्वाधिक दर नायझेरियात १.५२ टक्के इतका होता. त्यापाठोपाठ युगांडा, अंगोला, कांगो आणि माली यादेशातील लोकसंख्यावाढीचा नैसर्गिक दर अधिक होता.'[1]

३.१.२लोकसंख्यावाढीचे आंतरराष्ट्रीय पैलू (International aspects of population growth)

औद्योगिकक्रांतीच्या सुरुवातीपासून जगाची लोकसंख्या मोठ्या प्रमाणात वाढत आहे. औद्योगिकक्रांतीमुळे प्रथम युरोपमध्ये व नंतर इतर पाश्चिमात्य देशात उद्योगधंद्यात व शेतीमध्ये सुधारणा झाल्याने अन्न व इतर जीवनावश्यक वस्तूंचे मुबलक व नियमित उत्पादन हेऊ लागले. दळणवळणाची नवीन वेगवान साधने उपलब्ध झाली. त्यामुळे लोकांचे राहणीमान सुधारले. आरोग्यविषयक सुविधा उपलब्ध झाल्या. या सर्वांचा एकत्रित परिणाम म्हणून मृत्युदर कमी झाला व माणसाचे सरासरी आर्युमान वाढले. जन्मदर मात्र बहुतांशी कायम राहिल्याने जगाच्या लोकसंख्येत झपाट्याने वाढ झाली.

मृत्युदर कमी झाल्याने कुटुंबातील व्यक्तींची संख्या वाढून राहणीमानाचा दर्जा खालावू नये म्हणून जन्मदरही कमी करणे आवश्यक होते. त्यामुळे कुटुंबातील मुलांची संख्या कमी करणे आवश्यक आहे याची जाणीव पाश्चात्त्य लोकांना झाली व त्यांनी स्वेच्छेने कुटुंबनियोजन करण्यास सुरुवात केली. त्यामुळे या देशातील जन्मदरही कमी होऊन लोकसंख्यावाढीचा वेग कमी झाला.

असे असले तरी, जगातील सर्व देशांत लोकसंख्यावाढ सारखीच झालेली नाही हे लोकसंख्यावाढीचा कल पाहता सहजपणे लक्षात येते. दरडोई उत्पन्न, साक्षरता प्रमाण व शिक्षणाची पातळी, औद्योगिकीकरण, नागरीकरण इ. आर्थिक व सामाजिक निर्देशांकानुसार जगातील राष्ट्रांची विकसित व विकसनशील अशा दोन गटात विभागणी केली जाते. त्यानुसार अमेरिका, इंग्लंड, जपान, इस्रायल हे आर्थिकदृष्ट्या प्रगत देश आहेत; तर आशिया व आफ्रिका खंडातील बहुसंख्य देश हे आर्थिकदृष्ट्या मागासलेले म्हणजेच विकसनशील आहेत.

औद्योगिकीकरणाच्या काळात विकसित देशातील लोकसंख्या मोठ्या प्रमाणात वाढली, त्या वेळी विकसित राष्ट्रातील लोकसंख्यावाढीचा वेग तत्कालीन अविकसित देशांपेक्षा अधिक होता. साधरणत: सन १९३० पासून विकसित देशातील लोकसंख्यावाढीचा वेग कमी झाला तर विकसनशील देशांतील लोकसंख्यावाढीचा दर वेगाने वाढू लागला.

---

1) Knoema Corporation (US), www. knoema. com/atlas/topics/Demographics

लोकसंख्यावाढीच्या आंतरराष्ट्रीय बाजू अथवा पैलू अभ्यासताना लोकसंख्या वाढीच्या दरावर परिणाम करणारा महत्त्वाचा घटक म्हणजे जन्मदर आणि मृत्युदर लक्षात घेणे आवश्यक आहे. काही निवडक देशातील जन्मदर आणि मृत्युदराचा आढावा पुढीलप्रमाणे-

आकृती क्र. ३.३ निवडक देशातील जन्मदर आणि मृत्युदर (वर्ष १९९२)

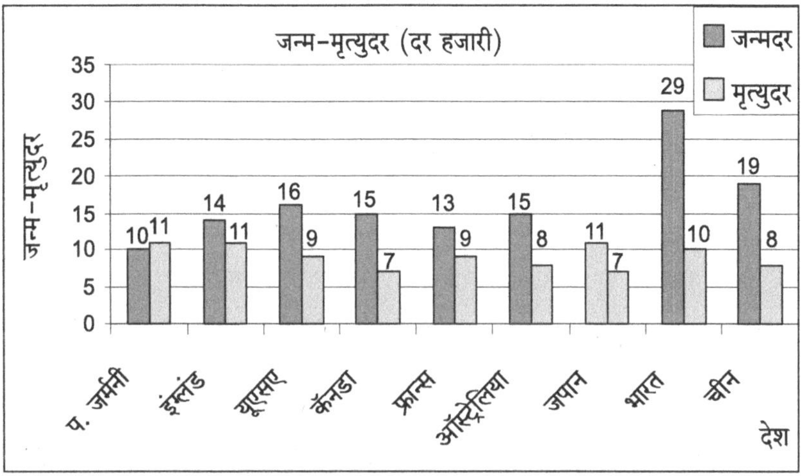

(संदर्भ-World Development Report 1993)[2]

लोकसंख्यावाढीचे आंतरराष्ट्रीय पैलू अभ्यासताना वरील आकृतीवरून असे लक्षात येते की, प्रगत अथवा विकसित देशांमध्ये मृत्युदरातील घसरणीबरोबरच जन्मदरातही घट झाली आहे. परंतु, जन्मदरातील मंद गतीने होणारी घट ही लोकसंख्यावाढीस कारणीभूत आहे. विकसित देशांपैकी जपान, हाँगकाँग, सिंगापूर, ऑस्ट्रेलिया यांसारख्या देशातील जननदर शेकडा दोनपेक्षा कमी आहे तर भारत, बांग्लादेश, पाकिस्तान, इंडोनेशिया, फिलिपाईन्स, अफगाणिस्तान व म्यानमार यांसारख्या देशातील जननदर शेकडा तीनपेक्षा जास्त आहे. त्यामुळे विकसित राष्ट्रांच्या तुलनेत विकसनशील देशातील लोकसंख्यावाढीचा दर अधिक आहे. बालमृत्यदराच्या संदर्भात

---

2) जन्मदर - दर हजार लोकसंख्येमागे दरवर्षी किती बालके जन्माला येतात त्यावरून जन्मदर ठरतो. तर मृत्युदर दर हजार लोकसंख्येमागे दरवर्षी किती लोक मृत्यू पावतात त्यावरून मृत्युदर ठरतो.

भारत, पाकिस्तान, बांग्लादेश, सोमालिया, अफगाणिस्तान व म्यानमार या देशातील हा दर हजारी ६० पेक्षा अधिक आहे. तर जर्मनी, इंग्लंड, अमेरिका, कॅनडा, फ्रान्स, ऑस्ट्रेलिया, जपान या देशांचा बालमृत्युदर हजारी १० पेक्षा कमी आहे.

३.१.३ भारतातील लोकसंख्यावाढीचा कल (Trends in population growth in India)

जगातील विविध खंडांच्या लोकसंख्यावाढीचा कल हा मिश्र स्वरूपाचा आहे. त्यामध्ये आशिया खंड येथील लोकसंख्येमध्ये सातत्याने वाढ होत आहे तर पॅसिफिक महासागरातील देशातील लोकसंख्या मात्र स्थिर आहे. आशियाप्रमाणेच आफ्रिका खंडातील लोकसंख्यासुद्धा सातत्याने वाढत असल्याचे दिसून येते. तर दक्षिण अमेरिका या खंडातील देशामध्ये लोकसंख्येत मात्र घट झाल्याचे आढळून येते. सातत्याने लोकसंख्येत वाढ नोंदविणाऱ्या आशिया खंडात भारतातील लोकसंख्या सातत्याने वाढत असून वाढत्या लोकसंख्येमुळे देशातील विकासाच्या प्रक्रियेवर विपरीत परिणाम होत आहेत. भारतातील या वाढत्या लोकसंख्येचा आढावा पुढीलप्रमाणे–

तक्ता क्र. ३.२ भारतातील लोकसंख्यावाढीचा कल

वर्ष	लोकसंख्या (कोटीत)	वाढ/घट (%)
१९०१	२३.८३	----
१९११	२५.२१	५.७५
१९२१	२५.१३	-0.३१
१९३१	२७.८९	११.00
१९४१	३१.८६	१४.२२
१९५१	३६.१0	१३.३१
१९६१	४३.९२	२१.६४
१९७१	५४.८१	२४.८0
१९८१	६८.५१	२४.६६
१९९१	८४.४३	२३.८७
२००१	१००.२७	२१.५४
२०११	१२१.०१	१७.६८

(संदर्भ – भारताची जनगणना २०११ www. censusindia. gov. in/2011 & Population and Vital Statistics Table 2015, www. ayush. gov. pdf)

भारतात पहिली शिरगणती अर्थात लोकसंख्या मोजणी (जनगणना) स्वातंत्र्यपूर्वकाळात सन १८८१ साली झाली. त्यानंतर दर १० वर्षांनी ही शिरगणती नियमितपणे केली जात आहे. स्वातंत्र्यपूर्वकाळापासून फक्त सन १९२१चा अपवाद वगळता भारताच्या लोकसंख्येत सातत्याने वाढ होत आहे हे स्पष्ट होते. सन १९३१ पासून या लोकसंख्या वृद्धीचा दर दोन अंकी झाला, तर सन १९६१ पासून म्हणजे स्वातंत्र्योत्तरकाळात लोकसंख्या वृद्धीचा दर दोनअंकी कायम राहून तो सन १९८१ पर्यंत जवळपास २५ टक्क्यांपर्यंत (२४.९९%) पोहोचला त्यामुळे भारताच्या लोकसंख्येत झपाट्याने वाढ झाली व ही वाढती लोकसंख्या विकासाच्या प्रक्रियेला बाधक ठरली. त्यानंतरच्याकाळातही भारताच्या लोकसंख्येत सतत वाढ होत आहे परंतु सन १९९१ पासून लोकसंख्यावाढीचा दर हा हळूहळू कमी होऊ लागला असल्याचे दिसून येत आहे; तर भारतातील लोकसंख्यावाढीचा दर २०११मध्ये प्रथमच २० टक्क्यांपेक्षा कमी होऊन तो १७.६८ टक्के झाल्याने भारताने लोकसंख्या संक्रमणाच्या तिसऱ्या अवस्थेत वाटचाल सुरू केल्याचे म्हटले जात आहे.

३.२ लोकसंख्यावाढीचे घटक व त्यातील परस्परावलंबन (Population Growth : components & their interdependence)

वरील विविध आकृत्या आणि तक्त्यांवरून जागतिक लोकसंख्यावाढ आणि त्याचबरोबर भारताची लोकसंख्यावाढ गंभीर स्वरूप धारण करत असल्याचे दिसून येते. या लोकसंख्यावाढीसाठी कारणीभूत असणारे घटक कोणते? त्यातील परस्परसंबंध अभ्यासणे आवश्यक व महत्त्वपूर्ण आहे. लोकसंख्यावाढीस जबाबदार घटक म्हणजे प्रामुख्याने उच्च जन्मदर होय. हा जन्मदर उच्च राहण्याची काही आर्थिक व सामाजिक कारणे तथा कारणीभूत घटक पुढीलप्रमाणे पाहू-

जन्मदर व मृत्युदर : एखाद्या विशिष्ट प्रदेशातील एका वर्षातील एक हजार लोकसंख्येमागे जन्मलेल्या बालकांची संख्या म्हणजे 'जन्मदर' होय, तर विशिष्ट प्रदेशातील एका वर्षातील एक हजार लोकांमागे मृत पावलेल्यांची संख्या म्हणजे मृत्युदर होय. जगात शिक्षण, वाहतुकीच्या सोयी, वैद्यकीय क्षेत्रात झालेल्या सुधारणा, अन्नधान्य उत्पादनात झालेली वाढ आणि दुष्काळी परिस्थितीवरील नियंत्रण इ. विविध घटकांमुळे मृत्युदरात घसरण झाली. परिणामी लोकसंख्येमध्ये वाढ झाली.

आर्थिक घटक – शेती व्यवसाय : प्राचीन काळापासून भांडवलशाही पूर्व परिस्थितीतील पारंपरिक पद्धतीचा व श्रमप्रधान तंत्राचा वापर शेती व्यवसायात केला

जात असल्यामुळे पेरणी, तण काढणी, कापणी इ. कामांकरिता शेती क्षेत्रात फार मोठे श्रमिक सामावून घेतले जात असे ग्रामीण श्रम संशोधनात (Rural Labour Enquiry) आढळून आले आहे. त्यामुळे या व्यवसायातील कुटुंबाचा आकार मोठा असल्याने लोकसंख्येत वाढ झाल्याचे आढळून येते.

नागरीकरण : नागरी जीवनाचे काही प्रश्न असतात उदा. घरांची टंचाई, महाग शिक्षण, पाणी टंचाई, वाहतूक इ. नागरीकरण झालेल्या पाश्चात्त्य समाजांमध्ये कुटुंबाचा आकार लहान ठेवण्याकडे प्रवृत्ती आढळून येते. परंतु, भारतासारख्या देशातील शहरांमध्ये ही प्रवृत्ती २१ व्या शतकामध्ये आढळून येऊ लागली आहे. परंतु, नागरीकरणाचा वेग मंद असल्याने त्याचा परिणाम लोकसंख्यावाढीवर होत असल्याचे दिसून येते.

दारिद्र्य : दारिद्र्य व लोकसंख्यावाढ यातील परस्परसंबंध दर्शविताना महमूद ममदानी[3] म्हणतात, कुटुंबाचा आकार मोठा असतो म्हणून लोक गरीब नसतात. उलट, ते दरिद्री असल्याने त्यांच्या कुटुंबाचा आकार मोठा असतो. याचा अर्थ, दारिद्र्यात असणाऱ्या कुटुंबांची प्रवृत्ती जास्त मुले होऊ देण्याकडे असते; कारण जिथे राहणीमानाची पातळी खालची असते अशा कुटुंबामध्ये आणखी एका मुलाची भर ही त्यांच्यासाठी होणाऱ्या खर्चापेक्षा होणाऱ्या फायद्यामध्ये भर घालते. या फायद्याचे स्वरूप मुलाने भविष्यात केलेल्या कामापासून मिळणारे उत्पन्न आणि मुलांमुळे मिळणारी सामाजिक व आर्थिक सुरक्षितता याप्रकारचे असते. सन १९८४च्या जागतिक बँकेच्या World Development Report अहवालातही याच मताला पुष्टी दिलेली आढळून येते. त्यामुळे दारिद्र्य हा लोकसंख्यावाढीचा महत्त्वपूर्ण घटक असल्याचे आढळते.

आरोग्य सेवासुविधा : प्लेग, देवी, कॉलरा, मलेरिया यांसारख्या साथीच्या रोगांवर नियंत्रण केल्यामुळे मृत्यूचे प्रमाण घटले व त्यामुळे लोकसंख्येत वाढ झाली.

हवामान : उष्ण कटिबंधीय पट्ट्यामध्ये असणाऱ्या देशांमध्ये उष्ण हवामानामुळे मुले व मुली लवकर प्रजननक्षम बनतात, त्यामुळे अशा प्रदेशांमध्ये लोकसंख्येत वाढ होते.

सामाजिक घटक : विवाह पद्धती : जगात काही देशात काही समाजात बाल-विवाह पद्धती प्रचलित आहे, तर काही देशातील समाजात बहुपत्नीत्व पद्धती असल्याने लोकसंख्येत वाढ होते. भारतात ५० वर्षे वयाच्या एक हजार स्त्रियांमधील सरासरी फक्त ५ स्त्रिया अविवाहित असतात. प्रत्येक पालक मुलींचे विवाह हे सामाजिक

---

3) Mahmood Mamdani, The myth of population control, London, 1974, pg. 14

ऋण किंवा जबाबदारी मानतात. त्यामुळे जन्मदरातील सातत्य टिकून लोकसंख्येत वाढ होते.

धार्मिक : धार्मिक परंपरा व रूढींचा पगडा आणि साक्षरतेचे कमी प्रमाण यांसारख्या कारणांमुळे कुटुंबनियोजनाची प्रभावी अंमलबजावणी होत नसल्याने लोकसंख्येत वाढ झाली. काही समाजामध्ये कुटुंबनियोजन करणे पाप मानले जाते. जन्म ही ईश्वरीय देणगी समजले जाते. अशा अंधश्रद्धेमुळे लोकसंख्येत वाढ होताना आढळून येते.

अज्ञान, अंधश्रद्धा, परंपरा अर्थात शिक्षणाचा अभाव : समाजामध्ये काही अंधश्रद्धा असतात. मुलगा म्हणजे वंशवेलीचा महत्त्वाचा घटक, त्यामुळे 'मुलगाच पाहिजे' या श्रद्धेमुळे लोकसंख्येत वाढ होते.

कुटुंबनियोजनाच्या सुविधा : कटुंबनियोजनाच्या सोयीसुविधा असूनदेखील त्या ग्रामीण भागात पोहोचत नाही. काही वेळेस कुटुंबनियोजनांच्या साधनांची माहिती असते परंतु त्याची उपलब्धता नसल्यामुळे तिचा वापर केला जात नाही. गैरसमजुती व अज्ञानामुळे माहिती असूनदेखील अशा सुविधांचा वापर केला जात नाही. यांसारख्या विविध कारणांमुळे लोकसंख्येत वाढ होत आहे.

शिक्षणाचा प्रसार : निरक्षर समाजामध्ये श्रद्धा, अंधश्रद्धांचा पगडा अधिक असल्याने लोकसंख्येत वाढ होते आहे; तर शिक्षण प्रसाराचा व कुटुंबाचा आकार मर्यादित ठेवण्याच्या मनोवृत्तीचा परस्परसंबंध वस्तुनिष्ठ आकडेवारीने सिद्ध झालेला आहे. भारतातील बडोदा येथील Operation Research Group[4] ने केलेल्या सर्वेक्षणात असे आढळून आले की, भारतातील ज्या राज्यांमध्ये शिक्षणाचा प्रसार अधिक प्रमाणात झाला आहे तेथे जन्मदर तुलनेत कमी आहे आणि कुटुंबनियोजन करणेही समाजमान्य झाले आहे. भारत आणि इतर विकसनशील देशातील उच्च जन्मदर हा लोकांच्या निरक्षरतेशी किंवा शिक्षणाच्या सार्वत्रिक प्रसाराच्या अभावाशी निश्चितपणे निगडित आहे याबाबत अर्थशास्त्रज्ञांचे एकमत आहे.

अशा प्रकारे लोकसंख्यावाढ या समस्येवर वरील विविध घटकांचा प्रभाव आहे आणि हे घटक परस्परसंबंधित आहेत.

---

4) Operation Research Group, Baroda, All India Survey of Family Planning Practices, Baroda, 1971

लोकसंख्यावाढीचे परिणाम (Effects of population growth) **:** ज्याप्रमाणे वेगवेगळ्या देशात लोकसंख्यावाढीची कारणे वेगवेगळी आहेत त्याचप्रमाणे लोकसंख्यावाढीचे परिणामही वेगवेगळे आहेत त्यांपैकी सर्वसाधारण परिणाम पुढीलप्रमाणे सांगता येतील-

जैविक परिणाम : लोकसंख्यावाढ लोकसंख्येतील वय संरचना आणि आकार यांवर प्रामुख्याने परिणाम करते. वाढत्या लोकसंख्येत साधारणत: तरुणांचे प्रमाण अधिक असते उदा. भारतातील लोकसंख्येत १५ वर्षांखालील मुलांचे प्रमाण ३३ टक्के आहे. त्यामुळे लोकसंख्येतील परावलंबित्वाचे प्रमाण अधिक आहे.

आर्थिक परिणाम : वाढत्या लोकसंख्येचा परिणाम दरडोई उत्पन्नावर होतो. सन २००६मध्ये भारतातील दरडोई उत्पन्न ८२० अमेरिकन डॉलर होते तर अनेक विकसित देशातील हे प्रमाण ३० हजार अमेरिकन डॉलर इतके होते. भारतातील २८.६ टक्क्यांपेक्षा अधिक लोकसंख्या दारिद्र्यरेषेखालील जीवन जगत आहे. त्यामुळे आरोग्यावर विपरीत परिणाम होत आहे. विकसनशील देशात दारिद्र्य-आरोग्य-उत्पन्न हे एक दुष्टचक्र आढळून येते.

सामाजिक परिणाम : विस्फोटक लोकसंख्येमुळे अनेक सामाजिक समस्या निर्माण होतात. उदा. रोजगारांच्या संधींची कमी प्रमाणात उपलब्धता, शिक्षणाची अपर्याप्त सुविधा, निरक्षरतेचे प्रमाण अधिक, अपर्याप्त व दुय्यम दर्जाची निवासव्यवस्था, नगरांचा ऱ्हास, अति गर्दी, कायदा व सुव्यवस्थेचा ऱ्हास, राजकीय व इतर संस्थांबाबत असमाधान इ.

आरोग्यविषयक परिणाम : यामध्ये बाल व अर्भकमृत्यूचे उच्च प्रमाण, उच्चप्रमाणात प्रसूतीकाळातील आजार व मृत्यू, कमी आर्युमान, पोषणाचा स्तर खालावणे, प्रदूषणाची समस्या-जलप्रदूषण, अन्न, जमीन आणि हवा प्रदूषण, आरोग्य सेवासुविधांची कमी संख्या व गुणात्मकता इ. चा समावेश होतो.

मानव-भू प्रमाणात घट : अविकसित देशांप्रमाणे विकसित देशातही जर लोकसंख्यावाढीचा वेग कमी असला तरी मानव व जमीन गुणोत्तरात घट होत आहे. भौगोलिक क्षेत्र हे मर्यादित व कायम असून मानव हा घटक अस्थिर असल्याने या गुणोत्तरात घट होत आहे. त्याचा परिणाम दरडोई उत्पादनावर होण्याची शक्यता आहे.

अतिनागरीकरण : विकसनशील देशात ग्रामीण भागामध्ये असणारी लोकसंख्या घटत असून शहराकडे लोकसंख्येचे स्थलांतर मोठ्या प्रमाणात होत आहे. त्यामुळे नागरी भागात राहत्या घरांची टंचाई, पाणी, अन्न, ऊर्जा, वाहतूक, यांसारख्या मूलभूत समस्यांचा ताण वाढत आहे. त्यामुळे निरनिराळ्या पर्यावरणाच्या समस्या निर्माण होत आहेत. उदा. हवाप्रदूषण, जलप्रदूषण, ध्वनीप्रदूषण इ.

प्रदूषण : आर्थिक विकासाबरोबर औद्योगिकीकरणात वाढ झाल्याने कारखान्यातून व स्वयंचलित वाहनातून बाहेर पडणारे कार्बन-डाय-ऑक्साईड, कार्बन मोनॉक्साइड, नायट्रोजन ऑक्साइड यांसारख्या वायूंचे प्रमाण, तसेच पारा, शिसे, कोबाल्ट, निकेल, यांसारखी प्रदूषके वातावरणात मिसळत आहेत. परिणामी प्रदूषणात वेगाने वाढ होत आहे.

प्रादेशिक असमतोल : एखादा उद्योग एखाद्या परिसरात विकसित झाला की त्यावर आधारित अनेक उद्योगधंदे त्या परिसरात विकसित होतात अशा गोष्टींमुळे पर्यावरणाचा दर्जा खालावतो. शहरांची अनिर्बंध वाढ होत जाते. त्यामुळे पाणी पुरवठा, सार्वजनिक स्वच्छता, आरोग्य, वीजपुरवठा इ. समस्या निर्माण होतात. गलिच्छ वस्त्या, झोपडपट्ट्यांचे प्रश्न निर्माण होतात. सामाजिक नीतिमत्ता धोक्यात येते. दैनंदिन वस्तूंची टंचाई निर्माण होते.

बेरोजगारी : विकसित देशात मोठ्या प्रमाणात कारखानदारीची वाढ झाली असली तरी शेती व कारखानदारीत मोठ्या प्रमाणात यांत्रिकीकरण झाले आहे त्यामुळे मजुरांची गरज कमी होत आहे तर दुसरीकडे लोकसंख्यावाढीची समस्या कायम आहे. वाढत्या लोकसंख्येला काम उपलब्ध नसल्याने बेरोजगारीची समस्या वाढत आहे.

नैसर्गिक साधनसंपत्तीवर ताण : वाढत्या लोकसंख्येमुळे कृषीसंस्था, जंगले, भूजल, खनिजसंपत्ती, पशुसंपदा, शक्तीसाधने अशा विविध साधनसंपत्तीवर अतिरिक्त ताण वाढत आहे. त्यांचे संतुलन बिघडले आहे. त्यामुळे पर्यावरणाचा ऱ्हास होऊन अनेक समस्या निर्माण होत आहेत.

विकासकार्यात अडथळे : लोकसंख्यावाढीमुळे विकासकार्यात अडथळे निर्माण होऊन विकासकार्याचा वेग मंदावतो. वाढत्या लोकसंख्येच्या गरजा भागविण्यासाठी खर्चात वाढ होते. परिणामी भांडवलाची उपलब्धता कमी होते आणि विकासकार्यात अडथळे निर्माण होतात.

जीवनस्पर्धा व अशांतता : स्फोटक लोकसंख्यावाढीमुळे लोकसंख्येचा गुणात्मक ऱ्हास होतो. जीवनावश्यक गरजांच्या पूर्ततेसाठी संघर्ष करावा लागतो. जीवनात बऱ्याच अवैध मार्गांचा अवलंब केल्याने नैतिक मूल्यात घसरण होते. भ्रष्टाचार, काळाबाजार इ. सारख्या समस्या गंभीर बनतात.

बुद्धीवहन : देशातील बुद्धिमान तरुण वर्ग जीवनमानाच्या संधींसाठी स्थलांतर करतो. त्यामुळे बुद्धीवहन होऊन देशातील समस्या सोडविण्यासाठी बुद्धिमंत लोकांची कमतरता जाणवते.

अशा प्रकारे लोकसंख्यावाढीचे सामाजिक, आर्थिक, जैविक इ. विविध परिणाम आढळून येतात.

३.३ लोकसंख्येची संरचना (Structure of Population)

जगातील विविध देशांपैकी एखाद्या देशाची लोकसंख्या अभ्यासताना त्या लोकसंख्येचे त्या देशावर होणारे विविध परिणाम लक्षात घेणे आवश्यक असते. अशा वेळी त्या देशातील लोकसंख्येची संरचना लक्षात घेणे महत्त्वाचे असते. अशी संरचना प्रामुख्याने तीन प्रकाराने विचारात घेतली जाते. एक म्हणजे, लोकसंख्येची वयोगटानुसार रचना, दुसरी लिंगभेदानुसार रचना आणि तिसरी व्यवसायानुसार रचना. या तीन प्रकारच्या संरचनांचा आढावा पुढीलप्रमाणे-

३.३.१ लोकसंख्येची वयोगटानुसार रचना (Age Structure)

प्रत्येक देशात विशिष्ट वयोगटातील लोकसंख्येचा किती हिस्सा आहे हे बघितल्यास त्या देशातील एकूण लोकसंख्येपैकी किती टक्के लोकसंख्या अनुत्पादक उपभोक्ते आहेत व किती टक्के उत्पादक कार्यात सहभागी होण्याची क्षमता असलेले लोक आहेत हे समजते. सर्वसाधारणपणे ही वयोगटानुसार रचना तीन गटांत केली जाते. ते म्हणजे ०-१४, १५-६० आणि ६० वर्षेपेक्षा अधिक, याप्रमाणे लोकसंख्येची वयोगटानुसार संरचना मांडली जाते. या तीन गटांपैकी वय वर्षे १५-६० हा गट उत्पादक तर इतर दोन गट अनुत्पादक व अवलंबित मानले जातात. भारतातील लोकसंख्येची वयोगटानुसार रचना पुढीलप्रमाणे-

तक्ता क्र. ३.३ भारतातील लोकसंख्येची वयोगटानुसार रचना (शेकडा प्रमाण)

वर्ष	वयोगट (वर्षे)		
	०-१४	१५-६०	६० पेक्षा अधिक
१९२१	३९.२	५९.५	१.३
१९३१	३८.३	६०.२	१.५
१९५१	३७.४	५७.१	५.५
१९६१	४१.०	५३.३	५.७
१९७१	४१.४	५३.४	५.२
१९८१	३९.५	५४.१	६.४
२०११	२९.५	६२.५	८.०

(संदर्भ-Census of India 1981 & 2011 www. censusindia. gov. in)

वरील तक्त्यावरून असे निदर्शनास येते की, भारतातील लोकसंख्येमध्ये ६० पेक्षा अधिक वयोगटातील लोकसंख्येचे प्रमाण सतत वाढणारे आहे; म्हणजेच आरोग्यविषयक सुविधांमुळे लोकांच्या आर्युमानामध्ये वाढ झाली आहे असे म्हणता येते. तसेच बालकांच्या संख्येतही स्वातंत्र्योत्तरकाळात सातत्याने वाढ होत आहे. म्हणजेच प्रसूतीपूर्व, प्रसूतीच्यावेळी आणि प्रसूती प्रश्चात आरोग्य व पोषणाच्या सुविधांमध्ये वाढ झाल्याचा परिणाम दिसून येत आहे. ०-१४ या वयोगटाचे शिक्षण, आहार, आरोग्य यावर केला जाणारा खर्च म्हणजे भविष्यकाळासाठी केलेली मानवी भांडवली गुंतवणूक असते. त्याचप्रमाणे देशातील उत्पादक लोकसंख्येतही वाढ होत असल्याचे दिसून येते; म्हणूनच भारत हा जगातील तरुणांचा देश आहे असे स्पष्ट होते. त्यामुळे उत्पादक लोकसंख्येला उत्पादनासाठी आवश्यक असणारी कौशल्ये विकसित करण्यासाठी प्रोत्साहन देऊन राष्ट्रीय उत्पादनात वाढ घडवून आणणे महत्त्वाचे आहे. राष्ट्रीय उत्पादनात वाढीबरोबरच राष्ट्रीय उत्पन्नात व पर्यायाने दरडोई उत्पान्नातही वाढ घडवून आणता येते. त्यामुळेच भारतासारख्या देशाला लोकसंख्या लाभांशाची प्राप्तीही करता येईल.

निर्धारक घटक व परिणाम (Age Structure : determinants & effects) **:** लोकसंख्येतील वय रचना निर्धारित करण्यामागे काही सामाजिक व आर्थिक घटक कारणीभूत असतात. यामध्ये प्रामुख्याने गरिबी वा दारिद्र्य, बेरोजगारी, आरोग्यविषयक सोयी व सुविधा, शिक्षणाचा प्रसार इ. हे घटक पुढीलप्रमाणे-

हवामान : उष्णकटिबंधीय प्रदेशातील हवामानामुळे मुला-मुलींमध्ये प्रजननक्षमता लवकर विकसित होते. त्यामुळे अशा प्रदेशात जन्मदर अधिक असल्यामुळे लोकसंख्येत बालकांचे प्रमाण म्हणजेच वय वर्षे ०-१४ गटातील लोकसंख्येचे प्रमाण अधिक असते. तसेच विकसनशील देशात प्रजननाच्या सेवा व सुविधा यांमध्ये वाढ झाल्यामुळे बालमृत्यूचे व अर्भकमृत्यूचे प्रमाण कमी होऊन लोकसंख्येतील बालकांचे प्रमाण अधिक असल्याचे दिसून येते; तर विकसित देशात सरासरी आयुर्मानात वाढ झाल्यामुळे राहणीमानाचा दर्जा कायम राखण्यासाठी कुटुंबातील सदस्यांची संख्या मर्यादित ठेवण्याकडे कल असल्यामुळे बालकांच्या संख्येचे प्रमाण कमी असते.

विवाह प्रथा : भारतासारख्या काही विकसनशील देशात बाल-विवाह प्रथा तसेच बहुपत्नी प्रथा आढळून येत असल्यामुळे लोकसंख्येतील बालकांचे व उत्पादक लोकसंख्येचे प्रमाण अधिक असल्याचे आढळून येते; तर विकसित राष्ट्रांमध्ये विवाहाची वयोमर्यादा अधिक असल्यामुळे बालकांचे प्रमाण व उत्पादक लोकसंख्येचे प्रमाण कमी असल्याचे आढळून येते.

धार्मिक रूढी व परंपरा/समजुती : भारतासारख्या विकसनशील देशांमध्ये घराण्याचा वारसा चालू ठेवण्यासाठी मुलगा हवा म्हणून मुलगा होईपर्यंत कुटुंबनियोजन केले जात नाही. परिणामी लोकसंख्येतील बालकांचे प्रमाणात वाढ होते.

आरोग्यविषयक सेवा व सुविधा : भारतासारख्या विकसनशील देशात प्रसूतीसाठी वैद्यकीय सेवा व सुविधांमध्ये मोठ्या प्रमाणात सुधारणा व वाढ झाली आहे. त्यामुळे भारतात बालमृत्यू प्रमाणात सातत्याने घट झाली. त्यामुळे लोकसंख्येत बालकांचे प्रमाण अधिक असल्याचे आढळून येते. त्याचप्रमाणे विकसनशील देशात व विकसित देशात साथीच्या रोगांचे नियंत्रण, अनेक दुर्धर आजारांवरील प्रगत उपचार आणि वैद्यकीय सेवा-सुविधांमधील सुधारणांमुळे लोकांचे सरासरी आर्युमानात सुधारणा होऊन वय वर्षे ६० व अधिक असणाऱ्या लोकसंख्येचे प्रमाणात वाढ होत असल्याचे दिसून येते.

दारिद्र्य व बेरोजगारी : भारत हा तरुणांचा देश आहे असे म्हटले जाते, कारण भारताच्या लोकसंख्येत सर्वाधिक लोकसंख्या १५ ते ५९ या वयोगटातील उत्पादक लोकसंख्या आहे. परंतु, लोकसंख्येच्या प्रमाणात औद्योगिक विकास न झाल्यामुळे, शेतीचा विकास न झाल्यामुळे लोकसंख्येत बेरोजगारीच्या प्रमाणात सातत्याने

वाढ होत आहे. परिणामी दारिद्र्यामध्ये वाढ होत असल्याचेही दिसून येते. दारिद्र्य व बेरोजगारीला कंटाळून किंवा स्वत:च्या जीवनमान सुधारण्याच्या संधींसाठी अनेक तरुण-तरुणी भारतातून विकसित देशांमध्ये स्थलांतर करत आहेत. त्यामुळे देशाच्या लोकसंख्येतील तरुणांच्या संख्येत अल्प प्रमाणात बदल घडून येताना दिसतो.

शिक्षणाचा प्रसार : विकसित राष्ट्रात शिक्षणाचा प्रसार झाल्यामुळे व साक्षरतेचे प्रमाण उच्च असल्यामुळे, धार्मिक रूढी व परंपरांचा पगडा कमी झाला असून कुटुंबनियोजनांच्या साधनांच्या वापरामध्ये वाढ झाली असल्याने लोकसंख्येतील बालकांचे प्रमाण अर्थात जन्मदर कमी राखण्यात यश आले आहे; तर भारतासारख्या देशात शिक्षणाचा कमी प्रसार आणि साक्षरतेचे कमी प्रमाण त्यामुळे धार्मिक रूढी परंपरांचा पगडा असल्याने कुटुंबनियोजनाच्या साधनांचा प्रभावी वापर न करण्यामुळे जन्मदर अधिक राहून बालकांच्या प्रमाणात वाढ झाली असल्याचे दिसून येते.

अशा प्रकारे वरील निर्धारक घटक लोकसंख्येच्या वय संरचनेवर परिणाम करतात. लोकसंख्येच्या या वय संरचनेचे परिणाम पुढीलप्रमाणे-

परावलंबित्व : वय वर्षे ६५ वरील व्यक्ती आणि १५ वर्षांच्या आतील मुले हे उत्पादक लोकसंख्येवरील (१५-६४) परावलंबी समजले जातात. भारतातील वय संरचनेचा कल पाहता भारताच्या लोकसंख्येतील या परालंबित्वाच्या प्रमाणाचा कल पुढीलप्रमाणे-

तक्ता क्र. ३.४ भारताच्या लोकसंख्येतील परावलंबित्वाचा कल (शेकडा प्रमाण)

वर्ष	एकूण परावलंबित्व	मुले	वृद्ध
१९८५	७१.५	६४.३	७.२
१९९५	६५.५	५७.८	७.६
२००४	६४.०	५६.०	८.०

(संदर्भ-जनगणना २०११, www. censusindia. gov. in)

भारतातील परावलंबी लोकसंख्येचा कल पाहता असे लक्षात येते की, देशाच्या लोकसंख्येतील परावलंबित्व घटकांचे प्रमाण कमी होत आहे. त्याचप्रमाणे परावलंबी असणाऱ्या घटकांमधील मुलांचे प्रमाणही कमी होत आहे; तर आर्युमानात सुधारणा घडून आल्यामुळे लोकसंख्येतील वृद्धांचे प्रमाण वाढत मात्र आहे.

३.३.२ लोकसंख्येची लिंगभेदानुसार संरचना (Sex Structure : trends, determinants & effects)

वयोगटाप्रमाणेच देशातील लिंगभेदाचे प्रमाण अथवा लिंगभेदानुसार लोकसंख्येची रचना अभ्यासणे आवश्यक असते; कारण त्याचा लोकसंख्येवर परिणाम होत असतो. लिंगभेद संरचना म्हणजे विशिष्ट देशातील स्त्री व पुरुषांचे प्रमाण. देशातील एकूण लोकसंख्येत स्त्री-पुरुषांचे प्रमाण किती आहे हे पाहणे आर्थिक व सामाजिकदृष्ट्या महत्त्वाचे असते. दर १००० पुरुषांमागे असणारे स्त्रियांचे प्रमाण यालाच 'स्त्री-पुरुष प्रमाण' असे म्हणतात.

लोकसंख्याशास्त्रामध्ये वय संरचनेप्रमाणेच लिंग संरचनेचा अभ्यास करणे आवश्यक व महत्त्वपूर्ण आहे; कारण त्याचा परिणाम लोकसंख्येवर होत असतो. ही लिंग संरचना म्हणजे देशाच्या लोकसंख्येतील स्त्री व पुरुषांचे प्रमाण. लोकसंख्येत पुरुषांचे प्रमाण ५० टक्के असेल तर त्या लोकसंख्येत स्त्री-पुरुषांच्या प्रमाणात समतोल आहे असे म्हटले जाते. या लिंग संरचनेचा जागतिक पातळीवरील कल पुढीलप्रमाणे-

तक्ता क्र. ३.५ लोकसंख्येच्या लिंग संरचनेचा जागतिक कल (प्रमाण शेकडा)

देश	वर्ष	स्त्रियांचे प्रमाण
भारत	१९९१	४६.४
चीन	१९८७	४९.०
पाकिस्तान	१९८१	४७.५
श्रीलंका	१९८९	४९.०
बांग्लादेश	१९८८	४८.६
इंडोनेशिया	१९८९	५०.२
थायलंड	१९८८	४९.९
म्यानमार	१९८७	५०.४
सुदान	१९८०	४९.९
जपान	१९८८	५०.८
कोरिया	१९८९	४९.६
ऑस्ट्रेलिया	१९८८	५०.१
इंग्लंड	१९८८	५१.२
फ्रान्स	१९८९	५१.२
अमेरिका	१९८९	५१.२

(संदर्भ-United Nations, Demographic yearbook 1989)

जागतिक लोकसंख्येचा लिंग संरचना कल वरीलप्रमाणे पाहता असे लक्षात येते की, जपान, ऑस्ट्रेलिया, इंग्लंड, फ्रान्स, अमेरिका यांसारख्या विकसित देशांची लोकसंख्या स्त्री-पुरुषांच्या प्रमाणात स्त्रियांचे अधिक्य दर्शविते; तर इंडोनेशिया, म्यानमार, यांसारख्या विकसनशील देशांच्या लोकसंख्येतील स्त्री-पुरुषांचे प्रमाणात स्त्रियांचे अधिक्य असल्याचे आढळून येते. परंतु, भारत, पाकिस्तान, बांग्लादेश या भारतीय उपखंडातील विकसनशील देशांची लोकसंख्या स्त्री-पुरुषांचे प्रमाणात स्त्रियांची न्यूनता दर्शविते. भारताच्या संदर्भात या लिंग संरचनेतील कल पुढीलप्रमाणे-

आकृती क्र. ३.४ भारताच्या लोकसंख्येतील लिंग संरचनेचा कल

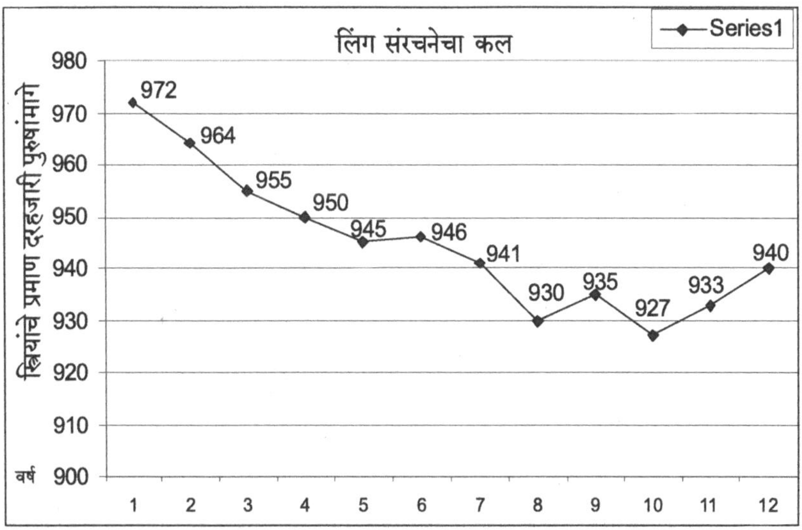

वर्ष = १-१९०१; २-१९११; ३-१९२१; ४-१९३१; ५-१९४१; ६-१९५१; ७-१९६१; ८-१९७१; ९-१९८१; १०-१९९१; ११-२००१; १२-२०११

(संदर्भ-जनगणना २०११, www. censusindia. gov. in)

भारतातील लोकसंख्येचा लिंग संरचनेनुसारचा कल पाहता असे आढळून येते की, सन १९४१-५०, १९७१-८०, १९९१-२००० या दशकांचा अपवाद वगळता लोकसंख्येतील स्त्रियांचे प्रमाण सातत्याने कमी होत आहे. भारतातील विविध राज्यांत या स्त्री-पुरुषांच्या प्रमाणात तफावत आहे. २०११च्या जणगणनेनुसार केरळ राज्यात

स्त्रियांचे प्रमाण पुरुषांच्या तुलनेत अधिक आहे ते दरहजारी पुरुषांमागे १०८४ इतके होते; तर इतर सर्व राज्यात ते कमी आहे.

लिंग संरचनेचे निर्धारक घटक : लोकसंख्येतील लिंग संरचनेवर सर्वसाधारणपणे पुढील घटक परिणाम करतात–

दारिद्र्य : भारतात जवळपास २५ टक्के लोकसंख्या दारिद्र्यरेषेखालील जीवन जगते. त्यामुळे आरोग्याच्या सोयी व सुविधांचा लाभ या घटकांना योग्य त्या प्रमाणात घेता येत नाही. परिणामी स्त्रियांमधील मृत्युदर अधिक असल्यामुळे स्त्रियांचे प्रमाण कमी आहे.

पालन–पोषण : कुटुंबात मुलींपेक्षा मुलांना अधिक महत्त्व दिले जाते. त्यांना चांगला आहार मिळण्याची काळजी घेतली जाते. त्यामुळे मुलींकडे दुर्लक्ष होऊन त्यांचा मृत्यूदर अधिक असल्याने लिंग संरचनेवर परिणाम होतो.

मृत्युदर : गरिबांच्या बाबतीत १ वर्षाखालील बालमृत्यूचे प्रमाण मुलींच्याबाबतीत दर हजारी ९५ इतके आहे, तर मुलांच्याबाबतीत ते ५५ इतके आहे. त्यामुळे लिंग संरचनेमध्ये असंतुलन आढळून येते.

प्रसूतीकाळातील मृत्यू : योग्य आहाराचा अभाव, औषधे व वैद्यकीय सुविधांचा अभाव यांसारख्या कारणांमुळे प्रसूतीकाळात स्त्रियांच्या मृत्यूचे प्रमाण अधिक असलेले दिसते. १४ ते ४४ या वयोगटात म्हणजेच प्रजननक्षम वयात स्त्रियांमधील मृत्यूचे प्रमाण पुरुषांच्या तुलनेत अधिक आहे. त्यामुळे लिंग संरचनेवर परिणाम होतो.

गर्भलिंग परीक्षण : विज्ञान व तंत्रज्ञानातील प्रगतीमुळे गरोदरपणात गर्भलिंग परीक्षण सोपे झाले आहे. गर्भजल परीक्षण करून गर्भलिंग समजते. त्यातून मुलगी असल्यास गर्भपात करून घेतला जातो. या स्त्रीभ्रूण हत्येमुळे लिंग संरचनेवर परिणाम होतो.

हुंडाबळी व आत्महत्या : हुंड्यासाठी स्त्रियांचा छळ केला जातो. काही प्रसंगी हत्या केली जाते किंवा छळाला कंटाळून आत्महत्या केली जाते. त्यामुळे पुरुषांपेक्षा स्त्रियांच्या मृत्यूचे प्रमाण अधिक झाल्याने लिंग संरचनेवर परिणाम घडून येतो.

वरील विविध सामाजिक व आर्थिक घटक हे लिंग संरचनेचे निर्धारक घटक असल्याचे आढळून येते.

३.३.३ लोकसंख्येची व्यवसायानुसार रचना (Occupational Structure of Population)

एखाद्या देशाच्या अर्थव्यवस्थेचे स्वरूप आणि विकासाची रूपरेषा समजण्यासाठी त्या देशातील विविध प्रकारच्या व्यवसायामध्ये काम करणाऱ्या लोकसंख्येची माहिती अभ्यासणे अधिक महत्त्वपूर्ण ठरते. भारतामध्ये लोकसंख्येची व्यवसायानुसार विभागणी १.प्राथमिक क्षेत्र, २.दुय्यम क्षेत्र आणि ३.तृतीय क्षेत्र अशा तीन क्षेत्रांमध्ये केली जाते. प्राथमिक क्षेत्रात शेती आणि शेतीशी संबंधित पशुपालन, कुक्कुटपालन यांसारखे व्यवसाय त्याचबरोबर मच्छिमारी, जंगल उत्पादन इ. चा समावेश केला जातो. दुय्यम क्षेत्रात व्यापार उद्योगांचा समावेश केला जातो; तर तृतीय क्षेत्रामध्ये वाहतूक, दळणवळण, बँका, विमा त्याचबरोबर शिक्षक, वकील, इंजिनिअर्स इ. सेवा क्षेत्राचा समावेश केला जातो. भारताच्या संदर्भात या तीन क्षेत्रातील लोकसंख्येची रचना पुढीलप्रमाणे–

तक्ता क्र. ३.६ लोकसंख्येची व्यवसायानुसार रचना (शेकडा प्रमाण)

क्षेत्र	वर्ष					
	१९५१	१९६१	१९७१	१९८१	१९९१	२०११
प्राथमिक	७२.१	७१.८	७२.१	६८.७	६६.८	५४.६
दुय्यम	१०.७	१२.२	११.२	१३.५	१२.७	३.८
तृतीय	१७.२	१६	१६.७	१७.८	२०.५	४१.६

(संदर्भ–CMIE Basic statistics, Relating to the India Economy, Vol. I, 1993 and Pocket Book of Population Statistics, 1992 & www. ncert. nic. in)

स्वातंत्र्योत्तरकाळात विशेषत: सन १९८१ नंतरच्या काळात भारतात प्राथमिक क्षेत्रातील लोकसंख्येच्या प्रमाणात सातत्याने घट होताना दिसून येत आहे; तर तृतीय अर्थात सेवा क्षेत्रात हळूहळू वाढ होताना दिसून येत आहे. परंतु, अजूनही भारतात ६० टक्क्यांपेक्षा अधिक लोकसंख्या ही प्राथमिक क्षेत्रामध्ये काम करणारी आहे. परंतु २१ व्या शतकांमध्ये शिक्षण आणि व्यवसायाच्या संधींमध्ये होत असलेले बदल आणि शेती व पूरक व्यवसायांवर पर्यावरण, आर्थिक आणि सामाजिक घटकांचा होत असलेला विपरीत परिणाम यामुळे प्राथमिक क्षेत्रातील लोकसंख्येचे प्रमाण कमी होताना दिसून येत आहे. यासाठी स्थलांतर हाही एक महत्त्वपूर्ण घटक

कारणीभूत ठरत असल्याचे आढळून येत आहे; तर त्यामुळे शहरीकरणात वेगाने वाढ होत असल्याचेही दिसून येत आहे. विकसित देशांमध्ये शेती क्षेत्रावर अवलंबून असणारी लोकसंख्या कमी असल्याचे दिसून येते. उदा. इंग्लंड ५ टक्के, अमेरिका २ टक्के इ.

३.४ लोकसंख्येची विभागणी/वितरण (Distribution of Population)

जगातील लोकसंख्येचे वितरण समजून घेताना जगातील विविध खंडांमधील लोकसंख्येचे वितरण आणि सर्वाधिक लोकसंख्या असलेले देश याद्वारे जागतिक लोकसंख्येचे वितरण आपण समजून घेऊ. त्याचबरोबर भारतातील लोकसंख्येचे राज्यानुसार वितरण अर्थात लोकसंख्येची घनता आणि ग्रामीण-शहरी लोकसंख्येचे वितरण याची माहिती पुढीलप्रमाणे-

वरील आकृती व तक्त्यांमध्ये जगातील विविध देशांमध्ये असलेले लोकसंख्येचे वितरण दिलेले आहे. त्यामध्ये आशिया हा जगातील सर्वांत जास्त लोकसंख्या असलेला खंड आहे. चीन हा या खंडातील सर्वांत जास्त लोकसंख्या असलेला देश आहे; तर १९९६ व त्यानंतरच्या आकडेवारीनुसार आफ्रिका हा जगातील जास्त लोकसंख्या असलेला दुसऱ्या क्रमांकाचा खंड आहे तर युरोप तिसऱ्या क्रमांकाचा खंड आहे. जागतिक लोकसंख्येचे वितरण पाहता जगातील सर्वाधिक लोकसंख्या असलेले दहा देश पुढीलप्रमाणे आहेत-चीन, भारत, अमेरिका, इंडोनेशिया, ब्राझील, पाकिस्तान, बांग्लादेश, नायझेरिया, रशिया, आणि जपान.

लोकसंख्येचे वितरण पाहताना लोकसंख्येची घनता विचारात घ्यावी लागते. ही लोकसंख्येची घनता विचारत घेऊन भारताच्या संदर्भात विविध राज्यातील लोकसंख्येची घनता अर्थात वितरणाचा आढावा पुढीलप्रमाणे-

लोकसंख्येची घनता : दर चौरस किलोमीटरच्या क्षेत्रात सरासरी किती लोक राहतात त्यावरून लोकसंख्येची घनता ठरविली जाते. भारतामध्ये १९०१ साली दर चौरस किलोमीटर क्षेत्रात राहणाऱ्या लोकांचे प्रमाण अर्थात घनता ७७ इतकी होती. ही लोकसंख्येची घनता सन १९९१मध्ये २६७ इतकी झाली. एखाद्या देशातील लोकसंख्येची घनता आणि त्या देशाचा आर्थिक विकास यांचा प्रत्यक्ष व प्रमाणशीर संबंध असतोच असे नाही. उदा. अमेरिकेतील लोकसंख्येतील घनता २२ असूनही तो देश समृद्ध आहे. कॅनडा, ऑस्ट्रेलिया यांसारख्या विकसित देशातील लोकसंख्येची घनता भारतापेक्षा कितीतरी पटीने कमी असून ते देश विकसित आहेत. तर जपानच्या

लोकसंख्येची घनता दर चौरस किलोमीटरला ३१६ इतकी आहे. जपानमध्ये औद्योगिक प्रगती झाली असल्याने तेथील नैसर्गिक साधनसामग्रीचा पर्याप्त वापर करण्यासाठी आधुनिक तंत्रज्ञानाचा मोठ्या प्रमाणात वापर केला जात असल्याने तेथील दरडोई उत्पन्न अधिक आहे. भारताच्या लोकसंख्येत वेगाने वाढ होत असल्याने लोकसंख्येची घनता वाढत आहे.

भारतातील लोकसंख्या घनतेच्याबाबतीत वेगवेगळ्या राज्यात मोठी तफावत असल्याचे अढळून येते. भारताची राजधानी दिल्ली या केंद्रशासित प्रदेशात लोकसंख्येची घनता ६३१९ इतकी आहे. चंदीगड, केरळ, बिहार, उत्तरप्रदेश, तामिळनाडू, पंजाब, हरियाणा, आसाम या राज्यातील लोकसंख्येची घनता ही भारतातील सरासरीपेक्षा अधिक आहे. महाराष्ट्रातील लोकसंख्येची घनता २५६ इतकी आहे. जम्मू आणि कश्मीर या राज्यातील लोकसंख्येची घनता ७६ इतकी आहे. अशा प्रकारे भारतातही लोकसंख्येचे प्रमाणशीर वितरण नसल्याचे आढळून येते.

भारतातील लोकसंख्येची ग्रामीण व शहरी विभागणी (Rural and Urban Distribution of Population) : जलद औद्योगिक विकास करण्यासाठी स्वातंत्र्योत्तरकाळात जे प्रयत्न करण्यात आले त्यामुळे देशातील काही शहरांची वाढ होऊन तेथे लोकसंख्या अतिरिक्त प्रमाणात केंद्रित होऊन शहरीकरणाच्या समस्या निर्माण झाल्या आहेत. शिक्षण, रोजगार यासाठी ग्रामीण-शहरी स्थलांतर होत आहे. या ग्रामीण-शहरी लोकसंख्येच्या वितरणाचा आढावा पुढीलप्रमाणे-

तक्ता क्र. ३.७ भारतातील लोकसंख्येची ग्रामीण-शहरी विभागणी (शेकडा प्रमाण)

वर्ष	एकूण लोकसंख्या (कोटी)	ग्रामीण	शहरी
१९५१	३६.१	८२.४	१७.६
१९६१	४३.९	८१.७	१८.३
१९७१	५४.८	७९.८	२०.२
१९८१	६८.५	७६.३	२३.७
१९९१	८४.४	७४.२	२५.८
२००१	१००.२७	७२.२२	२७.७८
२०११	१२१.०५	६८.८	३१.२

(संदर्भ-भारताची जनगणना २००१ व २०११)

शहरीकरणाच्याबाबतीत जगात भारताचा नंबर बराच तळाचा असला तरी २० व्या शतकात आणि २१ व्या शतकाच्या पूर्वार्धात भारतातील नागरी लोकसंख्येत मोठ्या प्रमाणात वाढ घडून येत आहे. त्याची काही प्रमुख कारणे पुढीलप्रमाणे-

भारतीय रेल्वेचा विकास झाल्याने व्यापारी केंद्रांमध्ये वाढ झाली त्यामुळे नागरी लोकांचे प्रमाण वाढले.

ग्रमीण भागात शेती व्यवसायात रोजगारी न मिळालेले लोक शहरी भागात रोजगारासाठी स्थलांतरित झाल्याने नागरी लोकसंख्येत वाढ झाली.

श्रीमंत जमीनदार वर्ग सुखसोयींचा लाभ घेण्यासाठी ग्रामीण भागातून नागरी भागात स्थलांतरित होत असल्याने नागरी लोकसंख्येत वाढ होत आहे.

नागरी भागात नवनवीन उद्योगधंद्यांचा विकास आणि जुन्या उद्योगांचा विस्तार झाल्याने नागरी भागात लोकसंख्येत वाढ झाली आहे.

त्याचप्रमाणे शिक्षण, आरोग्य यांसारख्या सेवासुविधांचा लाभ घेण्यासाठी ग्रामीण भागाकडून नागरी भागाकडे स्थलांतराचे प्रमाण वाढले आहे.

वरील विविध कारणांमुळे नागरी-ग्रामीण लोकसंख्येच्या वितरणामध्ये बदल होत असल्याचे दिसून येत आहे.

लोकसंख्येची साक्षरतेनुसार विभागणी (Population distribution as per literacy) **:** देशातील लोकसंख्येची गुणत्माक बाजू लक्षात घेताना देशातील लोकांचे सरासरी आयुर्मान, साक्षरतेचे प्रमाण आणि लोकांनी तांत्रिक प्रशिक्षणात केलेली प्रगती विचारात घेतली जाते. स्वातंत्र्यपूर्वकाळात भारतात सुरू झालेल्या प्रबोधनाच्या आणि सामाजिक चळवळींचा परिणाम म्हणून भारतातील साक्षरतेच्या प्रमाणात हळूहळू वाढ होऊ लागली. त्यामध्ये सुरुवातीच्या काळात स्त्रियांच्या साक्षरतेचे प्रमाण खूपच कमी होते; परंतु, स्वातंत्र्योत्तरकाळात विशेषत: १९८१ नंतर भारतातील साक्षर स्त्रियांच्या प्रमाणात मोठ्या प्रमाणात वाढ झाल्याचे खालील तक्त्यातील आकडेवारीतून दिसून येते. स्त्रियांच्या साक्षरतेच्या आणि शिक्षणामुळेच भारतातील लोकसंख्येच्या नियोजनामध्ये प्रभावीपणे बदल घडवून आणता येतात. सुशिक्षित स्त्रियांमध्ये मर्यादित अपत्ये जन्माला घालण्याची जागृतता अधिक असल्याचे दिसून येते. त्यामुळे स्त्रियांच्या साक्षरतेचे प्रमाण लोकसंख्या नियंत्रणाच्या दृष्टीने अधिक महत्त्वाचे आहे. भारतात १९७१, १९८१ व १९९१मध्ये साक्षरतेचे प्रमाण अनुक्रमे २९.३४ टक्के, ३६.२ टक्के

व ५२.२१ टक्के इतके आहे. साक्षरतेच्या प्रमाणात सातत्याने वाढ होत आहे. परंतु, साक्षरतेच्या बाबतीत स्त्रिया व पुरुष तसेच ग्रामीण आणि नागरी असाही फरक आढळून येतो.

तक्ता क्र. ३.८ साक्षरतेनुसार भारताच्या लोकसंख्येची विभागणी (टक्केवारी)

वर्ष	साक्षरता प्रमाण	पुरुष	स्त्रिया
१९०१	५.३५	९.८३	०.६०
१९११	८.९२	१०.५६	१.०५
१९२१	७.१६	१२.२१	१.८१
१९३१	९.५०	१५.५९	२.९३
१९४१	१६.१०	२४.९०	७.३०
१९५१	१६.६७	२४.९५	७.९३
१९६१	२४.०२	३४.४४	१२.९५
१९७१	२९.४५	३९.४५	१८.५९
१९८१	३६.१७	४६.७४	२४.८८
१९९१	५२.११	६३.८६	३९.४२
२००१	६५.३८	७५.८५	५४.१६
२०११	७३.००	९०.९०	६४.६०

(संदर्भ-मनोरमा इअर बुक, २००४, जनगणना २०११)

लोकसंख्येची भाषावार विभागणी (Population on the basis of language) **:** २०११च्या जनगणनेनुसार भारतातील विविध भाषा बोलणाऱ्या लोकांची संख्या पुढीलप्रमाणे-

तक्ता क्र. ३.९ भारतातील विविध भाषिक लोकसंख्या (कोटी)

भाषा	लोकसंख्या २००१	लोकसंख्या २०११
हिंदी	४२.२०	५२.८३
बंगाली	८.३३	९.७२
मराठी	७.१९	८.३०
तेलुगू	७.४०	८.११
तमीळ	६.०७	६.९०
गुजराथी	४.६०	५.५४
उर्दू	५.१५	५.०७
कन्नड	३.७९	४.३७
ओडिशा	३.३०	३.७१
मल्याळम	३.३०	३.४८
पंजाबी	२.९१	३.३१
आसामी	१.३१	१.५३

(संदर्भ-दै. लोकसत्ता, दिनांक १६-०७-२०१८, पान १०)

२००१च्या जनगणनेत १४,१३५ जणांनी संस्कृत ही मातृभाषा असल्याचे म्हटले होते; तर २०११ साली संस्कृत मातृभाषा असणाऱ्यांची संख्या २४,८२१ इतकी झाली. उर्दू भाषेचा अपवाद वगळता भारताच्या लोकसंख्यावाढीबरोबरच भारतातील विविध भाषा बोलणाऱ्या लोकसंख्येत वाढ झाल्याचे वरील तक्त्यावरून दिसून येते.

लोकसंख्येची धार्मिक विभागणी (Population distribution on religion) : भारतामध्ये विविध जाती-धर्मांचे लोक हजारो वर्षांपासून राहतात. त्यांचे लोकसंख्येतील प्रमाण अर्थात विभागणी त्यांच्या विकासाची धोरणे ठरविण्यासाठी अतिशय महत्त्वाचे आहे. त्यामुळे त्याची लोकसंख्येतील विभागणी खालील तक्त्याच्या आधारे पाहू-

तक्ता क्र. ३.१० भारतातील विविध धर्मानुसार लोकसंख्येची विभागणी (टक्केवारी)

धर्म	१९७१	१९८१	१९९१	२००१
हिंदू	८२.७	८२.६	८२.६२	८०.५
मुस्लीम	११.२	११.४	११.३५	१३.५
ख्रिश्चन	२.६	२.४	२.४३	२.३
जैन	०.५	०.५	०.४८	०.४
बौद्ध	०.७	०.७	०.७१	०.९
शीख	१.९	२.०	१.९६	१.९
इतर	०.४	०.४	०.४१	०.६

(सदंर्भ–मनोरमा इअर बुक, २००४ & www. ncert. nic. in)

वरील तक्त्यावरून असे निदर्शनास येते की, भारतातील लोकसंख्येत सातत्याने वाढ होत असली तरी विविध धर्माच्या लोकसंख्येतील प्रमाणात सन १९७१ ते १९९१ या कालावधीत स्थिरता असल्याचे आढळून येते.

अशा प्रकारे विविध घटकांच्या संदर्भात जगातील, विविध देशात लोकसंख्येच्या वितरणामध्ये विविधता असल्याचे आढळून येते.

समारोप : या प्रकरणात जागतिक लोकसंख्येचा कल आणि लोकसंख्यावाढीचे पैलू पाहता असे दिसून येते की, २० व्या शतकाच्या उत्तरार्धात आशिया व आफ्रिका खंडातील अनेक देशांना स्वातंत्र्य मिळाल्याने तेथे विकासाची प्रक्रिया सुरू झाली. परिणामी जगाच्या लोकसंख्येत झपाट्याने वाढ झाली. विशेषत: आशिया खंड आणि त्यातही भारतीय उपखंडामध्ये लोकसंख्या खूप मोठ्या प्रमाणात वाढली. यासाठी प्रामुख्याने उष्णकटिबंधीय हवामान, सांस्कृतिक रूढी व परंपरा, शिक्षणाचा प्रसार यांसारख्या कारणांचा समावेश आहे तर परिणामी बेरोजगारी व दारिद्र्यात वाढ, नागरीकरण आणि पर्यावरणीय ऱ्हास यांसारख्या समस्या निर्माण झाल्या. जागतिक पातळीवर विकसनशील देशात जरी आर्थिक विकास होत असला तरी अतिरिक्त लोकसंख्येमुळे विकासाचे लाभ लोकसंख्येच्या विविध घटकांमध्ये व्यापक प्रमाणात मिळत नसल्याने मानव विकास निर्देशांकात लक्षणीय सुधारणा झाल्याचे आढळून येत नाही. परंतु, शिक्षणाच्या प्रसारामुळे हळूहळू परिस्थितीत सुधारणा होऊन लोकसंख्यावाढीचा दर काही प्रमाणात कमी होऊ लागला आहे. त्याचबरोबर वय संरचना आणि लिंग संरचना यावरही त्याचा परिणाम होऊन सुधारणा घडून येत असल्याचे आशादायी चित्र आहे.

४. जनन व मर्त्यता
(Fertility and Mortality)

प्रस्तावना : लोकसंख्याशास्त्रामध्ये लोकसंख्यावाढीवर परिणाम करणाऱ्या घटकांचा अभ्यास मागील प्रकरणात पाहिल्यानंतर लोकसंख्यावाढीवर विविध घटक परिणाम करत असल्याचे लक्षात येते. या विविध घटकांपैकी जनन अर्थात 'जन्मदर' आणि मर्त्यता अर्थात 'मृत्युदर' हे सर्वाधिक महत्त्वपूर्ण घटक आहेत. जागतिक लोकसंख्यावाढीचा कल पाहता २० व्या आणि २१ व्या शतकात मृत्युदरात मोठ्या प्रमाणात घट झाल्याने व जन्मदरात अल्प प्रमाणात हळूहळू घट होत असल्याने जगाची लोकसंख्या झपाट्याने वाढल्याचे दिसून येते. या जन्म-मृत्यू दराचा कल आणि त्याविषयी असणाऱ्या विविध संकल्पना यांचा आढावा या प्रकरणात पुढीलप्रमाणे घेऊ.

४.१ जनन : अर्थ व त्यातील कल (Fertility : meaning and trends)

जनन आणि प्रजननक्षमता (Fecundity) या दोन भिन्न संकल्पना आहेत. त्यापैकी जनन म्हणजे विशिष्ट कालावधीत प्रत्यक्ष किती अपत्यांचा जन्म झाला त्याची आकडेवारी आणि दर होय; तर जननक्षमता म्हणजे स्त्रीची अपत्याला जन्म देण्याची शारीरिक क्षमता होय. म्हणजेच जीवित अर्भकाला जन्म देण्याच्या स्त्रीच्या शारीरिक क्षमतेस जननक्षमता असे संबोधले जाते. या दोन वेगवेगळ्या संकल्पना असल्या तरी लोकसंख्याशास्त्र या विषयामध्ये जननक्षमतेपेक्षा जनन या घटकास अधिक महत्त्व आहे. थोडक्यात, जन्म देण्याची घटना म्हणजे जनन आणि जन्म देण्याची क्षमता म्हणजे 'जननक्षमता' होय. सर्वसाधारणपणे स्त्रीचा जननक्षमतेचा कालावधी हा वय वर्षे १५ ते ४९ इतका कमी-अधिक असू शकतो. जननाचे मोजमाप करणे फारसे अवघड नसते. एखाद्या विशिष्ट प्रदेशात एका वर्षात एकूण जन्मलेल्या बालकांची संख्या किती आहे हे जन्म-मृत्यू नोंदणीवरून संकलित करता येते. या जननाचे मोजमाप (Measures of Fertility) करणारी विविध परिमाणे पुढीलप्रमाणे-

ढोबळ जननदर किंवा जन्मदर (Crude Birth Rate) **:** जननाचे हे एक

अत्यंत सोपे व बहुसंख्यवेळा वापरले जाणारे परिमाण आहे. हा जन्मदर किंवा जननदर पुढील सूत्राचा वापर करून निश्चित करता येतो.

ढोबळ जन्मदर = विशिष्ट प्रदेशात एका वर्षात जिवंत जन्मास आलेल्या एकूण मुलांची संख्या ÷ त्या वर्षाच्या मध्यातील एकूण लोकसंख्या × १०००

वरील सूत्रामध्ये विशिष्ट प्रदेशात असा शब्दप्रयोग आहे. त्याचा अर्थ, संपूर्ण देश किंवा देशातील एखादे राज्य किंवा देशातील एखादे शहर किंवा खेडेगाव असा होतो. तसेच या सूत्रामध्ये वर्षाच्या मध्यातील लोकसंख्या असे म्हटले आहे त्याचा अर्थ ज्या विशिष्ट प्रदेशातील ज्या वर्षाचा ढोबळ जन्मदर काढावयाचा आहे त्या विशिष्ट प्रदेशातील त्या वर्षाच्या मध्यकाळातील लोकसंख्या होय म्हणजेच वर्षातील १ जानेवारी ते ३१ डिसेंबर या कालावधीतील एकूण लोकसंख्येला २ ने भागले असता त्या विशिष्ट प्रदेशातील मध्यकाळातील लोकसंख्या मिळते.

या परिमाणाचा उपयोग करून प्रजननामुळे विशिष्ट प्रदेशात विशिष्ट कालावधीत कोणता बदल झाला हे समजण्यास मदत होते.

वयसापेक्ष जन्मदर (Age specific fertility rate-ASFR) **:** या जन्मदरास विशिष्ट वयोगटाचा जन्मदर असेही म्हटले जाते. हा जन्मदर पुढील सूत्राद्वारे निश्चित केला जातो किंवा काढता येतो.

वयसापेक्ष जन्मदर = विशिष्ट वयोगटातील मातांनी जन्म दिलेल्या मुलांची संख्या ÷ त्याच वयोगटातील मातांची एकूण संख्या × १०००

प्रमाणित जननदर : जननदर किंवा जन्मदराची ही पद्धती थॉमसन आणि लेव्हिस यांनी प्रथम मांडली. त्यांनी मांडलेले सूत्र पुढीलप्रमाणे–

प्रमाणित जन्मदर = सर्व वयोगटातील मातांनी जन्म दिलेल्या सर्व मुलांची एकूण संख्या ÷ १० लाख × १०००

एकूण जननदर किंवा जन्मदर : एकूण जननदरामध्ये स्त्रीच्या जननक्षमतेचा किंवा प्रजोत्पादनाचा काळ संपेपर्यंत तिला होणाऱ्या अपत्यांची संख्या गृहीत धरली जाते; म्हणजे एकूण जननदरावरून स्त्रीला पूर्ण प्रजोत्पादनक्षम काळात जितकी मुले होऊ शकतील त्या संख्येची कल्पना येते व लोकसंख्यावाढीचा अंदाज येऊ शकतो. वय सापेक्ष जननदराच्या साहाय्याने जननदराचे विश्लेषण करताना काही अडचणी येतात म्हणून एकूण जननदर हे परिमाण वापरले जाते. हा एकूण जननदर पुढील सूत्राच्या आधारे काढला जातो.

एकूण जननदर = एक वयसापेक्ष जननदराची (ASFR) बेरीज × वयोगटातील अंतर (५ वर्षे) ÷ १०००

४.१.१ जनन कल (Trends in Fertility)

जननाचा कल अभ्यासताना जननाची जी मोजमापे अथवा परिमाणे पाहिली, त्यांपैकी पहिले मोजमाप अर्थात ढोबळ जननदर किंवा जन्मदर यानुसार विविध देशातील सन १९९३च्या आकडेवारीनुसारचा जननदराचा कल पुढीलप्रमाणे–

आकृती क्र. ४.१ विविध देशातील ढोबळ जननदराचा कल

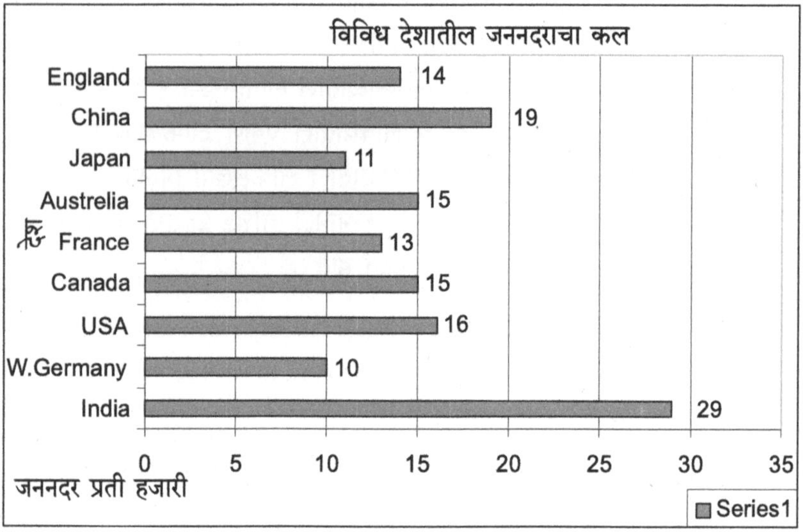

(आधार–World Bank, World Bank Development Report, 1993)

विविध देशातील जननदराचा कल पाहता असे दिसून येते की, विकसित देशातील जननदर हा भारतासारख्या विकसनशील देशातील जननदरापेक्षा खूप कमी प्रमाणात आहे. त्यामुळे विकसित देशातील लोकसंख्यावाढीचा दरही कमी प्रमाणात आहे; तर भारतासारख्या विकसनशील देशातील लोकसंख्यावाढ झपाट्याने होत आहे. विविध देशातील जननदराप्रमाणेच भारतातील काही निवडक राज्यातील जननदराचा अर्थात दर हजारी जन्मदराचा कल पुढीलप्रमाणे–

आकृती क्र. ४.२ भारतातील निवडक राज्यातील जन्मदर-दर हजारी (१९९३)

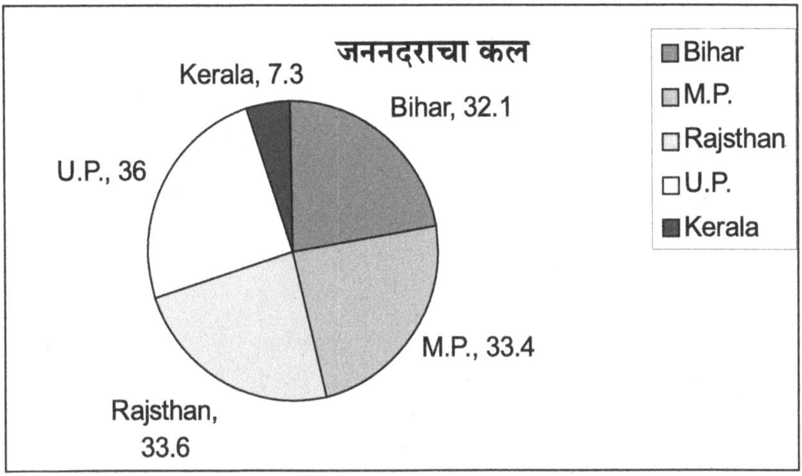

(सदंर्भ-census of India 1991, world development report, 1993)

वरील आकृतीवरून असे निदर्शनास येते की, भारतातील बिहार, मध्यप्रदेश, राजस्थान, उत्तरप्रदेश या राज्यातील जन्मदर हा भारताच्या एकूण सरासरीपेक्षा (२८.५) इतका जास्त आहे; तर केरळ या राज्यात साक्षरतेचे प्रमाण १०० टक्के असल्यामुळे तेथील जन्मदर भारतामध्ये सर्वांत कमी असल्याचे आढळून येते. तर सन २०१२ साली भारतातील या राज्यातील जन्मदर अनुक्रमे 'बिहार ३.५%, मध्यप्रदेश २.९%, राजस्थान २.९%, उत्तरप्रदेश ३.३% आणि केरळ १.८% इतका होता.'[5] भारतातील या जननदराचा कालावधीनुसारचा कल पुढीलप्रमाणे-

5) Population and Vital Statistics table 2015, www. ayush. gov. in

तक्ता क्र. ४.१ भारतातील वार्षिक जननदराचा कल

वर्ष	जन्मदर (दर हजारी)
१८९१-१९००	४५.८
१९०१-१९१०	४८.१
१९११-१९२०	४९.२
१९२१-१९३०	४६.४
१९३१-१९४०	४५.२
१९४१-१९५०	३९.९
१९५१-१९६०	४०.०
१९६१-१९७०	४१.२
१९७१-१९८०	३७.२
१९८१	३३.९
१९९१	२९.५
२००१	२५.४
२०११	२१.८

(संदर्भ-जनगणना २०११, www. ayush. gov. in)

भारतातील जननदराचा कल वरील तक्ता क्र. ४.१मध्ये दर्शविण्यात आला आहे, त्यानुसार स्वातंत्र्योत्तरकाळात भारतातील साक्षरतेच्या प्रमाणात वाढ झाल्याने जननदर हळूहळू कमी होत असल्याचे आढळून येते. तरीसुद्धा भारतातील जननदर अथवा जन्मदर हा प्रगत राष्ट्रातील जननदरापेक्षा खूप जास्त असल्याचे आढळून येते. त्यामुळेच भारतातील लोकसंख्या झपाट्याने वाढत गेल्याचे आढळून येते. लोकसंख्यावाढीवर परिणाम करणाऱ्या या जननदराचे निर्धारक घटक आणि त्याचे परिणाम पुढीलप्रमाणे-

४.२ जननदर : निर्धारक घटक आणि परिणाम (Fertility : determinants and effects)

सामान्यपणे स्त्रीचा जननक्षमतेचा कालावधी हा वय वर्षे १५ ते ४९ इतका कमी-अधिक असू शकतो. परंतु, समाजामध्ये जननाच्या प्रक्रियेवर परिणाम करणारे इतरही काही घटक असतात. त्यांना 'जननदर निर्धारक' असे म्हटले जाते. या निर्धारक घटकांची विभागणी दोन गटात केली जाते, एक म्हणजे शरीरशास्त्रीय घटक

आणि दुसरे म्हणजे सामाजिक व सांस्कृतिक घटक. जननदराच्या ह्या प्रमुख निर्धारक घटकांचा आढावा पुढीलप्रमाणे–

४.२.१शरीरशास्त्रीय अथवा जीवशास्त्रीय निर्धारक घटक (Biological Determinants)

जनन ही एक शरीरशास्त्रीय अर्थात जीवशास्त्रीय प्रक्रिया आहे. परंतु, मानवी समाजात ही प्रक्रिया सामाजिक, सांस्कृतिक आणि आर्थिक यांसारख्या विविध घटकांनी प्रभावित होत असते. जननाच्या या विविध निर्धारक घटकांपैकी शरीरशास्त्रीय घटक अथवा जीवशास्त्रीय निर्धारक घटक पुढीलप्रमाणे–

वंध्यता (sterility) **:** हा जननावर परिणाम घडवून आणणारा प्रमुख शरीरशास्त्रीय घटक आहे. वंध्यता म्हणजे अपत्य जन्मास घालण्यासाठी असमर्थ असणे होय. वंध्यताचे प्रमुख तीन प्रकार पडतात. ते म्हणजे प्राथमिक वंध्यता यामध्ये काही व्यक्ती प्रथमपासूनच अपत्य जन्मासाठी असमर्थ असतात; तर दुय्यम वंध्यता म्हणजे काही स्त्रिया एक किंवा दोन अपत्यांना जन्म दिल्यानंतर कोणताही संतती प्रतिबंधात्मक उपाय न करता पुढील अपत्य जन्मासाठी असमर्थ ठरतात. तिसरा प्रकार म्हणजे पौगंडावस्थेतील वंध्यता यामध्ये स्त्रीला ऋतुप्राप्तीनंतर प्रथम काही पाळ्या अंडमोचन (Ovulation) न होताच येत असतील तर याकाळात गर्भधारणेची शक्यता खूप कमी असते, यालाच पौगंडावस्थेतील वंध्यता असे म्हटले जाते. वंध्यता या निर्धारक घटकामुळे जननदरावर परिणाम घडून लोकसंख्या वाढीवर त्याचा परिणाम घडून येतो.

जननक्षमतेचा कालावधी : रेमंडपर्ल या तज्ज्ञांच्या मते, सामान्यत: स्त्रियांचा जननक्षमतेचा कालावधी हा वय वर्षे १५ ते ४० इतका असतो. परंतु, या कालावधीतसुद्धा स्त्रीसापेक्ष भिन्नता दिसून येते. परंतु, पुरुषांच्याबाबतीत हा कालावधी सामान्यत: १५ ते ६५ इतका असतो. या जननक्षम कालावधीचा परिणाम हा जननावर होतो; कारण जनन कालावधी अधिक असल्यास जननदर अधिक तर हा कालावधी कमी असल्यास जननदर कमी असतो. त्यामुळे या कालावधीनुसार लोकसंख्यावाढीवर त्याचा परिणाम घडून येत असतो.

वंश : सामान्यत: कॉकेसाईड, निग्रोईड आणि मंगोलाईड हे वंशाचे प्रकार आहेत आणि ते जीवशास्त्रीय घटकही आहेत. या वंशानुसार जननदर भिन्न असल्याचे दिसून येते. म्हणजेच वंश, रंग आणि हवामान यांचा जननदराशी संबंध असल्याचे

विरून जाते. परंतु, हा जननदर भिन्न असला तरी तो वंशामुळेच असतो असे नाही तर त्यावर हवामान आणि इतर सामाजिक घटकही परिणाम करतात.

आहार : जननावर आहार या जीवशास्त्रीय घटकाचाही परिणाम होतो. माल्थस यांच्या मते, अन्नधान्य आणि लोकसंख्यावाढ यांचा जवळचा संबंध आहे. आहारातील घटकांचा परिणाम जननदरावर होतो. निकृष्ट आहार घेणाऱ्या लोकांमध्ये गर्भपाताचे प्रमाण अधिक असते तसेच अपत्यसुद्धा निकृष्ट जन्मास येतात. त्या तुलनेत सकस आहार घेणाऱ्या लोकांची जननक्षमता अधिक असते. परंतु, हेरीसन आणि बायस या विचारवंतांच्या मते, जे लोक निकृष्ट प्रतीचे अन्न खातात त्यांची जननक्षमता अधिक असते; म्हणूनच गरीब लोकांच्यामध्ये अपत्यांची संख्या अधिक असते. परंतु, हे म्हणणे तितकेसे सयुक्तिक वाटत नाही कारण त्यास इतरही घटक कारणीभूत असतात.

आरोग्य : आहाराप्रमाणेच चांगले आरोग्य असणाऱ्या समाजात जननदर अधिक असतो. बऱ्याचदा जननदर घटण्यामागे आरोग्य हे एक कारण असते. आरोग्याच्या विविध सोयी-सुविधांमुळे जननदरावर परिणाम होतो.

हवामान : हा एक भौगोलिक घटक आहे. त्याचा जननदराशी जवळचा संबंध आहे. उष्णकटिबंध प्रदेशातील स्त्रीयांमध्ये ऋतुप्राप्ती लवकर होते, त्यामुळे अशा प्रदेशात विवाहाचे वय कमी असते. त्यामुळे जनन कालावधी अधिक असल्यामुळे जननदरात वाढ होऊन लोकसंख्येत वाढ होते.

४.२.२सामाजिक व सांस्कृतिक निर्धारक (Socio-cultural determinants)

यामध्ये संभोगासंबंधी चल (Intercourse variable), गर्भधारणेसंबंधी चल (Conception variable), गरोदर अवस्था व प्रसूतिसंबंधी चल (Gestation variable) यात विवाहाचे वय, सामाजिक बंधने, ऐच्छिक गर्भपात (Induced abortion), आणि संततीनियमनाच्या साधनांचा उपयोग इ. विविध सामाजिक कारणे आणि त्याचबरोबर काही आर्थिक कारणे अथवा जननाचे आर्थिक निर्धारक यांचा समावेश होतो.

विवाहाचे वय : स्त्रीची जननक्षमता ही वयाच्या २० ते २५ वर्षे पर्यंत सर्वांत अधिक असते. त्यामुळे विवाह लवकर झाल्यास जननदर वाढण्याची शक्यता अधिक असते.

बहुपत्नीत्वाची प्रथा : बहुपत्नीत्वाच्या प्रथेमुळे समाजातील विधवा, घटस्फोटित, अविवाहित स्त्रियांना तसेच पुरुषांना विवाहाची संधी उपलब्ध होते. त्याचा जननावर परिणाम होऊन जननदर वाढण्याची शक्यता असते.

घटस्फोट : घटस्फोट कोणत्या कालावधीत व का होतो हे जननदर निर्धारणामध्ये महत्त्वपूर्ण ठरते; जर प्रजोत्पादन कालावधीत घटस्फोट झाला तर जननदराचे प्रमाण कमी होते. परंतु, घटस्फोटामुळे जननदराचे प्रमाण वाढते की कमी होते हे निश्चितपणे सांगता येत नाही.

सामाजिक बंधने (संभोगासंबंधी चल) : प्रत्येक समाजामध्ये स्त्री-पुरुषांच्या लैंगिक संबंधांवर बंधने घातलेली आढळून येतात. उदा. स्त्री गरोदर असताना, प्रसूती पश्चात, मासिक पाळी, आजारपण या कालावधीत लैंगिक संबंध ठेवू नयेत असे बंधन असते. त्याचा परिणामही जननावर होतो.

संततिनियमन (Contraception) **:** संततिनियमन अथवा कुटुंबनियोजनामुळे जननदर कमी होत आहे. प्रत्येक जात, धर्म, प्रदेशात कुटुंबनियोजनाचे महत्त्व पटवून देणारी प्रसारमाध्यमे चांगली कामगिरी पार पाडत आहे. परंतु अज्ञान, गैरसमज, अशिक्षितपणा इ. सारख्या कारणांमुळे संततिनियमनाच्या साधनांचा वापर न करण्यामुळे जननदरावर परिणाम होतो. त्यामुळे जन्मदर वाढण्याची शक्यता अधिक असते.

ऐच्छिक गर्भपात (Induced Abortion) **:** काही समाजात गर्भपात करणे हे निषिद्ध मानले जाते, अथवा ते पाप समजले जाते. परंतु, आधुनिक समाजात गर्भपात ही ऐच्छिक बाब आहे हे लक्षात घेतले पाहिजे. त्यामुळे जननदर कमी होण्यास मदत होते. जपान या देशाने ऐच्छिक गर्भपाताचा स्वीकार करून लोकसंख्या नियंत्रित केली आहे. तसेच गर्भपाताशिवाय संतती नियमन साधनांची सहज उपलब्धता वाढल्यामुळे त्याचा वापर वाढल्यास जननदरावर निश्चितच परिणाम साधता येतो.

शिक्षण : लोकसंख्याविषयक अभ्यासातून असे आढळून आले आहे की, जननदरावर शिक्षणाचा प्रभाव पडतो. सुशिक्षित स्त्री-पुरुष संतती नियमन साधनांचा वापर करून अपत्य प्राप्ती लांबवितात. त्याचा जननदरावर निश्चितच परिणाम होत आहे.

अशा प्रकारे वरील विविध सामाजिक व सांस्कृतिक निर्धारक घटकांचा जननदरावर परिणाम होतो. जननदरावर परिणाम करणारे आर्थिक निर्धारक पुढीलप्रमाणे-

४.२.३ आर्थिक निर्धारक (Economic determinants)

लोकसंख्याविषयक अभ्यासामध्ये असे आढळून आले आहे की, जननदरावर आर्थिक घटकांचा चांगलाच प्रभाव पडतो. परंतु, याचे स्वरूप विरोधात्मक असल्याचे दिसून येते. ज्या कुटुंबांची आर्थिक परिस्थिती गरिबीची असते अशा कुटुंबांमध्ये अपत्यांची संख्या अधिक असते; तर आर्थिकदृष्ट्या सुस्थितीतील कुटुंबांमध्ये अपत्यसंख्या मर्यादित ठेवण्याकडे कल असल्याचे दिसून येते. त्यामुळे आर्थिक घटक हा जननदरावर परिणाम करणारा महत्त्वपूर्ण निर्धारक आहे.

स्त्रियांचा श्रमशक्तीतील सहभाग : सामाजिक व शैक्षणिक विकासामुळे स्त्रियांचा कल नोकरी, व्यवसाय करण्याकडे वाढत आहे. त्यामुळे नोकरी व्यवसाय करून लहान मुलांच्या जबाबदाऱ्या घेणे त्यांना कठीण जाते. त्यामुळे अपत्य प्राप्ती प्रलंबित केली जाते किंवा मर्यादित ठेवली जाते. त्याचा जननदरावर परिणाम होऊन लोकसंख्यावाढीवरही निश्चित परिणाम होत आहे.

जननदराचे निर्धारक घटकांमुळे जन्मदर एकदम वाढतो किंवा कमी होतो असे नाही, तर शारीरिक, सामाजिक, आर्थिक, जीवशास्त्रीय, लोकसंख्याशास्त्रीय अशा विविध घटकांचा जननदरावर परिणाम होत असतो. हे विविध घटक जननदर निर्धारित करतात म्हणून त्यांचा समावेश जननदराचे निर्धारक घटकांमध्ये केला जातो.

४.३ मर्त्यता : अर्थ आणि कल (Mortality : meaning and trends)

कोणत्याही प्रदेशातील लोकसंख्येच्या रचनेमध्ये जन्म, मृत्यू आणि स्थलांतर या प्रमुख तीन घटकांमुळे बदल घडून येतात. त्यांपैकी मृत्यू अर्थात मर्त्यता या घटकाचा अर्थ व व्याख्या पुढीलप्रमाणे–

मर्त्यता याचा सरळ व सामान्य अर्थ म्हणजे मृत्यू पावणे. परंतु, मृत्यू ही घटना माणसाच्या जीवनातील वेगवेगळ्या वयाच्या टप्प्यात घडून येते. त्यामुळे त्यानुसार होणाऱ्या मृत्यूला लोकसंख्याशास्त्रात विविध संज्ञा व अर्थ प्राप्त झालेला दिसून येतो. मृत्यूच्या या विविध संज्ञा अथवा संकल्पनांचा अर्थ पुढीलप्रमाणे–

संयुक्त राष्ट्र संघटना (United Nations Organisation-UNO) व जागतिक आरोग्य संघटना (World Health Organisation-WHO) यांनी मृत्यूची सर्वसाधारण व्याख्या पुढीलप्रमाणे केली आहे–

'मृत्यू म्हणजे व्यक्तीचा जन्म झाल्यानंतर जेव्हा व्यक्तीच्या जिवंतपणाचा पुरावा कायमचा नष्ट झाला तर त्या घटनेस 'मृत्यू' असे म्हटले जाते. अर्थात, मृत्यू ही घटना जीवित जन्मानंतरच घडते?'

मृत्यूची व्याख्या जरी वरीलप्रमाणे असली तरी बऱ्याच वेळा गर्भावस्थेत अथवा गर्भ मृत्यू किंवा जन्मास आलेल्या मुलाचा १ वर्षाच्या आत मृत्यू होतो त्यामुळे अशा प्रकारच्या मृत्यूच्या संकल्पना अथवा संज्ञा लोकसंख्याशास्त्रात स्वतंत्रपणे मांडल्या जातात, त्या पुढीलप्रमाणे-

४.३.१ मर्त्यता : जन्मतः मृत्यू आणि अर्भक मृत्यू (Mortality : at birth and infant mortality)

मर्त्यता या संकल्पनेत जन्मतः मृत्यू अर्थात गर्भ मृत्यू आणि अर्भक मृत्यू या संकल्पनांचा समावेश होतो, त्या संकल्पनांचा अर्थ व व्याख्या पुढीलप्रमाणे-

गर्भ मृत्यू (Fetal Death) : गर्भ मृत्यू म्हणजे, मृत जन्म (still birth) आणि आपोआप घडलेला किंवा घडवून आणलेला गर्भपात या दोन्ही घटनांचा समावेश होतो. तसेच गर्भधारणेच्या फलिताचा जर गर्भावस्थेतच मृत्यू झाला; तर त्यास 'गर्भमृत्यू' असे म्हटले जाते.

अर्भक मृत्यू (Infant Death) : अर्भक मृत्यू म्हणजे, कोणतेही मूल जन्मापासून एक वर्षाच्या आत मृत पावल्यास त्यास 'अर्भक मृत्यू' असे संबोधले जाते.

मर्त्यता अर्थात मृत्युदर या लोकसंख्येवर परिणाम करणाऱ्या घटकाची विविध परिमाणे अर्थात मोजमापे पुढीलप्रमाणे-

मर्त्यता परिमाणे/मोजमापे (Measures of Mortality) : ज्याप्रमाणे जननाची अर्थात जननदराची विविध परिमाणे वापरून जननदर निश्चित केला जातो; त्याचप्रमाणे मर्त्यता अर्थात मृत्युदराची विविध परिमाणे वापरून मृत्युदर काढण्यात येतो.

ढोबळ किंवा अशोधित मृत्युदर (Crude Death Rate-CDR) : ढोबळ मृत्युदर हे मर्त्यतेविषयीच्या मापनाचे सर्वांत साधे, सरळ व सुटसुटीत असे परिमाण आहे. एखाद्या वर्षाच्या कालावधीत मध्यमवर्षीय एकूण लोकसंख्या व त्या काळात नोंद झालेल्या मृत व्यक्तींची संख्या यांच्या प्रमाणाचा एक हजाराने गुणाकार करता येणारी संख्या म्हणजे ढोबळ मृत्युदर होय. हा मृत्युदर काढण्याचे सूत्र पुढीलप्रमाणे-

ढोबळ मृत्युदर = एखाद्या प्रदेशातील एका वर्षातील एकूण मृत्यूसंख्या ÷

त्याच प्रदेशातील त्या वर्षातील मध्यमवर्षीय (वर्षाच्या मध्यास) एकूण लोकसंख्या × १०००

वयसापेक्ष मृत्युदर (AgeSpecific Death Rate-ASDR) : व्यक्तीचे वय आणि व्यक्तीचा मृत्यू यांचा निकटचा संबंध असतो. विविध वयोगटातील लोकसंख्येचा

विचार करून वयसापेक्ष मृत्युदर निश्चित केला जातो. यामध्ये विशिष्ट वयोगटातील विशिष्ट वर्षातील मृतांची संख्या आणि त्याच प्रदेशातील त्याच वयोगटातील, त्याच वर्षातील मध्यकालीन लोकसंख्या यांचा एक हजार संख्येने गुणाकार करून येणारी संख्या म्हणजे 'वयसापेक्ष मृत्युदर' होय. या वयसापेक्ष मृत्युदराचे सूत्र पुढीलप्रमाणे–

वयसापेक्ष मृत्युदर = विशिष्ट प्रदेशातील विशिष्ट वयोगटातील विशिष्ट वर्षातील मृतांची संख्या ÷ त्याच प्रदेशातील त्याच वयोगटातील त्याच वर्षातील मध्यकालीन लोकसंख्या × १०००

बाल/अर्भक मृत्युदर (Infant Mortality Rate-IMR) **:** बालमृत्यू म्हणजे जन्मापासून एक वर्षापर्यंतच्या बालकाचा मृत्यू व दर हजारी अर्भकामागे असलेला मृत बालकांचा आकडा म्हणजे बालमृत्युदर होय. हा मृत्युदर काढण्याचे सूत्र पुढीलप्रमाणे–

बालमृत्युदर = एका वर्षातील एक वर्षाच्या आतील मृत बालकांची संख्या ÷ त्याच वर्षातील जिवंत जन्माला आलेल्या बालकांची संख्या × १०००

४.४ मर्त्यता कल (Trends in Mortality)

जागतिक पातळीवरील ढोबळ मृत्युदर आणि अर्भक मृत्युदरातील कल पुढीलप्रमाणे–

तक्ता क्र. ४.२ काही निवडक देशातील मृत्युदराचा कल (दर हजारी)

देश	मृत्युदर (२०१५)	अर्भक मृत्युदर (२०१५)
प. जर्मनी	११.१	३
इंग्लंड (UK)	९.०	४
अमेरिका (US)	८.३	६
कॅनडा	७.४	४
फ्रान्स	८.९	३
ऑस्ट्रेलिया	६.७	४
जपान	१०.३	२
भारत	७.३	३८
चीन	७.२	११
श्रीलंका	६.८	७
बांग्लादेश	५.३	३०

(आधार–Data Booklet, World Mortality 2017, United Nations)

जागतिक पातळीवरील प्रगत व अविकसित अथवा विकसनशील देशातील दरहजारी मृत्युदराचे प्रमाण पाहता असे आढळून येते की, (१९८९च्या आकडेवारीनुसार) पाकिस्तान, सोमालिया यांसारख्या देशात मृत्युदराचे प्रमाण ४५ पेक्षा अधिक आहे, तर भारत, बांग्लादेश, फिलिपाईन्स, म्यानमार, यांसारख्या देशात मृत्युदराचे प्रमाण ३० पेक्षा अधिक आहे. परंतु, सन २०१५च्या आकडेवारीनुसार भारत व बांग्लादेशातील ढोबळ मृत्युदराचे प्रमाण १० पेक्षाही कमी झाले आहे. प्रगत राष्ट्रात उदा. जपान, जर्मनी, इंग्लंड, ऑस्ट्रेलिया, अमेरिका इ. देशात ढोबळ मृत्युदराचे प्रमाण १० व त्या जवळपास आहे. सन २०१५च्या आकडेवारीनुसार अमेरिका वगळता प्रगत राष्ट्रातील अर्भक मृत्युदर हा दर हजारी ५ पेक्षाही कमी आहे. अर्भक मृत्युदराची तुलना करता भारतातील अर्भक मृत्युदर प्रगत राष्ट्रांच्या तुलनेत सर्वांत अधिक असल्याचे आढळून येते. अर्भक मृत्युदर अधिक असल्यामुळे अधिकाधिक मुलांना जन्म देण्याकडे लोकांचा कल असल्याचे आढळून येते. भारत, पाकिस्तान, बांग्लादेश, सोमालिया, अफगाणिस्तान व म्यानमार यांसारख्या अविकसित अथवा विकसनशील देशातील अर्भक मृत्युदर (१९८९च्या आकडेवारीनुसार) हजारी ६० हून अधिक असल्याचे आढळून येते. परंतु, यामध्ये सुधारणा होऊन २१ व्या शतकाच्या पूर्वाधात हा दर कमी होत आहे; तर जपान, अमेरिका, ऑस्ट्रेलिया, इंग्लंड, कोरिया यांसारख्या प्रगत राष्ट्रांमध्ये हा अर्भक मृत्युदर खूप कमी आहे. भारताशेजारील काही निवडक देशातील अर्भक मृत्युदराचा कल पुढीलप्रमाणे–

आकृती क्र. ४.३ भारताशेजारील निवडक देशातील अर्भकमृत्युदराचा कल (दर हजारी)

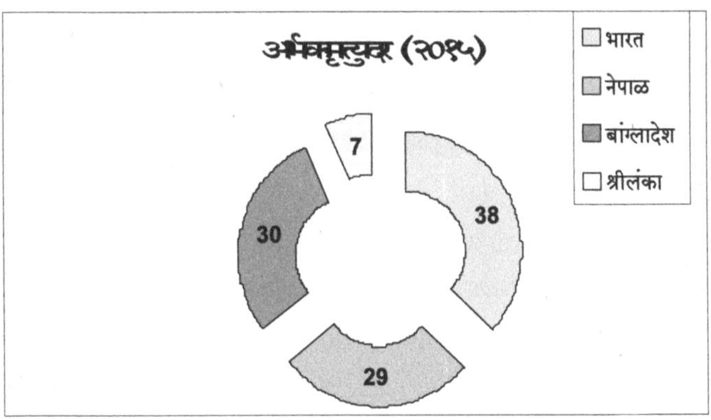

(संदर्भ–Data Booklet, World Mortality 2017, United Nations)

भारताशेजारी निवडक देशातील अर्भक मृत्युदराचा कल पाहता हे निदर्शनास येते की, भारतातील अर्भक मृत्युदर प्रगत राष्ट्रे व भारताशेजारील राष्ट्रांपेक्षाही अधिक आहे; तर हा दर भारताशेजारील श्रीलंका या छोट्या देशात खूप कमी आहे. जागतिक पातळीवर भारतातील मृत्युदर विशेषत: अर्भक मृत्युदर अधिक असल्याचे आढळून येते. भारतातील काही निवडक राज्यातील अर्भक मृत्युदरातील कल पुढीलप्रमाणे-

आकृती क्र. ४.४ भारतातील निवडक राज्यातील अर्भक मृत्युदर (दर हजारी)

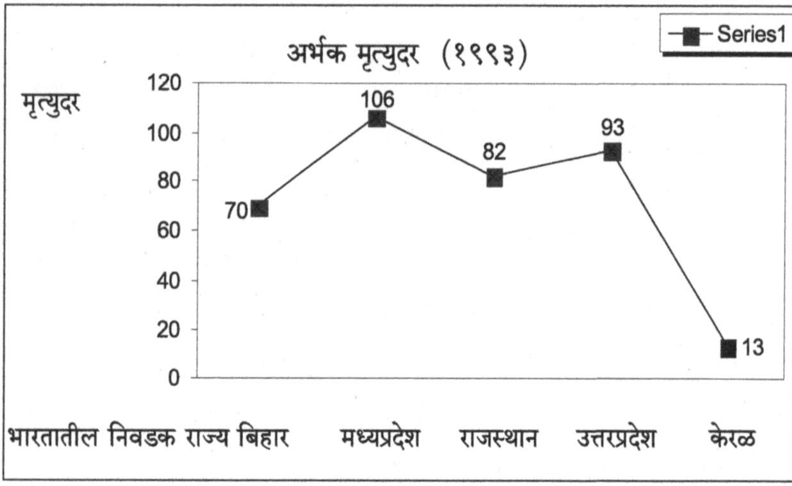

(संदर्भ - World Development Report 1993)

भारतातील काही निवडक राज्यातील अर्भक मृत्युदर कल पाहता असे लक्षात येते की, भारतातील काही निवडक राज्यांमध्ये अर्भक मृत्युदर सर्वाधिक मध्यप्रदेशात आहे, तर तो सर्वांत कमी केरळ या राज्यात आढळून येतो. केरळ या राज्यात साक्षरतेचे प्रमाण (१००%) सर्वाधिक असल्यामुळे अर्भक मृत्युदराचे प्रमाण सर्वांत कमी आढळून येते; म्हणजेच अर्भक मृत्युदरावर साक्षरता हा घटक परिणामकारक ठरतो. भारतातील घटत्या अर्भक मृत्युदराचा वर्षनिहाय कल पुढीलप्रमाणे-

तक्ता क्र. ४.३ वर्षनिहाय भारतातील अर्भक मृत्युदराचा कल

वर्ष	अर्भक मृत्युदर (हजारी)
१९९३	७४.०
२०००	६८.०
२०१०	४७.०
२०१३	४०.०

(आधार–population and vital statistics/ayush. gov. pdf)

स्वातंत्र्योत्तरकाळात भारतातील आरोग्यविषयक सेवा–सुविधा, प्रसूतीविषयक सेवा–सुविधा यांमध्ये सातत्याने सुधारणा घडून येत आहेत. त्यामुळे भारतातील अर्भक मृत्युदरात मोठ्या प्रमाणात सुधारणा होऊन हे प्रमाण घटले असल्याचे हे वरील आकडेवारीतून स्पष्ट होते.

अर्भक मृत्युदराप्रमाणेच सर्वसाधारण मृत्युदराच्या बाबतीतही मध्यप्रदेशातील मृत्युदर सर्वाधिक तर सर्वांत कमी मृत्युदर हा केरळ या राज्यात आढळून येतो. जागतिक पातळीवर निवडक देशातील मृत्युदराचा कल आणि तुलना पाहता भारतातील मृत्युदर अधिक असल्याचे आढळून येते. भारतातील ह्या ढोबळ मृत्युदराचा वर्षनिहाय कल पुढीलप्रमाणे–

तक्ता क्र. ४.४ वर्षनिहाय भारतातील ढोबळ मृत्युदराचा कल (दर हजारी)

वर्ष	मृत्युदर	वर्ष	मृत्युदर
१८८१–१८९०	४१.३	१९५१–१९६०	२२.८
१८९१–१९००	४४.८	१९६१–१९७०	१८.९
१९०१–१९१०	४२.६	१९७१–१९८०	१४.०
१९११–१९२०	४७.२	१९८१–१९९०	९.६
१९२१–१९३०	३६.३	२०००	८.५
१९३१–१९४०	३१.२	२०१०	७.२
१९४१–१९५०	२७.४	२०१३	७.०

(आधार–S. N. Agarwal, India's Population Problems, population and vital statistics www. ayush. gov. pdf)

वर्षनिहाय भारतातील एकूण मृत्युदराचा कल पाहाता असे आढळून येते की, स्वातंत्र्यपूर्वकाळात भारतातील मृत्युदर हा खूप अधिक होता तो सुरुवातीस ४० व शेवटी ३० पेक्षा अधिक होता. परंतु, स्वातंत्र्योत्तरकाळात या मृत्युदरात आरोग्यविषयक सोयी-सुविधा, आणि शिक्षणाचा प्रसार, प्रचार यांमुळे मोठ्या प्रमाणात सुधारणा घडून येऊन २० व्या शतकाच्या शेवटी (सन २०००) हा दर १० पेक्षाही कमी म्हणजे ८.५ इतका कमी करण्यात यश प्राप्त झाले. त्यानंतरच्या काळातही यामध्ये सुधारणा घडून येऊन सन २०१३ साली भारतातील ढोबळ मृत्युदर हजारी ७ इतका कमी झाला असल्याचे आढळून येते.

४.५ मर्त्यता कमी करणारे घटक (Factors responsbile for declining mortality)

मृत्युदरात घट घडून येण्यास कारणीभूत असणारे घटक म्हणजे मर्त्यता कमी करणारे घटक पुढीलप्रमाणे-

लैंगिक रचना आणि वयोगट रचना (Age and Sex structure) **:** सर्वसाधारण परिस्थितीत स्त्री आणि पुरुष यांच्यातील मृत्यूचे प्रमाण वेगवेगळे असते. स्वातंत्र्यपूर्व भारतात स्त्रियांपेक्षा पुरुषांचे सरासरी आर्युमान अधिक होते. परंतु, वेगवेगळ्या वयोगटातील स्त्री-पुरुषांची मर्त्यता पातळी वेगवेगळी असल्याचे अभ्यासातून स्पष्ट झाले आहे. जॉन ग्रँट व स्टोल निट्झ या विचारवंतांनी स्त्री व पुरुषांच्या मृत्युदराचा अभ्यास केला. त्यांच्या निष्कर्षानुसार विकसित देशात स्त्रियांचे आयुर्मान पुरुषांच्या आर्युमानापेक्षा अधिक आहे व स्त्री मृत्युदर कमी आहे. परंतु, अविकसित अथवा विकसनशील देशात महिलांना दिली जाणारी दुय्यम वागणूक व त्यामुळे तेथील स्त्री मृत्युदर हा विकसित राष्ट्रांपेक्षा अधिक आहे. वय वर्षे १५ ते ३० वर्षांपर्यंत होणारे प्रसूतीमृत्यू, सततचे मातृत्व, अपुऱ्या आरोग्य सोयी-सुविधा इ. कारणे स्त्री मृत्युदर वाढण्यास जबाबदार आहेत.

वैवाहिक स्थिती (Marital status) **:** मृत्युदराच्या संदर्भात वैवाहिक दृष्टिकोनातून विचार करता असे आढळून येते की, अविवाहित लोकांच्या तुलनेत विवाहित लोकांमध्ये मृत्युदर कमी असतो; कारण अविवाहित लोकांमध्ये स्वास्थ्याचा अभाव, जीवनातील स्वैर वर्तन, व्यसनाधीनता, एकाकीपणा इ. परंतु अविवाहित स्त्रियांमध्ये विवाहित स्त्रियांपेक्षा मृत्युदर कमी आढळून येतो; त्याचे कारण गर्भधारणा व प्रसूती यांचा परिणाम होय.

व्यावसायिक स्थिती (Occupational status) : व्यवसाय आणि मृत्यू यांचा सहसंबंध असल्याचे आढळून येते. शेती व्यवसायामध्ये कष्टप्रद काम करणाऱ्यांचे मृत्यू प्रमाण कमी असते; कारण त्यांना मिळणारी मोकळी व शुद्ध हवा, व्यायाम यामुळे आरोग्य चांगले राहण्यास मदत होते. तर खाणकाम करणाऱ्या मजुरांमध्ये तसेच रासायनिक कारखान्यांमधील कामगारांमध्ये मृत्यूचे प्रमाण अधिक आढळते.

नागरीकरण (Urbanisation) : ग्रामीण भागापेक्षा नागरी भागात मृत्युदर कमी असल्याचे आढळून येते. 'सन १९९१मध्ये भारतातील ग्रामीण भागात दर हजारी मृत्युदर १०.६ तर नागरी भागात हा दर ७.१ इतका होता. तसेच सन २०१३मध्ये दर हजारी मृत्युदर ग्रामीण भागात ७.५ तर नागरी भागात ५.६ इतका होता.'[6] ग्रामीण भागापेक्षा नागरी भागात वैद्यकीय सोयी-सुविधा, नागरी सुविधा, स्वच्छ पाणीपुरवठा यामुळे हा दर कमी असल्याचे आढळून येते. नागरी भागात शिक्षण, व्यवसाय इ. कारणांसाठी तरुणांची संख्या अधिक असल्यामुळे नागरी भागाचा मृत्युदर कमी असल्याचे आढळून येते.

शिक्षण (Education) : मृत्युदरावर परिणाम करणारा प्रभावशाली सामाजिक घटक म्हणजे 'शिक्षण' होय. शिक्षणामुळे आरोग्याची काळजी घेणे, अंधश्रद्धांचे प्रमाण कमी करणे, स्वच्छता, आहार, आरोग्यविषयक जागरूकता इ. मुळे सुशिक्षित लोकांचा मृत्युदर निरक्षर लोकांपेक्षा कमी असल्याचे आढळून येते.

वैद्यकीय सुविधा (Medical facilities) : वैद्यकीय सुविधांमध्ये मोठ्या प्रमाणात वाढ झाल्यामुळे भारतातील मृत्युदरात मोठ्या प्रमाणात घट झाल्याचे आढळून येते. वैद्यकीय सुविधेमुळे साथीच्या रोगाचे नियंत्रण करण्यात यश येत आहे. प्लेग, देवी, पोलिओ यांसारख्या रोगांचे उच्चाटन करण्यात आले आहे. त्यामुळे मृत्युदरात घट झाली आहे.

स्वच्छता (sanitation) : सार्वजनिक स्वच्छतेच्या अभावामुळे साथीच्या रोगांमध्ये वाढ होण्यास मदत होते. परंतु, स्वच्छतेचे महत्त्व दिवसेंदिवस वाढत असल्यामुळे सार्वजनिक स्वच्छता अर्थात स्वच्छ पिण्याचे पाणी, शौचालयांचा वापर इ. मुळे रोगराईंवर नियंत्रण ठेवून मृत्युदरात घट होत असल्याचे आढळून येते.

वरील विविध घटक मृत्युदरात घट घडवून येण्यास कारणीभूत ठरत असल्याचे आढळून येते.

---

6) Population and vital statistics table 2015, www. ayush. gov. pdf

समारोप : लोकसंख्यावाढीवर परिणाम करणाऱ्या मर्त्यता या महत्त्वपूर्ण घटकाचा अभ्यास करत असताना मर्त्यता या घटकावर विकासाचा मोठ्या प्रमाणात परिणाम होऊन मर्त्यता दर कमी होत असल्याचे आढळून येते. त्यामुळे लोकसंख्येत वाढ होत आहे; तर लोकसंख्येची वयोगटानुसारची रचनाही बदलत आहे. मर्त्यता या घटकावर शिक्षण आणि आरोग्य सुविधांमध्ये होणारी वाढ याचा मोठ्या प्रमाणात परिणाम होऊन मर्त्यता दर कमी होत असल्याचे आढळून आले आहे. असे असले तरी अर्भक मृत्युदराचे प्रमाण भारतासारख्या विकसनशील देशात २१ व्या शतकाच्या पूर्वाधातही विकसित राष्ट्रांपेक्षा खूप अधिक आहे. त्यामध्ये सुधारणा होत असली तरी सामाजिक रूढी, परंपरा, संस्कृती त्यासाठी कारणीभूत ठरत असल्याचे दिसून येते. तसेच लिंगभेद हाही त्यास कारणीभूत असल्याचे आढळून येते. शिक्षणाचा प्रसार आणि प्रचार सांस्कृतिक बदलास करणीभूत ठरल्यास अर्भक मृत्युदर कमी होण्यास निश्चितच मदत होईल. त्यामुळे भारताचा मानव विकास निर्देशांक आणि लिंग विकास निर्देशांक यामध्ये सुधारणा घडून येण्यास मदत होईल.

५. लोकसंख्याशास्त्रातील निवडक प्रवाह
(Selected Issues in Demography)

प्रस्तावना : लोकसंख्याशास्त्रामध्ये लोकसंख्याविषयक विविध पैलूंचा अभ्यास करताना, हा अभ्यास करण्याच्या पद्धती आणि त्यांचे विवेचन व विश्लेषण मांडण्याच्या पद्धतींमध्ये काळानुरूप बदल घडून येत असल्याचे आढळून येते. त्यामुळे लोकसंख्याविषयक अभ्यास अधिकाधिक सुटसुटीत व सोपा होण्यास मदत होत आहे. लोकसंख्येची रचना व वितरण, लोकसंख्येवर परिणाम करणारे महत्त्वाचे घटक यांची मांडणी अधिकाधिक सुलभ होत आहे. त्यामध्ये लोकसंख्येचे लिंग व वयोगटानुसारचे वितरण एकाच आकृतीमध्ये दाखवता येऊन ते अधिकाधिक सुलभ झाले आहे. यासाठी लिंग व वयोगटानुसार लोकसंख्या त्रिमितीस्तंभामध्ये दर्शविण्यात येते. लोकसंख्या अभ्यासातील या निवडक प्रवाहांचा आढावा पुढीलप्रमाणे–

५.१ लिंग व वयोगटानुसार लोकसंख्या वितरणाचा त्रिमितीस्तंभ (Age and sex pyramid)

काळानुरूप लोकसंख्येत होणारे बदल अभ्यासण्याकरिता लोकसंख्या त्रिमितीस्तंभ (pyramid) या साधनाचा वापर करण्यात येतो. हा आडव्या स्तंभांचा आलेख असतो. ह्यातील आडवा अक्ष (horizontal bar) लोकसंख्येचे (स्त्री–पुरुष) प्रमाण दर्शवितो; तर उभा अक्ष (vertical bar) साधारणत: ५ वर्षांच्या अंतराने वयोगटानुसार लोकसंख्या दर्शवितो. लोकसंख्या त्रिमितीस्तंभ लोकसंख्येतील वय–लिंग दर्शवितो की, जे काळानुरूप लोकसंख्येतील जन्म व मृत्युदरावर अवलंबून असते. ते विशिष्ट लोकसंख्येतील ८० वर्षांतील महत्त्वाच्या लोकसंख्यात्मक घटनांचे प्रातिनिधिक दृश्य असते. या आलेखात बदल दिसून येतात, जसे कायमच्या वास्तव्यासाठी आंतरराष्ट्रीय स्थलांतर, युद्ध आणि दुष्काळ, जन्म व मृत्युदरातील बदल इ. हा विशेषत: दोन पाठोपाठ स्तंभांचा समावेश असलेला आलेख असतो. त्यामध्ये X या अक्षावर लोकसंख्या तर Y या अक्षावर वय रेखांकित केले जाते. विशिष्ट लोकसंख्येतील ५

वर्षे वयोगटातील पुरुषांची संख्या तर दुसरा स्त्रियांची संख्या दर्शवितो. यामध्ये पारंपरिक पद्धतीने पुरुष डाव्या तर स्त्रिया उजव्या बाजूस दर्शविण्यात येतात आणि त्यांचे एकूण लोकसंख्येच्या ढोबळ संख्येत किंवा टक्केवारीत मोजमाप केले जाते. भारतातील लोकसंख्येच्या संदर्भातील हा लिंग व वयोगटानुसारचा त्रिमितीस्तंभ पुढीलप्रमाणे-

आकृती क्र. ५.१ भारतातील लोकसंख्येचा लिंग व वयोगटानुसारचा त्रिमितीस्तंभ

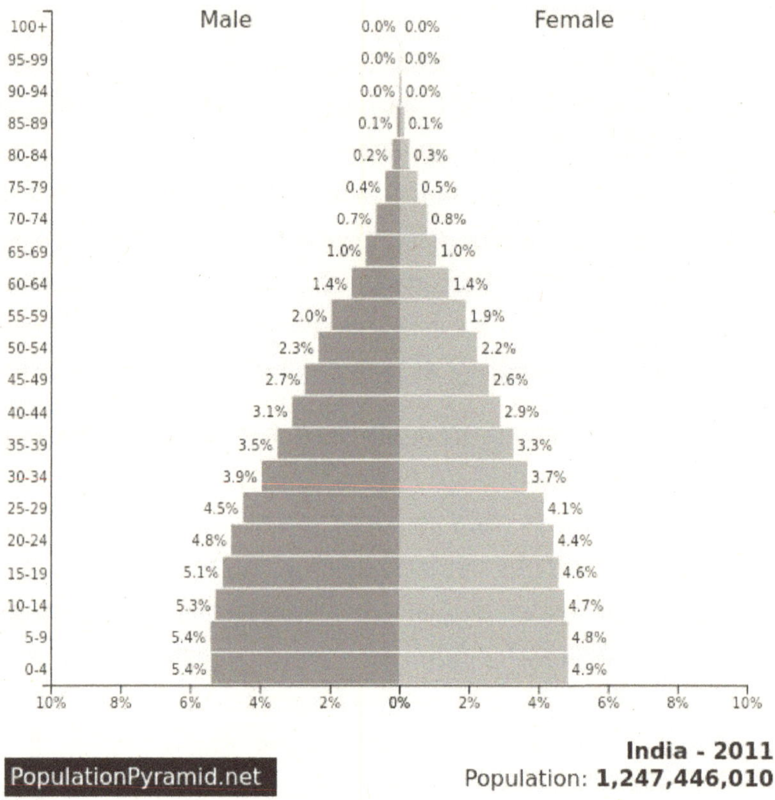

(आधार-census in India 2011, www. censusindia. gov. in)

वरील त्रिमितीस्तंभावरून असे दिसून येते की, भारतातील वय वर्षे ०-९ या वयोगटातील लोकसंख्येचे प्रमाण सर्वाधिक आहे. त्यामध्ये पुरुष आणि स्त्रियांचे प्रमाण भिन्न असून पुरुषांपेक्षा स्त्रियांचे प्रमाण कमी असल्याचे दिसून येते. त्याचप्रमाणे वय वर्षे ८५-८९ या वयोगटातील लोकसंख्येचे प्रमाण अत्यल्प म्हणजे फक्त ०.१ टक्के असून त्यामध्ये मात्र स्त्री-पुरुष प्रमाण समान असल्याचे आढळून येते. लिंग आणि वयोगटानुसार साधारणत: पुढील तीन प्रकारचे त्रिमितीस्तंभ (types of pyramid) काढता येतात. १. व्यापक-त्रिमितीस्तंभ, २. आकुंचित त्रिमितीस्तंभ आणि ३. अचल/स्थिर त्रिमितीस्तंभ.

१. **व्यापक त्रिमितीस्तंभ** (expansive pyramid) **:** यामधील रुंद पाया मुलांचे उच्च प्रमाण, लोकसंख्या वृद्धीचा उच्च दर आणि वृद्ध लोकांचे अल्प प्रमाण दर्शवितो. भारतातील लोकसंख्येचा त्रिमितीस्तंभ याप्रकारचा असल्याचे वरील आकृती क्र. ५.१ नुसार दिसून येते. उत्तर कॅनडामधील न्यूनावुत हे लोकसंख्येच्या या व्यापक त्रिमितीस्तंभाचे उदाहरण आहे. साधारणपणे आफ्रिका खंडातील विकसनशील देशात व्यापक वय-वितरण सातत्याने आढळून येते; तर अल्प जन्मदराबरोबर विशेषत: विकसित देशात स्थिर नमुना पहावयास मिळतो.

२. **आकुंचित त्रिमितीस्तंभ** (constrictive pyramid) **:** हा लोकसंख्या त्रिमितीस्तंभ शेवटी येतो. कमी मृत्युदर, तसेच कमी जन्मदर, देशातील दीर्घ आयुर्मान, त्यामुळे सरासरी लोकसंख्या वृद्ध असते. हा त्रिमितीस्तंभ अधिक सामाईक होतो, जेव्हा स्थलांतर घटक परिणाम करतो. हा स्तंभ विशेषत: विकसित देशात आढळून येतो. शिक्षणाचा उच्च स्तर, जन्म नियंत्रण सहज साध्य, चांगली आरोग्य काळजी आणि अल्प नकारात्मक पर्यावरणीय घटक यांमुळे हा स्तंभ विशेषत: प्रगत देशांमध्ये आढळून येतो.

३. **अचल/स्थिर त्रिमितीस्तंभ** (stationary pyramid) **:** स्थिर किंवा जवळजवळ स्थिर लोकसंख्येचा त्रिमितीस्तंभ जवळपास सर्व वयोगटातील लोकांची संख्या किंवा प्रमाण समान असल्याचे दर्शवितो. निश्चितच अतिवृद्ध गटातील छोटी संख्या यात अपेक्षित असते. काही युरोपीय देशातील वय-लिंग वितरण विशेषत: स्कॅन्डीनाव्हीयन प्रदेशाचा समावेश याप्रकारात होतो.

आकृती क्र. ५.२ त्रिमितीस्तंभांचे प्रकार

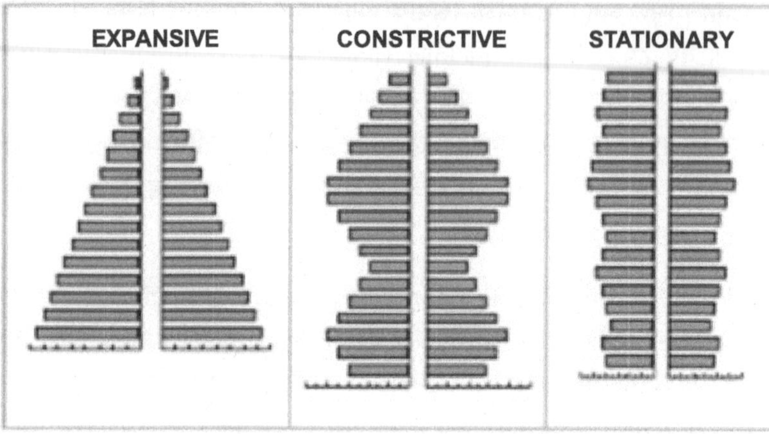

(आधार–http ://www. drishtiias. com/
upsc-exam-gs-resources-Population-Pyramid)

लोकसंख्या त्रिमितीस्तंभांचा उपयोग : विशिष्ट लोकसंख्येतील आर्थिक अवलंबित (economic dependents) संख्या जाणून घेण्यासाठी याचा उपयोग होतो. त्यामुळे सरकार अर्थव्यस्थेचे नियोजन करते. लोकसंख्या त्रिमितीस्तंभ जन्म व मृत्युदर, नैसर्गिक वृद्धी याचे निरीक्षण करण्यासाठी वापरता येऊ शकतो.

५.२ लोकसंख्या प्रक्षेपण पद्धती (Population projection method)

सामान्यपणे लोकसंख्या प्रक्षेपण म्हणजे उपलब्ध संदर्भ साधनसामग्रीच्या आधारे भविष्यातील लोकसंख्येचा अंदाज मांडणे म्हणजे 'लोकसंख्या प्रक्षेपण' होय. यामध्ये भविष्यातील विविध वयोगटातील लोकसंख्या, तसेच स्त्री–पुरुष प्रमाण, नागरी–ग्रामीण लोकसंख्या इ. विषयी अंदाज प्रक्षेपित केला जातो. लोकसंख्या प्रक्षेपण हा एक शास्त्रीय प्रयत्न आहे. वेळोवेळी देशपातळीवरील विविध स्वरूपाचे लोकसंख्या प्रक्षेपण शासनाकडून, राष्ट्रीय आणि आंतरराष्ट्रीय संस्थांकडून केले जाते. त्याचबरोबर असे लोकसंख्या प्रक्षेपण लोकसंख्या अभ्यासकांकडूनही केले जाते. संयुक्तराष्ट्र संघटनेच्या लोकसंख्या विभागाकडून, जागतिक बँकेकडून, संयुक्तराष्ट्र संघ निधी (United Nations Population Fund) इ. कडून प्रत्येक देशासाठी जागतिक पातळीवर लोकसंख्या प्रक्षेपण केले जाते.

भारताच्या संदर्भात सन १९५८ साली तिसरी पंचवार्षिक योजना तयार करताना भारतीय लोकसंख्येचे विविध स्तरांवरील आणि वय, लिंग, नागरी–ग्रामीण इ. वेगवेगळ्या घटकांच्या संदर्भात प्रक्षेपण करण्याची आवश्यकता निर्माण झाली. सुरुवातीस १९५८मध्ये भारतीय नियोजन आयोग्याच्या (Planning Commission of India) वतीने सामान्य प्रबंधक (Registrar General) आणि जनगणना आयुक्त (Census Commissioner) यांचे कार्यालयाने लोकसंख्या प्रक्षेपणाचे काम हाती घेतले. १९५८ साली नियोजन आयोगाने सामान्य प्रबंधक यांच्या अधक्षतेखाली लोकसंख्या प्रक्षेपणासाठी पहिली तज्ज्ञ समिती गठीत केली. त्या वेळी सन १९७१ पर्यंतची लोकसंख्या प्रक्षेपित करण्यात आली. सन १९८१च्या जनगणनेची ५ टक्के नमुना माहिती प्रसारित केल्यानंतर नियोजन आयोगाने १९८४च्या लोकसंख्या प्रक्षेपणासाठी तज्ज्ञ समितीचे पुर्नगठण केले. सन १९८१–२००१ या कालावधीसाठी जननमधील कलावर आधारित तीन गृहीतकांखाली लोकसंख्या प्रक्षेपण तयार करण्यात आले. हा अहवाल १९८८ साली प्रकाशित करण्यात आला आणि अधिकृत वापरासाठी मध्यम प्रक्षेपणाची शिफारस करण्यात आली. जागतिक पातळीवरील विविध देशांतील लोकसंख्या प्रक्षेपण पुढीलप्रमाणे–

तक्ता क्र. ५.१ जगातील निवडक देशांच्या लोकसंख्येचा प्रक्षेपित आकार (दशलक्ष)

देश	लोकसंख्या २०१०	२०२५ प्रक्षेपित	२०५० प्रक्षेपित
जग	६८९२	८१०८.०	९४८५.०
संयुक्त संस्थाने	३०९.६	३५१.४	४२२.६
कॅनडा	३४.१	३९.७	४८.४
मेक्सिको	११०.६	१२३.४	१२९.०
हैती	९.८	१२.२	१५.७
जमैका	२.७	२.९	२.७
प्युरतो रिको	४.०	४.१	३.७
अर्जेंटिना	४०.५	४६.२	५२.४
ब्राझील	१९३.३	२१२.४	२१५.३
पेरू	२९.५	३४.५	३९.८
ऑस्ट्रेलिया	२२.४	२६.९	३४.०
न्यूझीलंड	४.४	५.०	५.६

पपुआ न्यूगिनी	६.८	९.१	१३.४
अल्जेरिया	३६.०	४३.६	५०.४
इजिप्त	८०.४	१०३.६	१३७.७
सुदान	४३.२	५६.७	७५.९
इथिओपिया	८५.०	११९.८	१७३.८
घाना	२४.०	३१.८	४४.६
नायजेरिया	१५८.३	२१७.४	३२६.४
केनिया	४०.४	५१.३	६५.२
टांझानिया	४५.०	६७.४	१०९.५
दक्षिण आफ्रिका	४९.९	५४.४	५७.४
इस्रायल	७.६	९.४	११.४
सौदी	२९.२	३५.७	४९.८
तुर्की	७३.६	८५.०	९४.७
चीन	१३३८.१	१४७६.०	१४३७.०
भारत	११८८.८	१४४४.५	१७४८.०
जपान	१२७.४	११९.३	९५.२
युके	६२.२	६८.६	७७.०
फ्रान्स	६३.०	६६.१	७०.०
जर्मनी	८१.६	७९.७	७१.५
अल्बानिया	३.२	३.३	२.९
इटली	६०.५	६१.९	६१.७
स्पेन	४७.१	४८.४	४९.१
पोलंड	३८.२	३७.४	३१.८
रशिया	१४१.९	१४०.८	१२६.७
युक्रेन	४५.९	४१.९	३५.३

(आधार–Jay Weinstein & Vijayan K. Pillai, Demography, pg. 248)

वरील तक्त्यामध्ये सन २०२५ व २०५० साली जगातील विविध देशांतील लोकसंख्येचा अंदाज वर्तविण्यात आला आहे. या प्रक्षेपित लोकसंख्येच्या आकारानुसार जगाची लोकसंख्या सन २०२५ साली ८१०८ दशलक्ष म्हणजे ८१० कोटी होण्याचा

अंदाज आहे; तर २०५० साली जगाची लोकसंख्या ९४८५.० कोटी होण्याची शक्यता आहे. या लोकसंख्या प्रक्षेपणानुसार सन २०५० साली भारत हा जगातील सर्वांत जास्त लोकसंख्या असलेला देश असणार आहे आणि भारताची ही प्रक्षेपित लोकसंख्या विस्फोटक आहे. भारताला साधनसामग्रीच्या प्रचंड तुटीला सामोरे जावे लागणार आहे. देशात बेरोजगारी, दारिद्र्य, महागाई, आर्थिक विषमता, गुन्हेगारी, नागरीकरण, पर्यावरण यांसारख्या विविध समस्या सोडविणे जिकिरीचे होणार आहे. लोकसंख्येच्या या प्रक्षेपित आकडेवारीवरून जगातील जवळपास सर्वच देशात कमीअधिक गतीने लोकसंख्या वृद्धी होणार असल्याचे दिसत असले तरी जगातील जपान, जर्मनी, पोलंड, रशिया आणि युक्रेन यांसारख्या देशात मात्र सन २०२५ व २०५० साली लोकसंख्येत घट होण्याची शक्यता दर्शविण्यात येत आहे. या प्रक्षेपित लोकसंख्येच्या आकारानुसार भारतासारख्या देशाला लोकसंख्या नियंत्रणासाठी काटेकोरपणे नियोजन करून त्याची कठोर अंमलबजावणी करण्याची आवश्यकता आहे. सन २००१ व २०११च्या जनगणनेवर आधारित १ मार्च २०१५ रोजी भारतातील विविध राज्यातील प्रक्षेपित लोकसंख्या पुढीलप्रमाणे आहे–

तक्ता क्र. ५.२ भारतातील विविध राज्यांतील प्रक्षेपित लोकसंख्या (लाखात)

राज्य	प्रक्षेपित लोकसंख्या (सन २०१५)
आंध्रप्रदेश	८८३.०६
अरुणाचल प्रदेश	१५.१६
आसाम	३३१.८३
बिहार	११३५.२१
छत्तीसगढ	२७७.०८
दिल्ली	१८०.८२
गोवा	१५.०४
गुजरात	६४७.७१
हरियाणा	२७२.६३
हिमाचल प्रदेश	७१.९५
जम्मू आणि कश्मीर	१३६.६४
झारखंड	३५७.३६
कर्नाटक	६४७.९५

केरळ	३४०.२८
मध्यप्रदेश	७८१.६८
महाराष्ट्र	११९२.४३
मणिपूर	२९.८२
मेघालय	३२.७०
मिझोराम	११.८५
नागालँड	१९.७७
ओडिशा	४४२.०
पंजाब	२९१.६८
राजस्थान	७४१.६५
सिक्कीम	६.३७
तामिळनाडू	७६४.४५
त्रिपुरा	३८.७९
उत्तरप्रदेश	२१४७.४४
उत्तराखंड	१०८.५२
पश्चिम बंगाल	९६२.४२
अंदमान व निकोबार	३.९०
चंदीगड	११.२४
दादरा व नगर हवेली	४.०९
दमण व दीव	२.८९
लक्षद्वीप	०.६६
पुद्दुचेरी	१३.७३
भारत	१२९२०.८

(आधार–Population and vital statistics Table 2015, www. ayush. gov. pdf)

भारतातील सन २०१५च्या प्रक्षेपित लोकसंख्येच्या वरील आकडेवारीतून भारतातील उत्तरप्रदेश हे सर्वांत जास्त लोकसंख्या असलेले राज्य आहे, तर त्या पाठोपाठ महाराष्ट्र आणि बिहारचा क्रमांक लागतो; तर भारतातील सर्वांत कमी प्रक्षेपित लोकसंख्या लक्षद्वीप या केंद्रशासित प्रदेशात असल्याचे आढळून येते. भारताची वाढती लोकसंख्या चिंताजनक असून त्यामुळे भविष्यात उपलब्ध साधनसामग्रीवर

ताण येऊन त्याची प्रचंड प्रमाणात कमतरता निर्माण होण्याची शक्यता आहे. तसेच भविष्यात नागरीकरणाची समस्या, प्रदूषणाची समस्या, बेरोजगारी, दारिद्र्य, आर्थिक विषमता यांसारख्या विविध समस्या गंभीर स्वरूप धारण करण्याची शक्यता आहे. त्यामुळेच लोकसंख्या नियंत्रणासाठी प्रभावी उपाययोजना व धोरण तयार करण्याची व त्याची कठोर अंमलबजावणी करण्याची आवश्यकता आहे.

५.३ वृद्ध : व्यक्ती व लोकसंख्या (Aging : individual and population)

वृद्धत्व ही एक जैव-नैसर्गिक प्रक्रिया आहे. तसेच ती एक मानसिक स्थितीसुद्धा आहे. काही व्यक्ती वयाच्या चाळिसाव्या वर्षीच भौतिक जीवनापासून निवृत्त होऊन स्वत:ला वृद्ध मानतात, तर काही व्यक्तीं वयाच्या पासष्टाव्या वर्षीही स्वत:ला वृद्ध मानत नाहीत. सर्वसाधारणपणे उष्णकटिबंध देशातील लोकांमध्ये शीतकटिबंध देशातील लोकांपेक्षा वृद्धापकाळाची सुरुवात वयाच्या लवकर होत असलेली दिसून येते. वृद्धापकाळ सुरू होणे किंवा वृद्धत्व येणे याविषयी विविध अभ्यासकांनी वेगवेगळी मते मांडली आहेत. परंतु, पेशीय सिद्धांतानुसार मेंदू, हृदय, स्नायू इ. मधील नवीन पेशी तयार होण्याची क्रिया मंदावते, तेव्हा मनुष्याला वृद्धत्व येते. काही अभ्यासकांच्या मते, माणसाच्या शरीरातील जनुके (DNA) या परमाणूंचे प्रमाण कमी होते, तेव्हा वृद्धापकाळाची सुरुवात होते. काही अभ्यासकांच्या मते, व्यक्तीमधील हायपोथॅलॅमस ग्रंथी क्षीण होतात, तेव्हा वृद्धत्व येते. सामान्यपणे असे म्हणता येईल की, व्यक्तीची रोग प्रतिकार शक्ती कमी झाल्याने वृद्धत्व येऊ शकते. परंतु, आधुनिककाळात मानसिक ताणतणाव, दूषित पाणी-वायू, गोंगाट, कुपोषण, जीवनातील धावपळ इ. मुळे वृद्धत्वाची प्रक्रिया लवकर सुरू होऊ शकते.

Encyclopedia of social work च्या मते, व्यक्ती जीवन चक्रातील शेवटचा कालखंड म्हणजे 'वृद्धावस्था' होय; तर एलिझाबेथ हरलॉक यांनी वृद्धापकाळाची सुरुवात वयाच्या ६० व्या वर्षापासून होते असे म्हटले आहे. त्यांनी या वृद्धापकाळाचे दोन कालखंड सांगितले आहेत. ते पुढीलप्रमाणे-

अ) वय वर्षे ६० ते ७० पर्यंत प्रथमावस्था, यामध्ये शरीर व मन पुष्कळ संतुलित असते.

ब) वय वर्षे ७० पेक्षा अधिक द्वितीयावस्था, यामध्ये शरीरात शैथिल्य येते. व्यक्तीचा विसराळूपणा, विचारशक्तीचा ऱ्हास वाढतो. दुसऱ्यावरील अवलंबित्व वाढते. भारतामध्ये शासकीयदृष्टीने ६० वर्षांवरील व्यक्तींचा अंतर्भाव वृद्धांमध्ये केला जातो; त्यामुळे वयानुसार ६० वर्षांपेक्षा अधिक व्यक्तींना वृद्ध मानले पाहिजे.

वृद्धत्वाकडे पाश्चात्त्य व पौर्वात्य या दोन दृष्टिकोनात मूलभूत फरक असा आहे की, पाश्चात्त्य दृष्टिकोनासुार व्यक्तीच्या जीवनाचा शेवट मृत्यू असल्यामुळे वृद्धपणामुळे मृत्यू जवळ येतो. त्याची भीती वाटते, त्यामुळे वृद्धत्वाची भीती वाटते. पौर्वात्य दृष्टिकोनानुसार पुनर्जन्म कल्पना असल्याने आत्मा अमर असतो तो एक शरीर सोडून नवे धारण करतो त्यामुळे मरणाकडे व वृद्धत्वाकडे पाहण्याचा दृष्टिकोन पाश्चात्त्यापेक्षा वेगळा असल्याचे आढळून येते.

वृद्धांच्या समस्या हा एक जागतिक प्रश्न आहे. सन १९५० पासून जगातील ६० वर्षे वयाच्या लोकांची संख्या तिपटीने वाढली आहे. संयुक्तराष्ट्र संघटनेने १९८२ साली याविषयी स्वतंत्र वर्ष योजून व्हिएन्ना येथे यासंदर्भात आंतरराष्ट्रीय परिषद घेतली. या परिषदेनुसार १९६० साली जगात ६० वर्षांपेक्षा अधिक वय असणाऱ्या लोकांची संख्या २०० दशलक्ष होती. ती १९७५ साली ३५० दशलक्ष झाली; तर सन २००० साली जगातील या वयोगटातील लोकांची संख्या ६०० दशलक्ष होती आणि ती सन २००६मध्ये ७०० दशलक्ष झाली; तर २०५० साली जागतिक आरोग्य संघटनेनुसार (World Health Organisation) ही लोकसंख्या २ अब्ज (billion) होण्याचा अंदाज आहे.

जगात ६५ वर्षांपेक्षा अधिक वय असणाऱ्या लोकसंख्येचे प्रमाण जपानमध्ये २६.३% सर्वाधिक आहे. सन २०१४मध्ये हे प्रमाण २५.८% होते; तर सन २०३० साली जपानमधील या लोकसंख्येचे प्रमाण ३२.२% होण्याचे अनुमान आहे. जपाननंतर या वयोगटातील लोकसंख्येच्या प्रमाणात इटलीचा क्रमांक आहे. तेथे हे प्रमाण २२.४% आहे. त्यानंतर या वयोगटातील लोकसंख्येच्या क्रमवारीत ग्रीस या देशाचा क्रमांक लागतो. तिथे या लोकसंख्येचे प्रमाण २१.४% आहे. या देशांप्रमाणेच या क्रमवारीत जर्मनी, पोर्तुगाल, फिनलंड, बल्गेरिया, स्वीडन, लॅटिवा व माल्टा या देशांचा क्रम आहे. तिथे अनुक्रमे २१.२%, २०.८%, २०.५%, २०.०%, १९.९%, १९.४% व १९.२% इतके वृद्ध लोकांचे प्रमाण आहे.

भारतामध्ये आरोग्याच्या सोयीत वाढ झाल्याने वृद्धांच्या लोकसंख्येत झपाट्याने वाढ होत आहे. भारतातील ६० वर्षे व अधिक वयोगटाच्या लोकसंख्येचा कल खालीलप्रमाणे–

आकृती क्र. ५.३ भारतातील वृद्ध लोकसंख्येचा कल

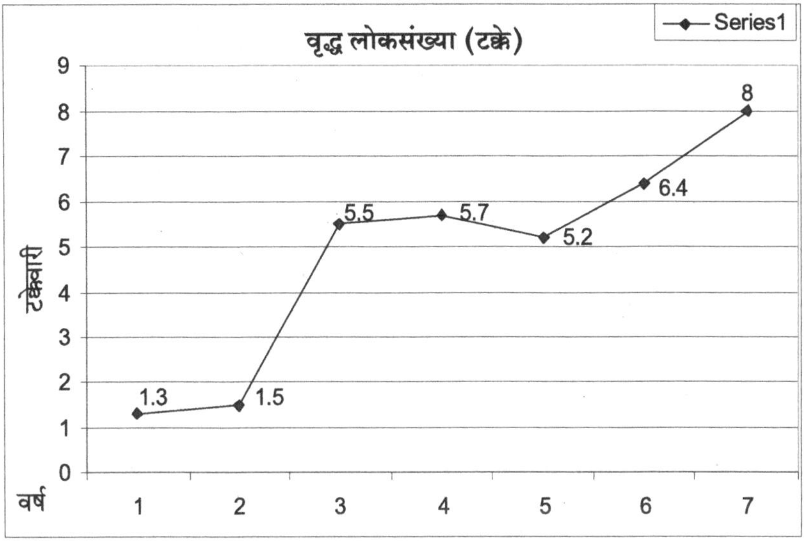

(वर्ष-अनुक्रमे १९२१, १९३१, १९५१, १९६१, १९७१, १९८१, २०११)

(संदर्भ-IAMR Fact Book on Man Power P-12 and census of India 2011)

भारतामध्ये वृद्धांची संख्या सन १९०१ साली ५% होती ती २०११मध्ये ८% झाली. भारतातील वृद्ध लोकसंख्या प्रामुख्याने दोन कारणांमुळे वाढत आहे. एक म्हणजे वाढते आयुर्मान (longevity) आणि दुसरे म्हणजे घटते जनन प्रमाण.

५.४ विवाहाच्या वयातील कल (Trends in age at marriage)

लोकसंख्याशास्त्रात लोकसंख्येच्या विविध पैलूंचा अभ्यास करताना वाढत्या लोकसंख्येवर नियंत्रण ठेवण्याच्या दृष्टिकोनातून वैवाहिक स्थितीचा अभ्यास करणे किंवा वैवाहिक स्थितीचा कल पहाणे उपयुक्त ठरते. भारतीय समाजामध्ये अविवाहित राहणाऱ्यांची संख्या अगदी नगण्य आहे. सामान्यत: सर्वच स्त्री-पुरुष विवाह करतात. त्याचप्रमाणे भारतीय संस्कृतीनुसार विवाह हा एक आवश्यक संस्कार आहे. त्यामुळे जन्माला येणाऱ्या अपत्यांची संख्या वाढत आहे. भारतात स्त्री-पुरुषांचे विवाहाचे वय विकसित देशातील विवाह वयाच्या मानाने खूप कमी आहे. काही प्रमाणात नागरी

सुशिक्षित समाजातील काही घटकांचा अपवाद वगळता ग्रामीण समाजात स्त्री–पुरुषांचे विवाहाचे वय खूप कमी असल्याचे दिसून येते. विवाहाचे कमी असणारे वय व त्यामुळे प्रजोत्पादनाचा काळ दीर्घ असल्याचे आढळून येते. परिणामी अपत्यजन्माचे प्रमाण अधिक आहे. परंतु, शिक्षणाचे सार्वत्रिकीकरण, रोजगाराची समस्या इ. मुळे पुरुषांचे आर्थिकदृष्ट्या स्थिरस्थावर होण्याचे वय वाढते आहे. त्याचा परिणाम म्हणून विवाहाचे वयसुद्धा हळूहळू वाढत आहे. लोकसंख्येवर परिणाम करणाऱ्या या विवाह वयाचा भारतातील कल पुढीलप्रमाणे–

तक्ता क्र. ५.३ भारतातील स्त्री–पुरुष विवाहाचे सरासरी वय

जनगणना वर्ष	स्त्रिया	पुरुष
१९०१	१३.०७	१९.८१
१९११	१३.१३	२०.०७
१९२१	१३.६२	२०.४९
१९३१	१२.६५	१८.५८
१९४१	१४.७०	१९.८२
१९५१	१५.५९	१९.८३
१९६१	१५.८२	२१.४९
१९७१	१७.०६	२२.३६
१९८१	१८.३०	२३.३०

(संदर्भ–लोकसंख्याशिक्षण, महाराष्ट्र राज्य शिक्षणशास्त्र संस्था, पुणे)

स्वातंत्र्योत्तर भारतात सन १९६१ पासून स्त्री व विशेषत: पुरुषांच्या विवाहाच्या वयामध्ये वृद्धी होत आहे. विशेषत: सन २००१ पासून वाढते नागरीकरण, शिक्षणाचे सर्वात्रिकीकरण आणि प्रसार, वाढती बेरोजगारी यामुळे पुरुषांच्या आर्थिक स्थावर होण्याच्या वयामध्ये वाढ झाली आहे. त्यामुळे पुरुषांचे विवाहाचे सरासरी वय २५ पेक्षा अधिक झाल्याचे दिसून येत आहे. तसेच स्त्रियांच्या शिक्षणामध्ये वाढ होत असल्याने स्त्रीयांच्या विवाहाच्या वयामध्येसुद्धा हळूहळू वाढ होत असल्याचे आढळून येत आहे. त्याचा परिणाम म्हणून सन २०११च्या जनगणनेमध्ये भारतातील लोकसंख्या वृद्धी दरामध्ये मोठी घट दिसून आली आहे.

५.५ आयुर्मान (Life Expectancy)

आरोग्यविषयक सोयीसुविधांमध्ये मोठ्या प्रमाणात सुधारणा घडून आल्यामुळे १९ व्या शतकातील उत्तरार्धात व २० व्या शतकातील पूर्वार्धात युरोपीय देशात, अमेरिकेत, ऑस्ट्रेलिया व न्यूझीलंड यांसारख्या देशांमध्ये मृत्युदरामध्ये घट झाली. त्या देशातील नागरिकांचे सरासरी आयुर्मान वाढले. तसेच २० व्या शतकात विशेषत: दुसऱ्या महायुद्धानंतरच्या काळात आशिया व आफ्रिका खंडातील अनेक देश स्वतंत्र झाले. तेथील आरोग्यविषयक सेवा-सुविधांमध्ये वाढ झाली. त्यामुळे आशिया व आफ्रिका खंडातील अनेक देशातील लोकांच्या आयुर्मानात वाढ होत आहे. वाढत्या आयुर्मानाचा कल पाहण्यासाठी काही निवडक देशातील आयुर्मानाचा कल पुढीलप्रमाणे-

तक्ता क्र. ५.४ निवडक देशातील स्त्री-पुरुषांचे सरासरी आयुर्मान (सन १९८९)

देश	पुरुष	स्त्री
भारत	५८	५९
चीन	६९	७१
पाकिस्तान	५५	५५
श्रीलंका	७९	७३
बांग्लादेश	५२	५१
इंडोनेशिया	६०	६३
थायलंड	६४	६८
म्यानमार	५९	६३
सोमालिया	४६	४९
जपान	७६	८२
कोरिया	६७	७३
ऑस्ट्रेलिया	७३	८०
इंग्लंड	७३	७९
फ्रान्स	७३	८१
अमेरिका	७२	७९
फिलिपाइन्स	६२	६६

(आधार-World Development Report, 1991)

निवडक देशातील आयुर्मानाचा कल वरीलप्रमाणे पाहता असे लक्षात येते की, सर्वसाधारणपणे पुरुषांपेक्षा स्त्रियांचे आयुर्मान अधिक आहे. परंतु, पाकिस्तान, श्रीलंका व बांग्लादेशातील स्त्रियांचे सरासरी आयुर्मान मात्र थोड्याफार फरकाने कमी असल्याचे आढळून येते. त्याचप्रमाणे प्रगत राष्ट्रांमध्ये स्त्री-पुरुषांचे सरासरी आयुर्मान विकसनशील राष्ट्रांपेक्षा अधिक असल्याचे दिसून येते. प्रगत राष्ट्रांमधील सरासरी आयुर्मान हे ६५ वर्षांपेक्षा अधिक आहे. स्वातंत्र्योत्तरकाळात भारतातील स्त्री-पुरुषांच्या आयुर्मानात सातत्याने वाढ होत आहे. भारतातील या वाढत्या आयुर्मानाचा कल पुढीलप्रमाणे-

तक्ता क्र. ५.५ भारतातील स्त्री-पुरुषांचे सरासरी आयुर्मान

कालावधी	पुरुष	स्त्री
१९११-२१	१९.४	२०.९
१९२१-३१	२६.९	२६.९
१९३१-४१	३२.१	३१.४
१९५१-६१	४१.९	४०.६
१९६१-७१	४७.१	४५.६
१९७१-८१	५४.१	५४.७
१९९१-९६	६०.६	६१.७
१९९६-२००१	६२.३	६५.३
२००१-०६	६३.८	६६.१
२००६-११	६५.८	६८.१
२०११-१६	६७.३	६९.६

(आधार-population and vital statistics Table 2015, www. ayush. gov. pdf)

भारतातील सरासरी आयुर्मानाचा कल पाहता असे आढळून येते की, २० व्या शतकामध्ये भारतातील स्त्री-पुरुषांच्या सरासरी आयुर्मानामध्ये सातत्याने वृद्धी होत आहे. सन १९६१-७१ या कालावधीपर्यंत भारतातील विशेषत: स्त्रियांचे सरासरी आयुर्मान हे पुरुषांच्या सरासरी आयुर्मानापेक्षा कमी होते. परंतु, सन १९७१-८१ या कालावधीनंतर मात्र स्त्री-पुरुषांच्या सरासरी आयुर्मानात आमूलाग्र वाढ होऊन स्त्रियांचे सरासरी आयुर्मान पुरुषांपेक्षा अधिक वाढल्याचे दिसून येते. भारतातील हे सरासरी आयुर्मान सन २०१६-२०२१मध्ये पुरुष ६८.८ वर्षे व स्त्री ७१.१ वर्षे, तसेच २०२१-२०२६मध्ये पुरुष ६९.८ वर्षे व स्त्री ७२.३ वर्षे इतके वाढण्याचे अनुमान आहे.

देशाच्या तुलनेत महाराष्ट्रातील लोकांचे आयुर्मान वाढले आहे. २००० साली महाराष्ट्र राज्यातील व्यक्तीचे आयुर्मान ६४ वर्षे इतके होते त्यामध्ये सुधारणा होऊन २०१८ साली ते ७१ वर्षे इतके वाढले आहे.

समारोप : लोकसंख्याशास्त्रील लोकसंख्येवर परिणाम करणाऱ्या विविध घटकांचा अभ्यास करताना लोकसंख्याशास्त्रातील निवडक प्रवाहांचा अभ्यास या प्रकरणात करण्याचा प्रयत्न केला आहे. यामध्ये वयोगटानुसार लोकसंख्येचा त्रिमितीस्तंभ याचा अभ्यास करता असे लक्षात येते की, या स्तभांमध्ये लोकसंख्येतील सर्वांत तरुण म्हणजे ०-५ वयोगटापासून सर्वसाधारणपणे दर पाचवर्षांच्या अंतराने लोकसंख्येतील प्रमाण दर्शविले जाते. त्यामुळे लोकसंख्येतील विविध वयोगटातील लोकसंख्येचे प्रमाण सहजपणे लक्षात येते. त्यानुसार लोकसंख्यासंदर्भातील नियोजनामध्ये मदत होते. त्यानंतर लोकसंख्येची प्रक्षेपित संख्या यामध्ये भविष्यामध्ये देशातील लोकसंख्येत किती प्रमाणात वाढ होणे अपेक्षित आहे व त्यानुसार लोकसंख्येच्या रचनेमध्ये होणारे बदल आणि विकासाच्या योजना व लोकसंख्या नियंत्रणाचे धोरण आणि नियोजन यात योग्य ते बदल करण्यास मदत होते. त्याचप्रमाणे देशाच्या लोकसंख्येतील अनुत्पादक व अवलंबित असणाऱ्या वय वर्षे ६० पेक्षा अधिक असणाऱ्या लोकांचे प्रमाण यामुळे देशातील आरोग्यविषयक सेवा-सुविधांच्या संदर्भात योग्य ते नियोजन करता येणे शक्य होते. विवाह वयातील कलामुळे लोकसंख्या नियंत्रणाच्या धोरणांची अंमलबजावणी प्रभावीपणाने करण्याचे नियोजन करण्यास मदत होते; तर आयुर्मानातील वाढ देशातील आरोग्य सेवा-सुविधांचा प्रभाव प्रगट करून देशातील मानव विकासाचा निर्देशांक वाढण्यास मदत करते.

६. स्थलांतर आणि नागरीकरण

(Migration & Urbanisation)

प्रस्तावना : अगदी प्राचीन काळापासून आजपर्यंतच्या आधुनिक काळापर्यंत जगामध्ये वेगवेगळ्या कारणांसाठी मानवी स्थलांतर होत असल्याचे आढळून येते. यामध्ये प्रामुख्याने मानवी स्थलांतर हे शिक्षण, रोजगार, सुरक्षितता इ. सारख्या कारणांसाठी होत असल्याचे आढळते. परंतु, या प्रत्येक स्थलांतराचे प्रादेशिक स्तरावर वेगवेगळे परिणाम घडून येतात. एखाद्या प्रदेशातील लोकसंख्या आणि त्यातील वयोगटानुसारची संरचना किंवा स्त्री-पुरुष अशाप्रकारची लिंग आधारित संरचना यावर या स्थलांतरचा परिणाम होतो. तसेच स्थलांतरामुळे एखाद्या प्रदेशाची लोकसंख्या कमी होण्याची शक्यता असते, तर दुसऱ्या एखाद्या प्रदेशाची लोकसंख्या वाढते. या वाढत्या लोकसंख्येमुळे नागरीकरणात वाढ होते. नागरीकरणाच्या समस्यांमध्ये वाढ होते. नियोजनावर ताण पडतो. त्यामुळेच लोकसंख्याशास्त्रात स्थलांतराचा अभ्यास करणे अधिक उपयुक्त व महत्त्वाचे आहे.

६.१ स्थलांतर : अर्थ व कल (Migration : meaning and trends)

सामान्यत: स्थलांतर ही एक मानवी घटना आहे. यामध्ये व्यक्ती एका विशिष्ट भूप्रदेशातून दुसऱ्या भूप्रदेशात कायमचे किंवा बऱ्याच काळासाठी वास्तव्य करते. हे स्थलांतर कधी देशाअंतर्गत असते तर कधी आंतरराष्ट्रीय असते. तसेच ते ग्रामीण-शहरी असते, तर कधी नागरी-नागरी अशा स्वरूपाचे असते. स्थलांतर या मानवी प्रक्रियेचा अर्थ व व्याख्या पुढीलप्रमाणे-

केनेथ कोमेथर यांच्या मतानुसार, एका विशिष्ट भौगोलिक किंवा राजकीय विभागातून दुसऱ्या भौगोलिक किंवा राजकीय विभागात दीर्घकालीन किंवा अल्पकालीन वास्तव्य करण्याच्या उद्देशाने केल्या जाणाऱ्या मानवी हालचालीस 'स्थलांतर' असे म्हणतात.

डेव्हिड हीर यांच्या मतानुसार, व्यक्तीचे आपल्या मूळ निवासस्थानापासून दूर होणे म्हणजे 'स्थलांतर' होय.

डॉ. एस. सी. दुबे यांच्या मतानुसार, स्थलांतर ही एक सामाजिक परिवर्तनाची प्रक्रिया आहे की ज्याद्वारे लाकसंख्येची वृद्धी किंवा घट होऊ शकते.

लोकसंख्याशास्त्रानुसार, विशिष्ट कालावधीत एका भौगोलिक भागातील अथवा प्रदेशातील निवास किंवा वास्तव्य सोडून त्या ठिकाणाव्यतिरिक्त इतर ठिकाणी किंवा प्रदेशामध्ये वास्तव्यासाठी केलेले निर्गमन किंवा आगमन म्हणजे 'स्थलांतर' होय.

थोडक्यात, स्थलांतर म्हणजे मानवी समूहाचे एका ठिकाणाहून दुसऱ्या ठिकाणी होणारे आगमन अथवा निर्गमन होय. हा लोकसंख्येच्या गतिशीलतेमधील एक महत्त्वाचा घटक आहे. भारतामध्ये स्वातंत्र्योत्तरकाळात शिक्षण आणि रोजगाराच्या कारणाकरिता ग्रामीण-नागरी स्थलांतरामध्ये मोठ्या प्रमाणात वाढ झाल्याचे आढळून येते.

६.१.१ स्थलांतराचे नियम

रॅव्हेन्स्टाईन या सामाजिक विचारवंताने Journal of the Royal Statistical Society या प्रबंधिकेत स्थलांतराच्या नियमांची मांडणी केली आहे. त्यांनी स्थलांतराचे नियम मांडताना ग्रेट ब्रिटन आणि इतर युरोपिअन राष्ट्रांचा अभ्यास केला होता. त्यांनी मांडलेले स्थलांतराचे नियम पुढीलप्रमाणे-

अ) **स्थलांतर व दोन ठिकाणातील अंतर** (Migration and distance) : एका ठिकाणाहून दुसऱ्या ठिकाणचे अंतर जसजसे वाढते तसतशी त्या दोन ठिकाणांमधील स्थलांतरितांची संख्या कमी होत जाते. बहुसंख्य स्थलांतरित कमी अंतरावरील ठिकाणाकडे स्थलांतर करतात.

ब) **टप्प्याटप्प्यांनी होणारे स्थलांतर** (Migration by stages) : नागरी क्षेत्राचा जसजसा विकास होतो तसतसे नागरी क्षेत्राच्या जवळपासचे लोक शहराच्या सीमा क्षेत्राकडून नागरी क्षेत्रात प्रवेश करतात व त्यांच्या रिकाम्या जागा टप्प्याटप्प्याने आणखी दूरवरून येणारे लोक भरून काढतात. थोडक्यात, नागरी विकास हा स्थलांतराच्या क्रमश: टप्प्यांनी होतो.

क) **स्थलांतर प्रवाह व प्रतिरोध प्रवाह** (Current and counter current flow) : स्थलांतराच्या कोणत्याही प्रवाहाच्या विरुद्ध दिशेने दुसरा प्रतिरोध प्रवाह असतोच.

ड) **स्थलांतर प्रवृत्तींमधील भिन्नता** (Differences in propensity to migrate) : नागरी लोकसंख्येत ग्रामीण लोकसंख्येपेक्षा स्थलांतराची प्रवृत्ती कमी असते; कारण ग्रामीण समुदायातील लोकांना नागरी समुदायातील जीवनाचे आकर्षण

वाटत असते. त्यामुळे ग्रामीण समुदायाकडून नागरी समुदायाकडे होणारे स्थलांतराचे प्रमाण अधिक असते.

इ) **कमी अंतरावरील स्थलांतरामध्ये स्त्रियांचे प्रमाण अधिक** (Predominance of females among short distance migrants) : आगमन-निर्गमन क्षेत्रातील अंतर जेवढे कमी तितके स्त्रियांच्या स्थलांतराचे प्रमाण दूरच्या अंतरापेक्षा अधिक असते.

ई) **तंत्रज्ञानातील प्रगती आणि स्थलांतर** (Technological growth and migration) : तंत्रज्ञानातील प्रगतीची पातळी उंचावली की स्थलांतर वाढू लागते.

फ) **स्थलांतरामध्ये आर्थिक घटक प्रभावी** (Dominance of the economic motive) : स्थलांतराला कारणीभूत ठरणाऱ्या सर्व घटकांमध्ये आर्थिक घटक हा सर्वांत अधिक प्रभावी घटक आहे; कारण तंत्रज्ञानातील प्रगती, नोकरी-व्यवसाय, शिक्षण, प्रशासन या सर्व घटकांचे प्रचलन शहरांमध्ये मोठ्या प्रमाणावर असते. त्यामुळे शहरांमध्ये रोजगाराच्या संधीही ग्रामीण भागापेक्षा मोठ्या प्रमाणावर उपलब्ध होत असतात. याचा परिणाम म्हणून ग्रामीण समुदायाकडून नागरी समुदायाकडे लोकसंख्येचे झपाट्याने स्थलांतर होऊ लागते.

रॅव्हेन्स्टाईन यांनी सांगिलेल्या स्थलांतराच्या नियमांवर बरेच आक्षेप घेतले गेले आहेत. परंतु, त्यामध्ये मोठा तथ्यांश आहे हे विविध सर्वेक्षणातून सिद्ध होत आहे.

६.१.२स्थलांतराचा जागतिक कल (Global trends in migration)

आंतरराष्ट्रीय स्थलांतरित दिवसाच्या निमित्ताने संयुक्त राष्ट्रसंघाने (UN DESA) प्रसिद्ध केलेल्या माहितीनुसार सन २००० सालापासून जगातील स्थलांतरामध्ये ४९ टक्के इतकी वाढ झाली आहे. सन २०१७च्या आंतरराष्ट्रीय स्थलांतर अहवालात (The International Migration Report 2017) जगात ३.४ टक्के लोक आंतरराष्ट्रीय स्थलांतरित आहेत. उच्च उत्पन्न देशांमध्ये सन २००० साली ९.६% लोकसंख्या स्थलांतरित होती ती सन २०१७मध्ये १४% इतकी वाढली आहे.

सन २००० ते २०१५ दरम्यान लोकसंख्यावाढीत उत्तर अमेरिकेत स्थलांतराचे योगदान ४२ टक्के इतके होते; तर स्थलांतराअभावी युरोपमध्ये मात्र या कालावधीत एकूण लोकसंख्येत घट झाली. २०१७मध्ये ७४ टक्के आंतरराष्ट्रीय स्थलांतरित हे काम करणाऱ्या वयोगटातील अर्थात २० ते ६४ या वयोगटातील होते. सन २०१७मध्ये

जगात एकूण आंतरराष्ट्रीय स्थलांतरितांमध्ये उच्च उत्पन्न देशात ६४ टक्के किंवा जवळपास १६५ दशलक्ष लोक स्थलांतरित होते. सन २०१७मध्ये आंतरराष्ट्रीय स्थलांतरितांमध्ये ४८.४ टक्के स्त्रियांचा सहभाग होता.

तसेच या अहवाल वर्षात २/३ आंतरराष्ट्रीय स्थलांतरित हे फक्त २० देशात रहात होते आणि एकूण आंतरराष्ट्रीय स्थलांतरितांपैकी निम्मे लोक दहा देशात वास्तव्य करीत होते. सर्वांत अधिक आंतरराष्ट्रीय स्थलांतरित लोक हे उत्तर अमेरिकेत (US) होते (जगातील एकूण स्थलांतरितांपैकी ४९.८ दशलक्ष किंवा १९%). तर सौदी अरेबिया, जर्मनी आणि रशियन संघ यांचा याबाबतीत दुसरा क्रमांक लागतो. त्यानंतर स्थलांतरितांपैकी युकेमध्ये (UK) जवळपास ९ दशलक्ष लोक राहतात.

आंतरराष्ट्रीय स्थलांतराचे ठिकाण व मूळ (Destination and Origin of International Migration) : दहापैकी सहा व अधिक आंतरराष्ट्रीय स्थलांतरित हे आशिया किंवा युरोप (अनुक्रमे ८० व ७८ दशलक्ष)मध्ये राहतात. त्यानंतर उत्तर अमेरिका तिसऱ्या स्थानी आहे (५८ दशलक्ष), त्या पाठोपाठ आफ्रिका (२५ दशलक्ष), दक्षिण अमेरिका व कॅरेबियन (९.५ दशलक्ष) आणि ओशिनिया (८.४ दशलक्ष) असा क्रम आहे. सन २०१७मध्ये आंतरराष्ट्रीय स्थलांतरितांपैकी सर्वाधिक स्थलांतरित आशिया आणि युरोप (अनुक्रमे १०६ दशलक्ष व ६१ दशलक्ष) या प्रदेशातील मूळ निवासी होते; तर त्यापाठोपाठ दक्षिण अमेरिका व कॅरेबियन (३८ दशलक्ष आणि आफ्रिका ३६ दशलक्ष) येथील मूळ निवासी होते.

तसेच जगामध्ये सर्वाधिक भारतामध्ये जन्मलेल्या व्यक्ती देशाबाहेर वास्तव्यास आहेत. सन २०१७मध्ये १७ दशलक्ष भारतात जन्मलेल्या व्यक्ती देशाबाहेर रहात होत्या. त्यानंतर मेक्सिकोमध्ये जन्मलेल्या व्यक्ती (१३ दशलक्ष) देशाबाहेर रहातात. त्याचप्रमाणे रशियन संघ, चीन, बांग्लादेश, सिरिया, पाकिस्तान आणि युक्रेन येथील अधिक लोक (६ ते ११ दशलक्ष) परदेशात रहातात.

६.१.३ भारतातील स्थलांतराचा कल

सन २००१च्या जनगणनेनुसार भारतामध्ये एकूण ३१४ दशलक्ष स्थलांतरित आहेत. त्यांपैकी २६८ दशलक्ष (८५%) स्थलांतरित हे राज्यांतर्गत स्थलांतरित आहेत की जे राज्यातील एका भागातून दुसऱ्या भागात स्थलांतरित झाले आहेत. तसेच भारतात आंतरराज्यीय स्थलांतरित ४१ दशलक्ष (१३%) आहेत तर देशा बाहेरून ५.१ दशलक्ष (१.६%) लोक स्थलांतरित झाले आहेत. देशात २.३ दशलक्ष

स्थलांतरितांसह महाराष्ट्र राज्याचा अव्वल क्रमांक आहे तर त्यापाठोपाठ दिल्ली (१.७ दशलक्ष), गुजरात (०.६८ दशलक्ष) आणि हरियाणा (०.६७ दशलक्ष) यांचा क्रम आहे. देशात उत्तरप्रदेश (–२.६ दशलक्ष) आणि बिहार (–१.७ दशलक्ष) या प्रदेशातील लोक राज्याबाहेर स्थलांतरित झाले आहेत.

शिक्षण, रोजगार, आरोग्याच्या सेवा–सुविधा यांसारख्या विविध कारणांमुळे ग्रामीण भागाकडून नागरी भागाकडे लोकसंख्येचे स्थलांतर वाढल्याचा कल दिसून येतो. त्यामुळे विविध कारणांसाठी घडून येणाऱ्या या स्थलांतराचे विविध प्रकार पुढीलप्रमाणे पाहू–

६.२ स्थलांतराचे प्रकार : तात्पुरते, अंतर्गत व आंतरराष्ट्रीय (Types of migration : temporary, internal and international)

संयुक्त राष्ट्र संघाच्या (United Nations) एका अहवालानुसार प्रत्येक राष्ट्राच्या सीमाबद्ध क्षेत्रफळाच्या बाहेर जाणे म्हणजे 'स्थलांतर' होय. त्यामुळे स्थलांतराचे अंतर्गत स्थलांतर व आंतरराष्ट्रीय स्थलांतर हे प्रमुख दोन प्रकार पडतात. स्थलांतराच्या या दोन प्रमुख प्रकारांचा अर्थ व माहिती पुढीलप्रमाणे–

तात्पुरते किंवा तत्कालीन स्थलांतर : व्यक्ती जेव्हा विशिष्ट कारणाकरता स्थलांतरित होते व परत आपल्या मूळ निवसस्थानी येते त्यावेळेस तात्पुरते स्थलांतर घडून येते. बहुसंख्यवेळा नैसर्गिक आपत्तींमुळे उदा. भूकंप, पूर, ज्वालामुखी, रोगराई इ. मुळे अशाप्रकारचे स्थलांतर घडून येते.

अ) आंतरराष्ट्रीय स्थलांतर : एखादी व्यक्ती किंवा व्यक्ती समूह एका राष्ट्राच्या राजकीय व शासकीय सीमा ओलांडून दुसऱ्या राष्ट्रात तात्पुरत्या किंवा दीर्घकाळाकरिता किंवा कायम वास्तव्यासाठी स्थलांतर करतात तेव्हा अशा स्थलांतरास 'आंतरराष्ट्रीय स्थलांतर' असे म्हणतात.

एकोणिसाव्या शतकाच्या पूर्वार्धापर्यंत आंतरराष्ट्रीय स्थलांतरास निर्बंध नव्हते. त्यामुळे जागतिक पातळीवर आंतरराष्ट्रीय स्थलांतर मोठ्या प्रमाणात झाले. पाश्चिमात्य राष्ट्रांमधून विशेषत: वसाहतवादी लोकांनी मोठ्या प्रमाणात आशिया, आफ्रिका व अमेरिका या खंडांमध्ये राजकीय व आर्थिक हेतूसाठी स्थलांतर केले. आधुनिककाळात मात्र आंतरराष्ट्रीय स्थलांतरावर नियंत्रणे आहेत. पहिल्या व दुसऱ्या महायुद्धानंतर जगातील बऱ्याच राष्ट्रांनी आंतरराष्ट्रीय स्थलांतरावर कडक निर्बंध लादल्याने ही क्रिया मर्यादित झाली आहे.

आंतरराष्ट्रीय स्थलांतरामुळे वांशिक, सामाजिक, राजकीय, धार्मिक व सांस्कृतिक परिणाम आगमन व निर्गमन या दोन्ही क्षेत्रात आढळून येतात. स्थलांतर करणारे बहुतेक लोक नागरीकरणात भर घालतात व आगमन क्षेत्रात अतिनागरीकरणाची समस्या वाढू लागते आणि निर्गमन क्षेत्राकडून (मूळ अधिवासकडून) बुद्धीचे वहन (Intellectual transition) होते. अनेक होतकरू तरुण विकसित राष्ट्रांकडे स्थलांतर करताना आढळून येतात.

ब) अंतर्गत स्थलांतर : एखाद्या देशातील व्यक्ती किंवा व्यक्तीसमूह जर त्याच देशातील एका ठिकाणाहून दुसऱ्या ठिकाणी आगमन-निर्गमन अर्थात स्थलांतर करतो तेव्हा त्यास 'अंतर्गत किंवा देशांतर्गत स्थलांतर' असे म्हणतात. उदा. तालुका, जिल्हा, राज्य अशाप्रकारच्या प्रशासकीयदृष्ट्यासीमाबद्ध प्रदेशांतर्गत व्यक्तीचे होणारे स्थलांतरण. तसेच ग्रामीण-ग्रामीण, ग्रामीण-नागरी, नागरी-नागरी, राज्य-राज्य हे अंतर्गत स्थलांतराचे उपप्रकार आढळून येतात.

आंतरराज्यीय स्थलांतर किंवा राज्य-राज्य स्थलांतर : भारतासारख्या घटक राज्य-राष्ट्र असणाऱ्या देशात जेव्हा एका राज्यातून दुसऱ्या राज्यात स्थलांतर होते तेव्हा त्यास 'आंतरराज्यीय किंवा राज्य-राज्य स्थलांतर' असे संबोधले जाते. आंतरराज्यीय स्थलांतरास 'प्रादेशिक किंवा आंतरप्रांतीय स्थलांतर' असेही म्हटले जाते. उदा. भारतातील अविकसित राज्यातून महाराष्ट्र राज्यातील मुंबई, ठाणे, पुणे यांसारख्या विकसित प्रदेशात होणारे स्थलांतर.

ग्रामीण-नागरी स्थलांतर : अंतर्गत स्थलांतराचा प्रमुख कल हा ग्रामीण भागाकडून नागरी भागाकडे असतो. भारतातील स्थलांतर हे प्रामुख्याने ग्रामीण भागाकडून नागरी भागाकडे होत असल्याचे आढळून येते. उदा. मराठवाडा व विदर्भातील अनेक ग्रामीण भागातून पुणे, मुंबई सारख्या नागरी भागाकडे स्थलांतर झालेले आढळून येते.

ग्रामीण-ग्रामीण स्थलांतर : भारतातील बहुसंख्य लोक ग्रामीण भागात राहतात. भारतातील अनेक राज्यात व प्रदेशात ग्रामीण विकासाचा असमतोल असल्याचे आढळून येते. त्यामुळे एका ग्रामीण भागातील लोक दुसऱ्या ग्रामीण भागाकडे शेती, व व्यावसायिक हेतूने स्थलांतर करतात.

नागरी-नागरी स्थलांतर : रोजगाराच्या संधी, शैक्षणिक संधी आणि उच्च राहणीमानाच्या संधींसाठी अनेक वेळा व्यक्ती एका विशिष्ट नागरी क्षेत्रातून दुसऱ्या

नागरी क्षेत्रात स्थलांतर करतात. उदा. माहिती व तंत्रज्ञान क्षेत्रातील रोजगाराच्या संधींमुळे अनेकवेळा पुणे ते बंगळूर किंवा बंगळूर ते हैदराबाद इ. ठिकाणी अशाप्रकारचे स्थलांतर होताना आढळून येते.

नागरी–ग्रामीण स्थलांतर : भरातामध्ये अशाप्रकारचे स्थलांतर खूपच कमी प्रमाणात आढळून येते. विशेषत: नोकरीतून सेवानिवृत्त झाल्यानंतर काही व्यक्ती आपल्या मूळ गावी परत जातात तेव्हा असे स्थलांतर घडून येत असल्याचे दिसून येते किंवा शैक्षणिक कारणाकरिता झालेले स्थलांतर पुन्हा ग्रामीण भागाकडे होत असते.

आगमनात्मक स्थलांतर : एखाद्या विशिष्ट प्रदेशात विशिष्ट कालावधीत आगमन केलेल्या लोकांची संख्या म्हणजे 'आगमनात्मक स्थलांतर' होय. स्थलांतराच्या या प्रकारामुळे विशिष्ट ठिकाणच्या किंवा प्रदेशाच्या लोकसंख्येत वाढ होते; कारण सामान्यत: ग्रामीण भागातील किंवा इतर प्रदेशातील तरुण शिक्षण व रोजगारासाठी स्थलांतर करतात. ही लोकसंख्याशास्त्रीयदृष्ट्या प्रजोत्पादक लोकसंख्या असल्याने लोकसंख्येत वाढ होते.

निर्गमनात्मक स्थलांतर : यामध्ये एखाद्या विशिष्ट प्रदेशातून विशिष्ट कालावधीत निर्गमन म्हणजे बाहेर गेलेल्या लोकांची संख्या होय. एखाद्या प्रदेशातून लोक स्थलांतर करून निघून गेले तरी त्या प्रदेशाच्या लोकसंख्येमध्ये बदल घडून येतात. लोकसंख्येच्या संरचनेत बदल घडून येतात. सामान्यत: ग्रामीण भागातील तरूण शिक्षण व रोजगारासाठी नागरी भागात स्थलांतरीत झाल्याने ग्रामीण भागात वृद्ध लोकांची संख्या अधिक असल्याचे आढळून येते.

६.३ स्थलांतराचे निर्धारक (Determinants of migration)

स्थलांतर ही एक ढोबळमानाने जरी सोपी प्रक्रिया वाटत असली तरी मानवी वृत्ती, भौगोलिक–नैसर्गिक परिस्थिती, आकर्षक वा वेधक घटक, प्रेषक वा प्रतिकूल घटक आणि अंतर व काळ यादृष्टीने स्थलांतर ही एक अतिशय गुंतागुंतीची शृंखला आहे. या शृंखलेचा सविस्तर अभ्यास करून स्थलांतर का होते व त्यावर कोणकोणते घटक परिणाम करतात याविषयी विश्लेषण केले आहे. स्थलांतरावर परिणाम करणाऱ्या घटकांचे प्रामुख्याने दोन भाग पडतात–एक वेधक आणि दुसरे प्रेषक घटक त्यांची माहिती पुढीलप्रमाणे–

६.३.१ वेधक घटक (Pull factors) : यामध्ये मुख्यत: भौगोलिक वा नैसर्गिक घटक आणि मानवी वा सांस्कृतिक घटकांचा समावेश होतो.

१) **भौगोलिक वा नैसर्गिक घटक :** या घटकांमध्ये साधन सामग्रीची उपलब्धता आणि हवामान याचा स्थलांतरावर प्रामुख्याने परिणाम होतो.

अ) **साधनसामग्रीची उपलब्धता :** भूमी, पाणी, खनिजे, माती, जंगले यांसारखी नैसर्गिक संपदा मानवी समाजाला नेहमीच वस्तीसाठी आकर्षक ठरते; कारण अशा निसर्गसंपन्न क्षेत्रात विकासाला पोषक संधीची उपलब्धता असते. शेती, उद्योग, व्यापार या सर्व आर्थिक क्षेत्रांचा विकास अशा क्षेत्रात झपाट्याने होतो. त्यामुळे उत्पन्न व राहणीमानाची पातळी चांगली असते. सुसंस्कृत (civilised) जीवन जगण्याकडे लोकसंख्येचा कल वाढतो आणि अशा क्षेत्राकडे लोकसंख्येचे झपाट्याने स्थलांतर होऊ लागते.

ब) **हवामान :** मानवी आरोग्यास व व्यवसायास अनुकूल हवामान पोषक ठरते. त्यामुळे साहजिकच अनुकूल हवामानाच्या क्षेत्रात लोकसंख्येचा ओघ झपाट्याने वाढू लागतो. अनुकूल हवामान शेतीस पोषक असते, तसेच ते कार्यक्षमता वाढीसही प्रेरक असते. त्यामुळे आर्थिक व सामाजिक विकास योग्य दिशेने होत राहतो.

२) **मानवी वा सांस्कृतिक घटक :** यामध्ये प्रामुख्याने मानवी इच्छा, आर्थिक घटक आणि सांस्कृतिक घटकांचा समावेश होतो.

अ) **मानवी इच्छा :** जास्तीतजास्त सुरक्षित आणि सुसंस्कृत भागाकडे स्थलांतर करणे या मानवी इच्छा व प्रेरणा आहेत. चांगले हवामान, नवीन प्रदेशांचे आकर्षण, आव्हान स्वीकारण्याची वृत्ती, उच्च राहणीमान मानवाला नेहमीच वेधक ठरणारे असते. अधिक ज्ञान मिळविण्याच्या उद्देशाने स्थलांतर प्रक्रिया अस्तित्वात येते. स्थलांतराची पार्श्वभूमी किंवा इतिहास पाहता असे आढळून येते की, ब्रिटिश, फ्रेंच, पोर्तुगीज, स्वीडिश, डच या लोकांची साहसी इच्छा खूप अधिक असल्याने नव्या जगाचा शोध घेण्याचे श्रेय या लोकांकडे जाते. भारतात तमीळ, मल्याळी, कानडी लोकांमध्ये स्थलांतराचे प्रमाण अधिक आहे. विशेषत: त्यांच्या स्थानिक क्षेत्रात असणाऱ्या प्रतिकूल हवामानामुळे त्यांच्यामध्ये स्थलांतराचे प्रमाण अधिक आहे.

ब) **आर्थिक घटक :** व्यवसायाच्या उत्तम संधी व उच्च वेतन श्रेणीसाठी होणाऱ्या स्थलांतराचे प्रमाण पूर्वीपासून अधिक आहे. औद्योगिक क्रांतीनंतर आर्थिक उलाढालीस गतिमानता प्राप्त झाल्यावर स्थलांतराचा वेगही वाढला आहे. औद्योगिक

क्रांतीनंतर जगातील बहुतेक भागात उद्योगधंद्यांचे स्वरूप पालटले आहे. औद्योगिक केंद्रे, खनिज केंद्रे या ठिकाणी रोजगार उपलब्ध झाल्याने स्थलांतरामध्ये वेगाने वाढ होत गेली. विविध क्षेत्रातील विशिष्ट तांत्रिक प्रशिक्षण घेण्यासाठी विविध व्यवसायासाठी लागणारे मजूर, कामगार यांचे समूह अशा केंद्रांकडे एकवटले जाऊ लागले. भारतामध्ये टाटानगर, बंगलोर, कोलकाता, मुंबई, भिलाई, चेन्नई यांसारख्या औद्योगिक वसाहती म्हणून झपाट्याने विकसित होऊ लागल्या आणि या शहरांकडे लोकसंख्येचा ओघ वाढू लागला. व्यापार, उद्योग, वाहतूक व दळणवळण वाढल्याने स्थलांतराला चालना मिळाली आणि नागरीकरण प्रक्रिया जोमाने वाढली. त्यातून विशेषत: ग्रामीण नागरी स्थलांतराची प्रक्रिया वेगाने होऊ लागली.

क) **सांस्कृतिक घटक :** वेगाने होणाऱ्या स्थलांतर प्रक्रियेत स्थैर्य आणि सुरक्षितता या घटकांना अधिक महत्त्व असते. त्यामुळे जास्तीतजास्त नियोजनबद्ध, सुसंस्कृत वातावरण जिथे असते, तिथे मानवी समूहांचे स्थलांतर होते. तसेच जातीची, धर्माची बंधने शिथिल होतात. व्यक्तिस्वातंत्र्याला महत्त्व प्राप्त होते. शिक्षणाच्या, आरोग्याच्या सोयीसुविधांमध्ये वाढ होते. सहजसुलभ वाहतूक व्यवस्था उपलब्ध होते. मनोरंजनाची साधने सहज उपलब्ध होतात. अशा ठिकाणी स्थलांतरामुळे लोकसंख्येचे प्रमाण अधिक असते.

६.३.२ प्रेषक घटक (Push factors) : यामध्ये वरील वेधक घटकांप्रमाणेच भौगोलिक वा नैसर्गिक घटक आणि मानवी वा सांस्कृतिक घटकांचा समावेश होतो.

१. **भौगोलिक वा नैसर्गिक घटक :** यातील नैसर्गिक आपत्ती व हवामान या घटकांचा स्थलांतर संबंध पुढीलप्रमाणे–

अ) **नैसर्गिक आपत्ती :** नैसर्गिक आपत्तींमुळे बहुंसख्यवेळा सक्तीचे स्थलांतर घडून येते. यामध्ये भूकंप, पूर, ज्वालामुखी, रोगराई इ. मुळे स्थलांतर करणे अपरिहार्य असते. अशा प्रसंगी नगरांच्या नियोजनात अडचणी येण्याची शक्यता अधिक असते; कारण अशा परिस्थितीतून आलेल्या स्थलांतरित लोकसंख्येला पुरेशा सोयीसुविधा उपलब्ध करून देणे आवश्यक असते. बहुसंख्यवेळा नैसर्गिक आपत्तींमुळे स्थलांतराचे स्वरूप कायमस्वरूपी नसते तर ते तात्पुरते किंवा तत्कालीन असते. मात्र काही स्थलांतरित स्थलांतर केलेल्या प्रदेशात कायमस्वरूपी वास्तव्य करतात.

ब) हवामान : वादळे, असंतुलित पर्जन्यमान, दुष्काळ, अतिउष्ण वा अतिथंड हवामान याचे प्रमाण ज्या भागामध्ये तीव्र स्वरूपाचे असते त्या प्रदेशाकडून किंवा ठिकाणाकडून सुरक्षित व शेतीस, उद्योग-व्यवसायास योग्य हवामान असणाऱ्या प्रदेशाकडे स्थलांतर होत असते; कारण असंतुलित हवामान असणाऱ्या प्रदेशांमध्ये आर्थिक विकासाला पोषक परिस्थिती नसते. तसेच कार्यक्षमतेला पोषक व प्रेरक वातावरण नसते. त्यामुळे हे स्थलांतर घडून येते. उदा. महाराष्ट्रातील मराठवाडा, विदर्भातील दुष्काळग्रस्त जिल्ह्यांतून मुंबई, पुणे यांसारख्या शहरांकडे स्थलांतर होत असल्याचे आढळून येते.

२. **मानवी वा सांस्कृतिक घटक :** यामध्ये वरील वेधक घटकांप्रमाणेच मानवी इच्छा, आर्थिक घटक आणि सांस्कृतिक घटक स्थलांतरास कारणीभूत ठरतात.

अ) मानवी इच्छा : अनारोग्य, अशांतता, दहशत, छळवणूक यांसारख्या घटनांमुळे समाजिक स्वाथ्य बिघडते. मानवी सहसंबंधांमध्ये असंतुलन निर्माण होते. अस्थिरता, अराजकता निर्माण होते. त्यामुळे शांततापूर्ण जीवनाला धोका उत्पन्न होतो. ज्या भागात वा प्रदेशात अशा सामाजिक स्वास्थ्य आणि मानसिक संतुलन बिघडवणाऱ्या घटकांचे प्राबल्य असते, अशा ठिकाणाकडून सुरक्षित ठिकाणाकडे मानवी समूहाचे अधिकाधिक स्थलांतर घडते.

ब) आर्थिक घटक : ज्या प्रदेशात मानवाच्या मूलभूत गरजा भागविणे कठीण असते. रोजागाराच्या संधींची उपलब्धता नसते. शेतीची उत्पादकता अल्पप्रमाणात असते. उद्योगधंद्यांना पोषक वातावरण नसते. राहणीमान अत्यंत खालावलेले असते. अशा प्रदेशांमध्ये दारिद्र्य, बेकारीचे प्रमाण अधिक असते त्यामुळे अशा प्रदेशाकडून साधनसामग्रीची उपलब्धता असणाऱ्या प्रदेशाकडे मानवी समूहांचे स्थलांतर होत असते.

क) सांस्कृतिक घटक : स्थलांतरामुळे विविध जातींचे, धर्मांचे, प्रांतांचे लोक एकत्रित येतात. त्यामुळे भिन्नभिन्न संस्कृतींशी संपर्क येऊन सांस्कृतिक परिवर्तन घडून येते. हे सांस्कृतिक परिवर्तन होत असताना अनेक सामाजिक व सांस्कृतिक प्रश्न निर्माण होतात आणि पूर्वीच्या नियोजित व सुरक्षित वातावरणामध्ये बाधा निर्माण होतात; त्यामुळे अधिक सुरक्षित ठिकाणी लोकसंख्येचे स्थलांतर होत राहते. अशाप्रकारच्या स्थलांतरितांचे प्रमाण किंवा आकडेवारी काढणे कठीण असते कारण या स्थलांतरितांचे मूळ निवासस्थान वेगळेच असते. उदा. भारतात काश्मीर, पंजाब, आसाम यांसारख्या राज्यातील अस्थिरतेमुळे, अशांततेमुळे सुरक्षित ठिकाणी वा प्रदेशात लोकसंख्येचे स्थलांतर प्रमाण वाढल्याचे दिसून येते.

वरील निर्धारक घटकांव्यतिरिक्त कारखान्यातील संप, बंद, अपघात, प्रदूषण यांसारख्या घटकांमुळेही स्थलांतर होते.

६.४ स्थलांतराचे परिणाम (Effects of migration)

प्रसिद्ध समाजशास्त्रज्ञ एव्हरेट ली यांनी स्थलांतराचे निर्गमन क्षेत्र व आगमन क्षेत्र या संकल्पनांचा वापर केला आहे. त्यांच्या या संकल्पनांनुसार स्थलांतरामुळे निर्गमन केलेले (सोडलेले ठिकाण) व जेथे आगमन केले ते ठिकाण अशा दोन्ही ठिकाणी स्थलांतराचे अनुकूल व प्रतिकूल परिणाम घडून येतात. त्याचा आढावा पुढीलप्रमाणे-

लोकसंख्याशास्त्रीय परिणाम : स्थलांतराच्या प्रक्रियेमुळे लोकसंख्येच्या संरचनेत मूलभूत स्वरूपाचे बदल घडून येतात. मूळ निवासक्षेत्रातील पुरुषांची लोकसंख्या कमी होऊन स्त्रिया, बालके, वृद्ध यांची लोकसंख्या वाढते. जन्मदर, मृत्युदर, लिंगरचना यात बदल होऊ लागतात. लोकसंख्येतील घट किंवा वाढ ही स्थलांतरामुळेदेखील होत असते. ज्या वेळी एखाद्या प्रदेशातून स्थलांतर करून लोक आगमन करतात त्यांना '**आस्थलांतरी**' असे म्हटले जाते. आस्थलांतरीमुळे मूळ लोकसंख्येत वाढ होते; त्याचप्रमाणे ज्या वेळी एखाद्या प्रदेशातून लोक दुसऱ्या प्रदेशात निघून गेल्यास (निर्गमन) त्यांना '**उत्स्थलांतरी**' असे म्हटले जाते. उत्स्थलांतरामुळे मूळ लोकसंख्येत घट होते. काही वेळेस उत्स्थलांतर व आस्थलांतर सारखेच झाल्यास त्यांचा लोकसंख्यावाढीवर परिणाम न होता लोकसंख्या स्थिर राहते.

आर्थिक परिणाम : स्थलांतराच्या प्रक्रियेतील आगमन क्षेत्रात आर्थिकदृष्ट्या साधनसंपत्ती आणि लोकसंख्या यांच्या गुणोत्तरात बदल होऊ लागतो. स्थलांतराचे प्रमाण अधिक असेल तर साधनसंपत्तीवर ताण पडतो आणि आर्थिक विकास, नियोजन, प्रशासन यावर प्रतिकूल परिणाम होतो. स्थलांतर नियोजित असेल तर मनुष्यबळ उपलब्ध होऊन साधनसंपत्तीच्या विकासाला वाव मिळतो.

त्याचप्रमाणे निर्गमन क्षेत्रात आर्थिक परावलंबित्व वाढते. मनुष्यबळ कमी झाल्याने आर्थिक उत्पन्नात घट होते. मात्र, नागरी संस्कृतीचे संक्रमण हळूहळू ग्रामीण भागात होऊ लागते. तंत्रज्ञानातील प्रगतीचा आणि त्या अनुषंगाने येणाऱ्या यंत्रसंस्कृतीचा थोडाफार प्रभाव ग्रामीण क्षेत्रावर पडू लागतो.

आगमन क्षेत्रात स्थलांतरामुळे लोकसंख्येच्या अस्तित्वाचा (Expenses on existence of population) नवीन खर्च वाढतो. नियोजनाचा आराखडा बदलणे भाग पडते. साधनसंपत्तीच्या उलाढालीत वृद्धी होते. या उलाढालीचा आणि आर्थिक व्यवस्थेचा

समतोल राखणे कठीण होऊ लागते. परिणामी दारिद्र्य, बेकारीत वाढ होते. राहणीमानाची पातळी खालावते. बहुतेकवेळा स्थलांतर हे अनियोजित व चुकीच्या दिशेने होत असते. त्यामुळे प्राथमिक गरजांच्या पूर्ततेत अडथळे येतात. अन्न, वस्त्र, निवारा, पाणी, आरोग्य यांची योग्य ती निगा राखण्यात अडथळे येतात. झोपडपट्ट्यांमध्ये वाढ होऊ लागते. विकसनशील राष्ट्रांत या समस्यांमध्ये झपाट्याने वाढ होऊ लागते. जलद आणि विषम नागरीकरणामुळे शहरांची वाढ निकोप होत नाही. व्यावसायिक बदल, वाढत्या गरजा, मुलांचे शिक्षण, आरोग्य, पाणी, वीज यांसारखे प्रश्न भेडसावू लागतात.

सामाजिक परिणाम : निर्गमन व आगमन क्षेत्रात असणाऱ्या सामाजिक संरचनेतील भिन्नतेमुळे (जातिव्यवस्थेची बंधने, विवाहपद्धती, चालीरिती, शिक्षण, धर्माचे स्थान) प्रतिकूल सामाजिक परिणाम आढळून येतात. सामाजिक अभिसरण, विचारांचे आदानप्रदान होण्यास वेळ लागतो. परिणामी ताण-तणाव ओढवतात. त्यातूनच जीवनमानातील तफावत व सामाजिक दरी वाढत जाते. सामाजिक स्वास्थ्य बिघडू लागते. सामाजिक स्वास्थ्य टिकवून ठेवण्याची मुख्य जबाबदारी स्थलांतरितांवर असते. बऱ्याचदा ती व्यवस्थित पार पाडली जाते. स्थलांतरित लोकसंख्या नवीन क्षेत्राशी जुळवून घेणारी असली तर आचारविचारांचे आदानप्रदान, अनुकूलन व अभिसरणामुळे सामाजिक ऐक्याला पोषक परिस्थिती निर्माण होते आणि निर्गमन क्षेत्राकडे याविचारांचे संक्रमण होऊ लागते. तेथील लोकांना नव्या ज्ञानाचा लाभ होऊन परिस्थिती सुधारण्यास चालना मिळते. परिस्थितीजन्य आव्हानांना तोंड देण्याचे सामर्थ्य वाढते. आर्थिक परावलंबित्व कमी होऊन हळूहळू आर्थिक स्वावलंबन वाढू लागते. पतपेढ्या, संघटना, खरेदी-विक्री संघ, लघुउद्योग यात वाढ होऊ लागते.

सांस्कृतिक परिणाम : स्थलांतरामुळे सांस्कृतिक घटकांचे अभिसरण आणि संक्रमण होते. विविध चालीरिती, रूढी, परंपरा, नीतिमूल्ये, धार्मिक विचारप्रणाली, उत्सव यांची पारस्परिक ओळख होते. मात्र, काहीवेळा आदान-प्रदानात व्यत्यय येतात. पारंपरिक आणि आधुनिक यांची सांगड घातली जात नाही. स्थलांतर हे अनेकवेळा दुसऱ्या स्थानाविषयी वाटणाऱ्या कोणत्याही प्रकारच्या आकर्षणातून होत असते. त्यामुळे स्थलांतर केलेल्या क्षेत्राला स्थलांतरित व्यक्ती तिच्या मूळ निवासस्थानापेक्षा जास्त महत्त्व देत असते. यातून विचारांचे संक्रमण न होता ताणतणाव वाढत जातात. स्थलांतरामुळे बुद्धिवहन (Brain drain) होते. याचा निर्गमन क्षेत्रावर प्रतिकूल परिणाम होतो. निर्गमन क्षेत्रातील हुशार व्यक्तींचा जास्तीतजास्त विकसित

क्षेत्रांकडे स्थलांतर करण्याचा कल असतो. त्यामुळे निर्गमन क्षेत्राचे मोठ्या प्रमाणावर नुकसान होते. विचारांमध्ये प्रगल्भता येण्याऐवजी जास्तीतजास्त ताठरता येत जाते.

अशा प्रकारे स्थलांतराच्या आगमन आणि निर्गमन या प्रक्रियांचे विविध परिणाम घडून येतात.

६.५ नागरीकरण : अर्थ आणि कल (Urbanisation : meaning and trends)

नागरीकरण ही एक प्रक्रिया आहे. सर्वसाधारणपणे लोकसंख्येच्या केंद्रीकरणाची प्रक्रिया म्हणजे 'नागरीकरण' होय. औद्योगिकीकरणाचा संबंध नागरीकरणाशी जोडला जातो. परंतु, औद्योगिकीकरणपूर्व समाजातही शहरे होती. उदा. सिंधू संस्कृतीमधील मोहेंजोदरो व हरप्पा, बॉबिलोन, अॅथेन्स, रोम, मगध ही प्राचीन शहरे औद्योगिकीकरणाशिवाय अस्तित्वात होती.

नागरीकरण किंवा शहरीकरण म्हणजे एकाच वसाहतीमध्ये तुलनेने अनेक लोक एकत्र राहणे होय. भारताच्या बाबतीत विचार करता नगर किंवा शहर म्हणजे ज्या वस्तीसमूहाची लोकसंख्या ५००० किंवा त्यापेक्षा अधिक आहे. तसेच बिगरशेती व्यावसायिकांचे प्रमाण ७५% किंवा त्यापेक्षा अधिक व लोकसंख्येची घनता १००० पेक्षा जास्त आहे असा वस्तीसमूह म्हणजे नगर किंवा शहर होय. नागरीकरणाचा हा सामान्य अर्थ असला तरी समाजशास्त्र विचारवंतांनी नगर किंवा शहराचा अर्थ स्पष्ट करण्यासाठी काही व्याख्या मांडल्या आहेत त्या पुढीलप्रमाणे–

विलकॉक्स यांच्या मतानुसार, ज्या ठिकाणी शेतीचा व्यवसाय नाही आणि लोकसंख्या दर चौरस मैलास १००० पेक्षा अधिक असेल तर त्या सर्व ठिकाणांचा समावेश शहरामध्ये करावा.

बर्गल यांच्या मतानुसार, ज्या वस्तीत अधिकांश लोक कृषी व्यवसायाशिवाय इतर व्यवसायात गुंतलेले असतात अशा वस्तीस शहर म्हणावे.

थोडक्यात, वरील व्याख्यांवरून नगर किंवा शहर म्हणजे बिगर शेती व्यावसायिकांचे प्रमाण अधिक असणारे ठिकाण होय असा अर्थ ध्वनित होतो.

जागतिक पातळीवरील नागरीकरणाचा कल (International trends in urbanisation) : जगातील नागरी भागात राहणाऱ्या लोकसंख्येत सन १९६० ते १९९९मध्ये ४७ टक्के (२.८ दशलक्ष) इतकी वाढ झाली. सन १९६० पासून विकसनशील देशात नागरी भागात राहणाऱ्या लोकसंख्येत दुप्पटीने वाढ झाली. जगात दक्षिण अमेरिका आणि कॅरेबियन येथे ७५ टक्क्यांपेक्षा अधिक नागरीकरण झाले आहे,

नागरीकरणाची ही पातळी युरोप, उत्तर अमेरिका व जपान यांच्या बरोबरीची आहे. सन १९६०मध्ये फक्त न्यूयॉर्क आणि टोकियो या दोनच शहरांमध्ये १० दशलक्ष लोक रहात होते. परंतु, १९९९मध्ये जगात अशी १० दशलक्षपेक्षा अधिक लोकसंख्येची जगात १७ शहरे होती, त्यांपैकी १३ शहरे ही कमी विकसित प्रदेशात होती, या वाढत्या नागरीकरणाचा जागतिक कल पुढीलप्रमाणे-

आकृती क्र. ६.१ जागतिक पातळीवरील निवडक देशातील नागरीकरणाचा कल

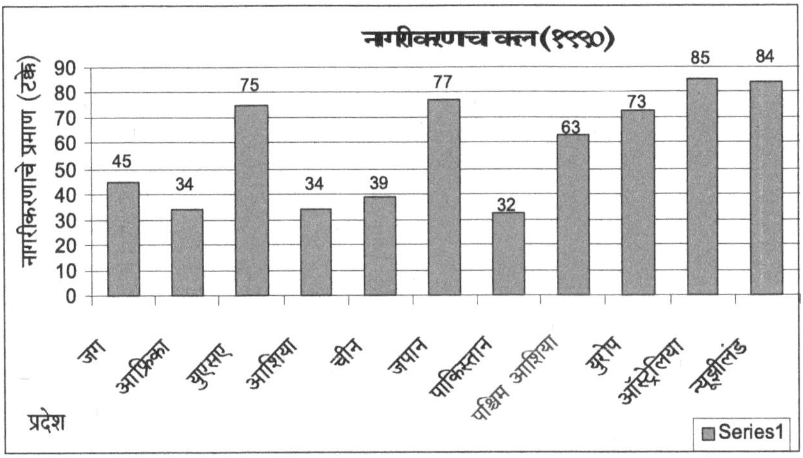

(आधार-www. yourarticlelibrary. com/urbanisation)

निवडक देशातील नागरीकरणाचा हा कल पाहता असे आढळून येते की, जागतिक पातळीवर नागरीकरणाचा कल १९९०च्या सुमारास ४५ टक्के होता; तर जगामध्ये नागरीकरणाचा सर्वाधिक कल ८५ टक्के ऑस्ट्रेलिया व ८४ टक्के न्यूझीलंड या देशात होता; तर विकसनशील प्रदेशांमध्ये म्हणजे आशिया आणि आफ्रिका या प्रदेशात नागरीकरणाचा हा कल ३४ टक्के इतका होता.

भारतातील नागरीकरणाचा कल : भारतामध्ये प्राचीन काळापासून विविध नगरे अस्तित्वात होती. उदा. राजधानीची शहरे, धार्मिक स्थळे, औद्योगिक व व्यापारी शहरे इ. परंतु तत्कालीन भारतातील खेडी स्वयंपूर्ण होती. त्यामुळे ग्रामीण भारतात लोकसंख्येचे प्रमाण खूप मोठे होते. ब्रिटिश राजवटीत भारतातील ग्रामीण अर्थव्यवस्थेवर

विपरीत परिणाम झाले आणि ग्रामीण भागातील गरीब मजूर, कारागीर शहरांकडे स्थलांतर करू लागले. त्यामुळे २० व्या शतकात भारतातील नागरीकरणाचा वेग वाढलेला दिसून येतो. भारतातील या नागरीकरणाचा कल पुढीलप्रमाणे–

तक्ता क्र. ६.१ भारतातील नागरीकरणाचा कल

वर्ष	नगरांची संख्या	नागरी लोकसंख्या (हजारात)	एकूण लोकसंख्या (टक्के)	दशकातील वाढ (टक्के)
१९०१	१८२७	२५८५१.९	१०.८४	–
१९११	१८१५	२५९४१.६	१०.२९	०.३५
१९२१	१९४९	२८०८६.२	११.१८	८.२७
१९३१	२०७२	३३४५६.०	११.९९	१९.१२
१९४१	२२५०	४४१५३.३	१३.८६	३१.९७
१९५१	२८४३	६२४४३.७	१७.२९	४१.४२
१९६१	२३६५	७८९३६.६	१७.९७	२६.४१
१९७१	२५९०	१०९११३.९	१९.९१	३८.२३
१९८१	३३७८	१५९४६२.५	२३.३४	४६.१४
१९९१	४६८९	२१७६११.०	२५.७१	३६.४७
२००१	५१६१	२८५३५४.९	२७.७८	३१.१३
२०११	–	३७७१०६.१	३१.२०	३१.८०

(आधार–www. yourarticlelibrary. com/urbanisation, www. ayush. gov. pdf)

भारतातील नागरीकरणाचा कल पाहता असे आढळून येते की, भारतात सन १९०१ ते २००१ या शतकात नगरांच्या संख्येत मोठ्या प्रमाणात वाढ झाली आहे त्याचप्रमाणे नागरी लोकसंख्येत सातत्याने वाढ झालेली निदर्शनास येते. नागरीकरणाच्या या प्रक्रियेत स्वातंत्र्योत्तरकाळात म्हणजे सन १९५१ पासून मोठ्या प्रमाणात वाढ झाली आहे. भारतातील नागरी लोकसंख्येचे प्रमाण १९५१मध्ये १७.२९ टक्के होते ते सन २००१मध्ये २७.७८ टक्के इतके झाले. त्याचप्रमाणे नागरीकरणाचे हे प्रमाण सन १९७१–८१च्या दशकात सर्वाधिक म्हणजे ४६.१४ टक्के इतके होते. परंतु, सन १९८१ नंतरच्या दशकात हे प्रमाण कमी होत आहे. परंतु, असे असले तरीही भारतातील नागरी वस्तींमध्ये सातत्याने वाढ होत आहे त्याचबरोबर नागरी लोकसंख्येतही सातत्याने वाढ होत आहे.

६.६ लोकसंख्येचे ग्रामीण–नागरी वितरण (Rural-urban population distribution)

जागतिक पातळी व देशपातळीवरील नागरीकरणाचा कल पाहता असे लक्षात येते की, जगात सर्वत्र नागरीकरणामध्ये वाढ होत आहे. नागरी लोकसंख्येत वाढ होत आहे. काही अंशी लोकसंख्येचे ग्रामीण–नागरी स्थलांतर नगरांच्या लोकसंख्या वाढीस कारणीभूत होत आहे. या पार्श्वभूमीवर लोकसंख्येचे ग्रामीण–नागरी वितरण अभ्यासणे महत्त्वाचे आहे. भारतातील लोकसंख्येचे हे ग्रामीण–नागरी वितरण पुढीलप्रमाणे–

भारतामध्ये सन १९८१ पासून नागरीकरणामध्ये झपाट्याने वाढ होत आहे. १९०१च्या जनगणना अहवालानुसार भारताची नागरी लोकसंख्या १०.८४ टक्के होती. ती १९८१मध्ये २३.३४ टक्के इतकी झाली आणि सन २००१मध्ये या नागरी लोकसंख्येचे प्रमाण २७.७८ टक्के इतके झाले. भारतातील झपाट्याने वाढणाऱ्या नागरीकरणामुळे मुंबई, पुणे, ठाणे, दिल्ली, चेन्नई, कोलकाता, बंगळूरू यांसारख्या महानगरांची लोकसंख्या नैसर्गिक वाढ तसेच स्थलांतर यांमुळे झपाट्याने वाढत आहे. भारताच्या एकूण लोकसंख्येपैकी जवळपास २८ टक्के लोक नागरी भागात दाटीवाटीने राहात आहेत. असे असले तरी भारतातील ग्रामीण भागात राहणाऱ्या लोकांच्या गरजा, सेवा–सुविधा यांमध्ये सुधारणा न झाल्यास भारतातील नागरीकरणाची समस्या गंभीर रूप धारण करण्याची शक्यता नाकारता येत नाही. या ग्रामीण–नागरी लोकसंख्येच्या वितरणाचा तक्ता क्र. ३.७ प्रकरण ३मध्ये दिला आहे.

भारतातील ग्रामीण–नागरी वितरण पाहता असे लक्षात येते की, भारतामध्ये स्वातंत्र्यपूर्वकाळात ग्रामीण–नागरी स्थलांतराचा वेग कमी असल्यामुळे नागरी लोकसंख्येचे प्रमाण हळूहळू वाढत होते; तर स्वातंत्र्योत्तरकाळात सन १९५१ पासून नागरी लोकसंख्येत झपाट्याने वाढ होण्यास सुरुवात झाली; त्याचबरोबर ग्रामीण भागातील लोकसंख्येत त्याचप्रमाणात घट होऊ लागली; म्हणजेच ग्रामीण भागाकडून लोकसंख्येचे नागरी भागाकडे स्थलांतर झाले. सन २०११च्या जनगणना अहवालानुसार नागरी लोकसंख्या आता ३० टक्क्यांपेक्षा अधिक होत आहे तर ग्रामीण लोकसंख्या ७० टक्क्यांपेक्षा कमी होत आहे. पुढील काही दशकात भारतातील नागरी व ग्रामीण लोकसंख्येचे प्रमाण समान पातळीवर येण्याची शक्यता आहे. परंतु, वाढत्या नागरीकरणामुळे नगरांमध्ये राहत्या घरांची जागा, पिण्याचे पाणी, आरोग्याच्या सोयी–सुविधा, रोजगारांच्या संधींची उपलब्धता, वाहतुकीची समस्या आणि प्रदूषणाची समस्या सोडविणे अवघड होणार आहे. त्यामुळे सर्वसामान्य माणसाचे जीवन

अधिकाधिक कष्टप्रद व पीडादायी होण्याची शक्यता आहे. नागरीकरणाचा वेग ज्याप्रमाणे भारतात वाढत आहे तसाच तो जगातील अनेक देशांमध्ये वाढत आहे. नागरीकरणाच्या या प्रक्रियेवर परिणाम करणारे घटक किंवा नागरीकरणाचे निर्धारक अथवा कारणे पुढीलप्रमाणे–

६.७ नागरीकरणाचे निर्धारक घटक आणि परिणाम (Determinants and effects of urbanisation)

जगातील अनेक देशांनी जलद आर्थिक विकासाकरिता औद्योगिकीकरणाचा मार्ग स्वीकारलेला आढळून येतो. विसाव्या शतकापासून एकविसाव्या शतकात आर्थिक विकासासाठी विविध देशांची स्पर्धा लागलेली दिसून येते. त्यामुळे नागरीकरणाचा वेग मोठ्या प्रमाणात वाढला आहे. नागरीकरणाच्या जलद प्रक्रियेला अनेक घटक कारणीभूत ठरत आहेत, ते पुढीलप्रमाणे–

औद्योगिक क्रांती : मानवेतर प्रचंड शक्तीचा वापर करून मोठ्या प्रमाणात वस्तू व सेवांची निर्मिती करण्यासाठी, अनेक लहानमोठे उद्योगधंदे स्थापन झालेले आढळून येतात. अशी अनेक औद्योगिक शहरे इंग्लंड व अमेरिका या देशांप्रमाणेच इतर राष्ट्रातही उदयाला आलेली दिसून येतात. मोठमोठे उद्योगधंदे निर्माण झाले की, त्यात काम करण्यासाठी अनेक कामगार बाहेरील परिसरातून तेथे येतात. त्यांना प्रशिक्षण देणाऱ्या संस्था, घरांची निर्मिती, शाळा, दवाखाने, करमणूक, दळणवळण, वाहतूक, व्यापार इ. सुविधा निर्माण केल्या जातात व अशा प्रकारे त्या शहरांची सातत्याने वाढ होत जाते. उदा. पुणे व परिसरातील चाकण, तळेगाव, हिंजवडी, रांजणगाव या क्षेत्रात मोठ्या प्रमाणात औद्योगिकीकरण झाल्यामुळे पुणे व परिसरातील ग्रामीण भागातील लोकसंख्येत मोठ्या प्रमाणात वाढ झाल्याने पुणे महापालिकेने अनेक गावांना नव्याने महापालिकेत समाविष्ट करून घेतल्याने पुणे हे क्षेत्रफळाने महाराष्ट्रातील एक मोठे शहर म्हणून उदयाला आले आहे.

व्यापारी क्रांती : उद्योगधंद्यांचे प्रमाण जसजसे वाढत गेले त्याबरोबरच त्या उद्योगधंद्यात तयार होणाऱ्या वस्तू उपभोक्त्यांपर्यंत पोहचविण्यासाठी व्यावसायिकांचे कार्य अत्यंत महत्त्वाचे ठरते. या संदर्भात एन. एल. सिम्स यांनी म्हटले आहे की, मानवी शरीर जिवंत ठेवण्यासाठी ज्याप्रमाणे रक्ताभिसरणाची आवश्यकता असते त्याचप्रमाणे शहराचे अस्तित्व टिकविण्यासाठी व्यापार अत्यावश्यक असतो. जेथे व्यापार, व्यवसाय सुविधा मोठ्या प्रमाणात असतात तेथे मोठ्या बाजारपेठा, दुकाने,

राहत्या घरांच्या वसाहती, शिक्षण, सांस्कृतिक मंडळे, विश्रांती गृहे इ. सुविधांची निर्मिती होते. या सर्व सुविधा शहरासाठी आवश्यक असणारे मूलभूत घटक आहेत.

शेती क्रांती : विज्ञानाच्या शोधामुळे शेती व्यवसायाची रचना आणि गुणवत्ता यामध्ये बदल घडून येताना दिसून येतो. शेतीसाठी आवश्यक असणारी आधुनिक हत्यारे, अवजारे, यंत्रे तयार होऊ लागली व त्यांचा वापरही शेती उत्पादन वाढविण्यामध्ये मोठ्या प्रमाणात होऊ लागला. त्याचबरोबर आधुनिक खते, जास्त उतारा देणारी बी-बियाणे, जंतुनाशके इ. चाही वापर मोठ्या प्रमाणात होऊ लागला. या सर्वांचा परिणाम म्हणून शेतीमध्ये काम करणारे मजूर मोठ्या प्रमाणात बेरोजगार होऊ लागले. भांडवलदारांनी लहान-मोठे उद्योगधंदे स्थापन करून आपल्या उद्योगधंद्यांत त्यांना रोजगार उपलब्ध करून दिला. अनेक लोक बाहेरील प्रदेशातून तेथे उदरनिर्वाहासाठी स्थलांतरित म्हणून आलेले असतात. अशा प्रकारे अनेक लोक एका ठिकाणी एकत्रित वास्तव्यासाठी येतात, तेव्हा त्या शहराची वाढ फार झपाट्याने होते.

दळणवळण व वाहतूक साधनात झालेली सुधारणा : जलद नागरीकरणासाठी वाहतूक व दळणवळण व्यवस्था अत्यंत महत्त्वाचा निर्धारक आहे. उद्योगधंद्यात कच्चा माल आणण्यासाठी, पक्का माल बाजारपेठेत पोहोचविण्यासाठी, श्रमिकांना, व्यापाऱ्यांना व समाजातील सर्व स्तरातील लोकांना नगराचा परिसर विशाल असल्यामुळे, विविध सुविधांचा उपभोग घेण्यासाठी वाहतूक अत्यावाश्यक ठरते. आज नगराचा परिसर खूपच मोठा झाल्यामुळे, आधुनिक जलद व मोठ्या प्रमाणात वाहतूक करणारी साधने उदा. विमान, रेल्वे, मोटार इ. चा वापर मोठ्या प्रमाणात करण्यात येऊ लागला.

राजकीय घटक : राजकीय कारणांमुळे एखाद्या शहराची झपाट्याने वाढ होते. राजधानीची शहरे अशा प्रकारे राजाश्रय मिळाल्यामुळे विकसित झालेली दिसून येतात. आजच्या आधुनिक काळातही भारतातील बहुतेक सर्व राज्यातील राजधानीच्या शहरांचा जलद विकास झालेला दिसून येतो. उदा. चंदीगड हे केवळ एक खेडे गाव होते, परंतु जेव्हा चंदीगडला पंजाबची राजधानी बनविण्याचे ठरले तेव्हापासून त्या शहराची मोठ्या प्रमाणात वाढ झाली. तसेच लंडन, टोकियो, दिल्ली ही शहरे अनुक्रमे इंग्लंड, जपान व भारताची राजधानी असलेली शहरे विकसित झाली आहेत. राजधानीप्रमाणे काही शहरांचा विकास एखाद्या राजकीय पुढाऱ्याच्या आश्रयामुळे, तसेच उद्योगधंदे, वाहतूक, शिक्षण, मनोरंजन, आरोग्य इ. सुविधांची उपलब्धता तेथे

करून देण्यास प्रेरणा मिळाल्यामुळेही जलद गतीने झाल्याचे दिसून येते; म्हणजे जलद नागरीकरणासाठी राजकीय घटक अत्यंत प्रभावी असल्याचे दिसून येते.

शैक्षणिक केंद्र : एखाद्या शहरात उच्चशिक्षणाचे केंद्र स्थापन झाले तर त्या शहराचादेखील जलद गतीने विकास होतो; कारण बाहेरील विविध प्रदेशातून विद्यार्थी आणि शिक्षक तिथे एकत्रित येतात. त्यांच्या अन्नधान्य, कपडे, निवास, पुस्तके, आरोग्य, करमणूक इ. सुविधा पुरविण्यासाठी अशा शहरात किराणा दुकाने, कापड दुकाने, दवाखाने, बाजारपेठा, हॉटेल्स्, सिनेमागृहे इ. सुविधा पुरविणारे यांचे केंद्रीकरण होते त्यामुळे शहराची झपाट्याने वाढ होते. उदा. ऑक्सफर्ड, एडिंबर्ग, हॉर्वर्ड इ. तर भारतात पुणे शैक्षणिक केंद्र म्हणून झपाट्याने विकसित व विस्तारणारे शहर आहे. पुण्यामध्ये सावित्रिबाई फुले पुणे विद्यापीठ, सिंबॉसीस विद्यापीठ, भारती विद्यापीठ, टिळक महाराष्ट्र विद्यापीठ, डेक्कन कॉलेज, गोखले इन्स्टिट्यूट, यांसारख्या वेगवेगळ्या विद्यापीठात व महाविद्यालयात पुण्यातील विद्यार्थ्यांप्रमाणेच, राज्यातील इतर शहरातून, देशातील अनेक भागातून आणि परदेशातूनही विद्यार्थी शिक्षणासाठी येतात. त्याचप्रमाणे पुण्यामध्ये स्पर्धा परीक्षांच्या मार्गदर्शनाचे प्रमुख केंद्रच निर्माण झाल्याने राज्याच्या अनेक भागातून विशेषत: मराठवाडा व विदर्भातील विद्यार्थी पुण्यात येतात. त्यामुळे पुण्यामध्ये विद्यार्थ्यांना उपयुक्त सेवा-सुविधा देणाऱ्या व्यवसायांचा विकास झालेला आहे. त्याबरोबर पुणे शहराची अनिर्बंध वाढ झालेली आढळून येते.

लोकसंख्येची वाढ : शहरातील लोकसंख्येची वाढ किंवा परदेशातून मोठ्या प्रमाणात स्थलांतरित आले असतील तर त्यांना सुविधा पुरविण्यासाठी इतर घटक एकत्रित येतात. पाकिस्तान फाळणीनंतर व बांग्लादेश निर्मितीनंतर निर्वासितांची संख्या मोठ्या प्रमाणात भारतात स्थलांतरित झालेली दिसून येते. त्यांना विविध सुविधा पुरविण्यासाठी प्रथमत: त्यांना घरांची उपलब्धता करून देण्यासाठी वसाहती उभाराव्या लागल्या. अशा वसाहतींची अनेक शहरे भारतात विकसित झाल्याचे दिसून येते. उदा. दिल्ली, उल्हासनगर, कोलकाता इ.

सुरक्षितता : सुरक्षिततेमध्ये राजकीय, आर्थिक आणि सामाजिक सुरक्षिततेचा समावेश होतो. ज्या शहरात अशा सुरक्षिततेच्या सुविधा उपलब्ध आहेत, तिथे व्यापारी, भांडवलदार, कामगारवर्ग राहण्यास प्राधान्य देतात. ज्या शहरात परकीय आक्रमण, नैसर्गिक आपत्ती, आर्थिक असुरक्षितता असते त्या शहराचा सहसा विकास होऊ शकत नाही.

शहर सुधारणा व मनोरंजन : ज्या शहरांमध्ये व्यक्ती आणि समाज विकासास आवश्यक असणाऱ्या सुविधा उदा. शाळा, महाविद्यालये, विद्यापीठ, कला, नृत्य इ. निर्माण होतात. त्या शहरात अशा सुविधा उपलब्ध झाल्यामुळे लोक त्याचा फायदा घेतात.

अशा प्रकारे जलद नागरीकरणासाठी वरील घटक परिणामकारक असतात व ते जलद नागरीकरणाचे निर्धारक असतात. परंतु, नागरीकरणामुळे नगरातील साधन संपत्तीवर ताण निर्माण होतो. उपलब्ध सेवा-सुविधांवर ताण निर्माण होतो. प्रदूषणाच्या समस्या गंभीर होतात. अशा प्रकारे विविध परिणाम दृष्टोत्पत्तीस येतात हे परिणाम थोडक्यात पुढीलप्रमाणे-

सामूहिक भावनेचा ऱ्हास : वाढत्या नागरीकरणामुळे नगरांमध्ये लोकांमध्ये सामूहिक भावनेचा ऱ्हास होऊन एकात्मतेची भावना कमी झाली; म्हणजेच वाढत्या नागरीकरणामुळे अलिप्तपणाची भावना वाढीस लागली. परिणामत: कोणीच कोणाच्या कुठल्याही कामात हस्तक्षेप करू नये ही भावना वाढीस लागली. त्यामुळे सामूहिक भावनेचा ऱ्हास होतो.

विसकळीत कुटुंब : नागरीकरणामुळे सामाजिक नियंत्रणात शिथिलता निर्माण झाली. अनेकांचे कुटुंब त्यांच्या मूळ गावी असते. त्यामुळे जीवनात बाहेरच्या समूहांचे महत्त्व वाढते. कुटुंबाचे व्यक्तीवरील नियंत्रण कमी होते. परिणामी कुटुंबातील विसकळीतपणा दिसून येतो आहे.

विभक्त कुटुंबपद्धती : नागरीकरणामुळे बेरोजगार तरुण लोकसंख्या शहरांमध्ये स्थलांतरित झाली. त्यामुळे कुटुंबातील व्यक्ती विभक्त झाल्या. शहरांमध्ये एक विभक्त कुटुंब निर्माण झाले. नागरीकरणाच्या प्रक्रियेत नगरातच नव्हे तर ग्रामीण भागातही विभक्त कुटुंबपद्धती अस्तित्वात येत आहे.

औपचारिकता : नागरीकरणाच्या प्रक्रियेत सर्व जण आपआपल्या कामात व्यस्त असल्यामुळे परस्परांशी बोलण्यासाठी वेळ मिळत नाही. त्यामुळे परस्परांशी ओळख होत नाही. परिणामी औपचारिकता निर्माण होते.

धार्मिक शिथिलता : आधुनिक काळात वैज्ञानिक प्रगती झाल्याने अनेक खोट्या कल्पना, अंधश्रद्धा नष्ट झाल्या आहेत. त्यात नागरीकरणाची भर पडली आहे. नागरीकरणामुळे अनेक जाती, धर्मांचे लोक एकाच वस्तीत राहू लागले आहेत तसेच एकाच ठिकाणी काम करत आहेत. त्यामुळे धार्मिक बंधने शिथिल झाली आहेत.

गुन्हेगारीत वाढ : नागरीकरणामुळे लोकसंख्येत वाढ झाली. त्यामुळे राहण्याच्या जागेचा प्रश्न निर्माण झाला. झोपडपट्ट्यांमध्ये वाढ झाली. ग्रामीण भागातून शहराकडे आलेले लोक तेथील वातावरणात समरस होऊ शकले नाहीत. त्यातून मद्यपान करणे, चोरी करणे, जुगार खेळणे अशाप्रकारच्या गुन्ह्यांचे प्रमाण वाढले आहे.

प्रदूषण : वाढत्या नागरीकरणामुळे वाहनांची संख्या प्रचंड प्रमाणात वाढली आहे. त्यामुळे हवेचे प्रदूषण वाढले आहे. त्याचबरोबर जल प्रदूषण आणि ध्वनी प्रदूषणातही मोठ्या प्रमाणात वाढ झाली आहे. प्रदूषणाच्या गंभीर समस्येमुळे अनेक विकार व आजार यांनी लोक ग्रासले आहेत. मनोरुग्णांचे प्रमाण वाढत आहे.

अशा प्रकारे नागरीकरणाच्या प्रक्रियेचे विविध परिणाम आढळून येतात. या नागरीकरणामुळे निर्माण होणाऱ्या समस्यांवर पुढील उपाययोजना करता येतात-

नागरीकरणाच्या समस्यांवरील उपाययोजना – झोपडपट्ट्यांचे पुनर्वसन : भारतामध्ये स्वातंत्र्योत्तरकाळात औद्योगिकीकरणामुळे ग्रामीण-नागरी स्थलांतर झपाट्याने घडून आले. त्यामुळे नागरी भागामध्ये निवासाची समस्या गंभीर बनली आहे. लोकांनी नगरांमध्ये रिकाम्या जागेत झोपड्या वसविल्या आहेत त्यामुळे नागरी सुविधा उपलब्ध करण्यात अडचणी येत असल्याने अशा ठिकाणी अस्वच्छता पसरलेली दिसून येते. त्यावरील उपाय म्हणून झोपडपट्ट्यांचे पुनर्वसन करण्याची आवश्यकता आहे. मुंबई, पुणे शहरातील काही झोपडपट्ट्यांमध्ये बहुमजली इमारती उभारून पुनर्वसन करण्यात येत आहे. परंतु, स्थलांतरामुळे वाढत्या लोकसंख्येमुळे नागरी भागात झोपडपट्ट्यांची संख्या मर्यादित राखण्यात अडचणी येत आहे.

कचऱ्याचे नियोजन : वाढती लोकसंख्या आणि औद्योगिकीकरणामुळे मोठ्या प्रमाणात जैविक व घनकचऱ्याची समस्या निर्माण झाली आहे. त्यामुळे पर्यावरणीय समतोल बिघडून प्रदूषणाची समस्या गंभीर बनली आहे. त्यामुळे कचऱ्यावर प्रक्रिया करणाऱ्या उद्योगांची उभारणी करणे आवश्यक आहे. काही प्रमाणात असे उद्योग उभारण्यात आले आहेत परंतु ते पूर्णक्षमतेने कार्यरत होणे आवश्यक आहे.

सांडपाण्याचे नियोजन : नागरीकरण आणि औद्योगिकीकरण यामुळे विषारी वायू व रासायनिक पाणी शहरातील जलसाठ्यांचे प्रदूषण करीत आहेत. भारतातील नगरांमध्ये नदीत सोडण्यात येणाऱ्या सांडपाण्यामुळे नद्यांचे प्रदूषण गंभीर बनले आहे. नदी सुधार योजनेद्वारे देशातील प्रमुख नद्यांचे पुनरुजीवन करण्यात येत आहे.

वाहतूक व्यवस्था : वाढत्या नागरीकरणामुळे सार्वजनिक वाहतूक व्यवस्थेवर अतिरिक्त ताण पडतो आहे. त्यामुळे वाहनांची संख्या दिवसागणीक वाढत आहे; तर रस्त्यांची लांबी, रुंदी वाढण्यात अडचणी निर्माण झाल्या आहेत. त्यामुळे प्रमुख शहरांमध्ये वाहतूक कोंडीची समस्या गंभीर बनली आहे. त्यामुळे अनेक उद्योगधंद्यांचे स्थलांतर होत आहे. उदा. पुण्यातील वाहतूक कोंडीच्या समस्येमुळे हिंजवडी परिसरातील माहिती तंत्रज्ञान क्षेत्रातील काही उद्योगांनी स्थलांतर केले आहे. वाहतुकीच्या या समस्येवर उपाययोजना म्हणून मेट्रो रेल्वे सुरू करण्याचे नियोजन आहे.

नागरीकरणाच्या विविध समस्यांवर विविध उपाययोजनांद्वारे मात करण्याचा प्रयत्न करण्यात येत आहे. परंतु, वाढती लोकसंख्या आणि वाढते स्थलांतर यामुळे या उपययोजनासुद्धा तोकड्या पडू लागल्या आहेत.

समारोप : लोकसंख्येच्या वितरणावर आणि संरचनेवर 'स्थलांतर' या प्रक्रियेचा परिणाम होत असतो. यामध्ये प्रामुख्याने भारतामध्ये स्थलांतरामुळे प्रामुख्याने लोकसंख्येच्या ग्रामीण-नागरी वितरणावर परिणाम घडून येत आहे. तसेच ग्रामीण भागातील तरुण लोकसंख्या रोजगारासाठी स्थलांतरित होत असल्यामुळे ग्रामीण भागात तसेच नागरी भागात लोकसंख्येच्या वयोगटानुसारच्या संरचनेवरही परिणाम होत असल्याचे आढळून येते. ग्रामीण भागापेक्षा नागरी भागात उत्पादक लोकसंख्येचे प्रमाण जलद गतीने वाढू लागले आहे; तर ग्रामीण भागात उत्पादक लोकसंख्येचे प्रमाण हळूहळू घटत असल्याचे दिसून येत आहे. त्यामुळे शेतीच्या कामांसाठी मजुरांची उपलब्धता हा प्रश्न काही ग्रामीण भागात तीव्र असल्याने शेतीची उत्पादकता प्रभावीत झाल्याचे आढळून येत आहे. त्याचप्रमाणे नागरी भागात लोकसंख्येतील स्त्री-पुरुषांचे प्रमाणातही बदल घडून येत असल्याचे दिसून येते.

तर अनिर्बंध नागरीकरणामुळे अनेक शहरांमध्ये जलप्रदूषण, हवा प्रदूषण, ध्वनी प्रदूषणाच्या समस्यांनी गंभीर स्वरूप धारण केले आहे. त्याचबरोबर नागरी सेवा-सुविधांवरही ताण पडत आहे. त्यामुळेच नियोजनबद्ध नागरीकरण आणि विकासाचे विकेंद्रीकरण मानव विकासासाठी आवश्यक आहे.

७. लोकसंख्या आणि पर्यावरण

(Population and Environment)

प्रस्तावना : पृथ्वीवर असणाऱ्या रासायनिक विदारणामुळे पृथ्वीवर बहुविध जीवसृष्टीचे अस्तित्व आहे. मानव हा या जीवसृष्टीचा एक प्रगतशील व गतिमान घटक आहे. मानवाच्या भौतिक प्रगतीच्या प्रयत्नांमुळे पृथ्वीच्या नैसर्गिक घटकांमधील समतोलावर परिणाम घडून येतो. तसेच पृथ्वीवरील नैसर्गिक बदलांचासुद्धा मानवाच्या प्रगतीवर परिणाम घडून येतो. मानवी लोकसंख्येत खूप मोठ्या प्रमाणात वाढ होत आहे. वाढत्या लोकसंख्येच्या गरजा वाढत आहेत. त्या गरजा भागविण्यासाठी विज्ञान व तंत्रज्ञानाच्या साहाय्याने नैसर्गिक साधन संपत्तीचे शोषण होत आहे त्यांचा ऱ्हास होत आहे. त्यामुळे पर्यावरणातील विविध घटकांमधील समतोल ढळत आहे. ही वाढती लोकसंख्या आणि बदलते पर्यावरण यातील संलग्नता अथवा परस्परसंबंध यांचा आढावा या प्रकरणात पुढीलप्रमाणे–

७.१ लोकसंख्या, अर्थव्यवस्था आणि पर्यावरण : सहसंलग्नता (Population, economy and environment : linkages)

लोकसंख्यावाढीचा जसा आर्थिक विकासावर परिणाम होत असतो तसाच आर्थिक विकासाचा परिणामही लोकसंख्यावाढीवर होत असतो. अर्थात, लोकसंख्या आणि आर्थिक घटक यांमध्ये जी सहसंलग्नता आढळते ती एकतर्फी नाही. एखाद्या देशाची लोकसंख्या ही त्या देशाची साधनसंपत्ती असते. या संपत्तीचा दर्जा त्या लोकसंख्येचे आकारमान, रचना व गुणवत्ता यांवर अवलंबून असतो. आर्थिक विकासासाठी मनुष्यबळाची जरुरी असते. मनुष्यबळास अधिक कौशल्ये व प्रशिक्षण दिल्यास अधिक उत्पादन करता येते. देशाचा आर्थिक विकास हा देशातील नैसर्गिक साधनसंपत्ती, लोकसंख्या व तंत्रज्ञानविषयक प्रगती यांवर अवलंबून असतो. त्याचप्रमाणे देशाच्या आर्थिक विकासावर लोकसंख्येच्या आकाराचा व वाढीचा परिणाम होत असतो.

कार्ल मार्क्सने उत्पादनात मानवी श्रमांच्या आवश्यकतेवर अधिक भर दिला आहे. तर ॲडम स्मिथच्या मते, वाढती लोकसंख्या उत्पादन व उत्पादकतेला मदत करते. तसेच उपभोग व बाजारपेठही वाढविते. लोकसंख्या कार्यक्षम व कुशल असेल तर या गुणांचा उत्पादनवाढीसाठी उपयोग होतो. लोकसंख्येतील वाढीपेक्षा उत्पादन अधिक वेगाने वाढले तर दरडोई उत्पादन वाढते. त्यामुळे जीवनमान उंचावते व लोकांचे आर्थिक कल्याण वाढत जाते; म्हणून देशात अविकसित साधनसंपत्ती असल्यास लोकसंख्येतील वाढ आर्थिक विकासाला पोषक ठरू शकते. परंतु, विकसनशील देशात झपाट्याने वाढणाऱ्या लोकसंख्येने अनेक समस्या निर्माण केल्या आहेत. या देशातील लोकसंख्यावाढ उपलब्ध साधनसामग्रीवर भारभूत झाली आहे त्यामुळे तेथील राहणीमान खालावले आहे.

लोकसंख्या आणि आर्थिक व्यवस्था यामधील सहसंलग्नता जशी एकतर्फी नाही तशीच पर्यावरण आणि लोकसंख्या यातील सहसंलग्नताही एकतर्फी नाही. पर्यावरणातील विविध घटकांत निसर्गतःच समतोल राखला जातो. परंतु, पृथ्वीवर मोठ्या प्रमाणावर लोकसंख्येत वाढ होत आहे. त्यामुळे औद्योगिकीकरण नैसर्गिक जंगले, शेतजमीन, गवताळ प्रदेश यांवर अतिक्रमण करीत आहेत. जास्तीतजास्त उत्पादन मिळविण्याच्या लोभापायी मानव स्वतःच हवा, पाणी प्रदूषित करीत आहे. वनस्पती व अन्य जीवसृष्टी यांच्या अस्तित्वाला धोका निर्माण करीत आहे. पर्यावरणातील विविध घटकांमधील समतोल बिघडत आहे. त्यामुळे लोकसंख्या आणि पर्यावरण यातील सहसंलग्नता अधिक महत्त्वपूर्ण आणि गंभीर स्वरूपाची आहे.

लोकसंख्या आणि पर्यावरण यामध्ये एक महत्त्वपूर्ण सहसंलग्नता आहे. लोकसंख्या ही एक नैसर्गिक संपदा आहे. पर्यावरणाचा लोकसंख्यावाढीवर परिणाम होतो तसेच वाढत्या लोकसंख्येचाही पर्यावरणावर परिणाम होत असल्याचे आढळून येते. त्यामुळे लोकसंख्या आणि पर्यावरण यामध्ये महत्त्वपूर्ण सहसंलग्नता आहे, तसेच वाढत्या लोकसंख्येच्या वाढत्या गरजा भागविण्यासाठी मर्यादित साधनसंपत्तीवरही ताण पडतो. त्यामुळे अर्थव्यवस्थेत नियोजन महत्त्वपूर्ण ठरते. तसेच बेरोजगारी, दारिद्र्य यांसारख्या अर्थशास्त्रीय समस्यासुद्धा अतिरिक्त किंवा विस्फोटक लोकसंख्यावाढीमुळे निर्माण होतात. लोकसंख्या, पर्यावरण आणि अर्थशास्त्रीयव्यवस्था यातील सहसंलग्नता पुढीलप्रमाणे–

मानव भूप्रमाणात घट (Human and Land Ratio) **:** लोकसंख्या वेगाने वाढू लागल्यामुळे त्या प्रमाणात जमिनीचे प्रमाण किंवा उत्पादन वाढत नाही. विशेषतः

अविकसित व विकसनशील देशांत मानव व जमीन यांचे प्रमाण बिघडत आहे. दर माणसी जमिनीचे प्रमाण कमी होऊ लागले आहे.

भूविखंडन (Land Fragmentation) **:** लोकसंख्यावाढीमुळे कृषिप्रधान देशात पारंपरिक पद्धतीमुळे किंवा वारसा हक्क पद्धतीमुळे जमिनीची विभागणी होते व भूविखंडन होऊ लागले आहे.

उत्पादनक्षय : भूविखंडनामुळे शेतीक्षेत्राचा आकार लहान होतो. शेतीचे लहान तुकडे उत्पादन कसणी व यांत्रिकीकरणास अयोग्य ठरतात. आर्थिकदृष्ट्या शेती परवडत नाही. शेतीची पद्धती सखोल किंवा सघन होऊन जमिनीचा वापर जास्त प्रमाणात वाढतो. तथापि, अल्प भांडवलामुळे निगराणी होत नाही. परिणामी उत्पादन व जमिनीचा कस खालावतो.

दरडोई उत्पादनात घट : अतिरिक्त लोकसंख्येमुळे दरडोई उत्पादन उत्तरोत्तर कमी होत जाऊन गरिबी, बेकारी, अस्वाथ्य, उपासमार, स्थलांतर, अनारोग्य या समस्या बळावतात.

आर्थिक परावलंबन : शेती उत्पादनात घट झाल्याने भांडवलनिर्मिती, व्यापारवृद्धी व राष्ट्रीय विकासास खीळ बसते. राष्ट्रीय उत्पन्न खालावल्याने विदेशी चलनसाठा कमी होतो. अन्नधान्याची पोषणासाठी आयात करावी लागल्याने परावलंबित्व वाढत जाते.

साधनसंपत्तीवरील ताण : भूमि, जल, खनिजे, जंगले यांवरील ताण वाढल्याने नैसर्गिक साधनांचा शीघ्र गतीने क्षय सुरू होतो. नियोजनाचा अभाव असल्यास पर्यावरणात्मक समस्या अधिकाधिक गंभीर होऊ लागतात. लोकसंख्या नियंत्रण व साधनसंपत्ती नियोजन यांची योग्य सांगड घालण्यासाठी मोठ्या प्रमाणात प्रयत्न करावे लागतात.

मूलभूत गरजांची अपूर्णता : विस्फोटक लोकसंख्यावाढीमुळे अन्न, वस्त्र, निवारा या मूलभूत गरजादेखील पूर्ण होणे अवघड होते. यातूनच उपासमार, कुपोषण, अर्धपोषण, भूकबळी, अनारोग्य व जीवघेण्या समस्या भेडसावू लागतात. FAO व WHO ह्या जागतिक संघटनांनी आशिया, आफ्रिका व दक्षिण अमेरिकेतील दरडोई पोषणमूल्यांची घसरण व प्रतिदिनी प्रथिनद्रव्ये ग्रहणाचा ऱ्हास या प्रश्नांवर लक्ष वेधले

आहे. विकसित देशांपेक्षा इतर क्षेत्रांत उष्मांक ग्रहण (Calories consumption) १/३ने कमी व प्रथिनद्रव्ये ग्रहण (Protein consumption) निम्म्याने कमी आहे. याचा परिणाम आर्थिकदृष्ट्या खालच्या स्तरातल्या लोकसंख्येत प्रकर्षाने जाणवतो. अनारोग्याचे प्रमाण वाढते. रोगप्रतिकारक शक्ती आहारमूल्यांच्या अल्प प्रमाणामुळे कमी होते.

दारिद्र्य व उपासमार : पर्यावरणात्मक अरिष्टांचे अतिरिक्त लोकसंख्येच्या भागात मोठे दुष्परिणाम होतात. आफ्रिकेतल्या काही देशात १९८५ ते १९८८च्या अवर्षण काळात मानव, प्राणी व वित्तहानी अतिशय विदारक होती. उपासमार व भूकबळीच्या या शतकातला उच्चांक तेथे नोंदवला गेला. इ.स. १९८८मध्ये टोळधाडीच्या आघाताने तर शेतीच्या नुकसानीचा कहरच केला. भारतात निम्म्यापेक्षा जास्त लोकसंख्या दारिद्र्यरेषेखाली आहे. एक वेळेचे पूर्ण जेवण न मिळणारी ही लोकसंख्या बेसुमार वेगाने वाढतच आहे.

जीवन स्पर्धा व अशांतता : लोकसंख्येच्या वाढीबरोबर अत्यंत महत्त्वाची एक समस्या निर्माण होते ती म्हणजे लोकसंख्येचा गुणात्मकदृष्ट्या होणारा ऱ्हास होय. जीवनावश्यक गोष्टीसाठी तीव्र स्पर्धा निर्माण झाली की जीवनमान संघर्षमय होते. बऱ्याच वेळा अवैध मार्गाचा कळत नकळत स्वीकार केला जातो. परिणामी सांस्कृतिक मूल्येदेखील ढासळू लागतात. भ्रष्टाचार, अनीती, काळाबाजार यांसारख्या गोष्टींना वाव मिळतो. फुटीरता, समूहवृत्ती, बेकारी, सामाजिक व राष्ट्रीय भावनांचा क्षय, अतिरेकी प्रवृत्ती, अशांतता अशा समस्या बळावतात.

नियोजनात अडसर : प्रशासन व नियोजनासाठी प्रादेशिक व स्थानिक स्तरांवर सहकार्याची नितांत आवश्यकता असते. लोकसंख्येचा साधनसंपत्तीवरील वाढता ताण यामुळे राजकारण, अर्थकारण व समाजकारण यांचे संतुलन राखणे कठीण जाते.

स्थलांतर : पारंपरिक संपदांवर ताण वाढला की, अर्थार्जन, निर्वाह, स्थैर्य यासाठी स्थलांतराचे प्रमाण वाढते. सामाजिक, राजकीय अशांतता, पर्यावरणात्मक अरिष्टे स्थलांतरला पूरक ठरतात. भारतात ग्रामीण-नागरी स्थलांतराचा ओघ प्रचंड प्रमाणात वाढला आहे. खेडी ओस पडत आहेत, खेड्यांमध्ये वृद्धांची संख्या वाढत असून तरुण व बालकांची संख्या कमी आहे. त्यामुळे खेड्यांमध्ये उत्पादक लोकसंख्येच्या प्रमाणात घट होत आहे. तर शहरे अस्ताव्यस्त वाढत आहेत, त्यामुळे

नागरीकरण आणि सेवा-सुविधांवरील ताण वाढत आहे. परिणामी झोपडपट्टी अथवा गलिच्छवस्ती यामध्ये वाढ झाली आहे. याचा विपरीत परिणाम म्हणजे पर्यावरणाचा ऱ्हास होत आहे.

अतिनागरीकरण : जगभर नागरीकरणाचा वेग पर्यावरणात्मकदृष्ट्या घातक रीतीने वाढत आहे. लोकांच्या गर्दीमुळे नागरी पर्यावरणात अस्वच्छता वाढते आहे. कोंदट वातावरणात रोगांचा संसर्ग वाढतो आहे. निवास, पाणीपुरवठा, शिक्षण, वाहतूक, शांतता, सुरक्षितता, मैलापाणी प्रक्रिया यांसारखे गंभीर प्रश्न निर्माण होत आहेत.

प्रदूषण : वाढत्या लोकसंख्येमुळे जल, वायू, भूमी आणि ध्वनिप्रदूषणाचा प्रश्न दिवसेंदिवस गंभीर होत आहे. कारखान्यांची अनियोजित वाढ, जंगलतोड, स्थलांतर, सांडपाणी, केरकचरा, दूषितके यांचे प्रमाण वाढल्यामुळे प्रदूषण वाढले आहे. भारतात दिल्ली, मुंबई, भोपाळ, कानपूर, कोलकाता, चेन्नई, बेंगळुरू, पुणे यांसारख्या मोठ्या शहरांमध्ये प्रदूषणाची समस्या गंभीर होत चालली आहे.

प्रादेशिक असंतुलन : नागरीकरण व स्थलांतर यामुळे प्रादेशिक विकासात असंतुलन निर्माण झाले आहे. महाराष्ट्रात मुंबई, ठाणे, पुणे, नाशिक, या क्षेत्रात विकास खूप वेगाने झाला आहे, तर मराठवाडा, कोकण, विदर्भ, खानदेश यांसारख्या क्षेत्रात विकासासाठी संघर्ष सुरू आहे.

बुद्धिवहन (Braindrain) **:** अतिरिक्त लोकसंख्येमुळे बुद्धिमान, तंत्रज्ञ, शास्त्रज्ञ परदेशात स्थायिक होत आहेत. भारतातून असे बरेच लोक कॅनडा, संयुक्त संस्थाने, प. जर्मनी व अरब देशात जाऊन स्थायिक झाले आहेत. यामुळे देशाचे बौद्धिक नुकसान होते. यालाच 'बुद्धिवहन' असे म्हणतात.

७.२ लोकसंख्या आणि आरोग्य समस्या (Population and health issues)

लोकसंख्येतील प्रत्येक घटक अर्थात प्रत्येक व्यक्ती निरोगी, सुदृढ व कार्यक्षम असली पाहिजे; त्यासाठी त्यांचे आरोग्य चांगले असले पाहिजे. ज्यांचे शारीरिक व मानसिक आरोग्य चांगले त्या माणसांची श्रमशक्ती अधिक असते व त्यामुळे उत्पादनक्षमता वाढते. परंतु, वाढत्या लोकसंख्येमुळे देशातील सर्व व्यक्तींचे आरोग्य चांगले राहण्यासाठी आरोग्यविषयक सर्व सुविधा पुरविता येत नाहीत, त्यावर मर्यादा पडतात.

भारतात निरनिराळ्या रोगांमुळे होणाऱ्या मृत्यूंची संख्या मोठी आहे. यासंदर्भातील सर्वेक्षणावरून असे दिसून येते की, ग्रामीण भागात कोणत्याही वेळी सरासरी ७ ते १३ टक्के लोक कोणत्या ना कोणत्या तरी रोगाने ग्रासलेले असतात. साधारणत: मानवाच्या अनारोग्याला कारणीभूत असणाऱ्या रोगात प्रामुख्याने मलेरिया व इतर प्रकारचे ताप (फ्ल्यू), श्वसनयंत्रणेचे आजार, पोटाचे आजार (डायरिया, कॉलरा, कावीळ इ.), देवी, प्लेग, कुष्ठरोग, हत्ती रोग (फिलेरिया), काला आजार, क्षयरोग इ. रोगांचा समावेश होतो. २१ व्या शतकात या परिस्थितीत बऱ्याच प्रमाणात सुधारणा घडून आली आहे. देवी, प्लेग यांसारख्या रोगांचे पूर्णपणे निर्मूलन झालेले आहे. परंतु, मलेरिया, इन्फ्ल्यूएंझासारखे रोग पुन्हा जोमाने फैलावण्यास सुरुवात झाली आहे. विकसित देशांच्या मानाने भारतात मृत्यूचे प्रमाण अधिक आहे. लोकांचे सरासरी आयुर्मान कमी आहे. भारतात अडीच कोटी बालके कुपोषणाने ग्रासलेली आहेत. दरवर्षी ३०,००० बालकांना 'अ' जीवनसत्त्वाअभावी अंधत्व येते. जगातील दर तीन अंध व्यक्तींपैकी एक अंध व्यक्ती भारतातील असते. इतर देशांपेक्षा भारतात रक्तक्षय झालेल्या ॲनिमिक स्त्रियांची संख्या अधिक आहे. भारतात दर हजारी १५ व्यक्ती क्षयरोगाने पीडित आहेत. कुष्ठरोग्याचे प्रमाण भारतात सर्वांत जास्त आहे. दारिद्र्य आणि आजार यांचा निकटचा संबंध आहे.

सदोष वातावरण हे अनारोग्याचे एक प्रमुख कारण आहे. प्रकृती स्वास्थ्यासाठी स्वच्छ व शुद्ध हवा व पाणी, आरोग्यदृष्ट्या सांडपाण्याचा निचरा योग्य प्रकारे करण्याची व्यवस्था, इत्यादी किमान गोष्टींची आवश्यकता असते. सन १९७५मध्ये जागतिक आरोग्य संघटनेने (WHO) केलेल्या सर्वेक्षणावरून असे आढळून आले आहे की, भारतात ८५ टक्के शहरी लोकांना वा फक्त १८ टक्के ग्रामीण लोकांना शुद्ध पाण्याचा पुरवठा करण्याच्या सोयी उपलब्ध होत्या. वाढत्या नागरीकरणामुळे भारतातील शहरात लोकांना दाटीवाटीने राहावे लागत आहे. त्यामुळे शहरातील घरात वायुवीजनासारख्या सामान्य गरजासुद्धा भागविल्या जात नाहीत.

भारतासारख्या प्रचंड आकाराच्या लोकसंख्येच्या या देशात वैद्यकीय सुविधा योग्य प्रमाणात उपलब्ध करून देणे ही अत्यंत खर्चीक व कठीण बाब आहे. तथापि, पंचवार्षिक योजनांच्या माध्यमातून आरोग्यविषयक सोयीसुविधांसाठी करण्यात आलेल्या प्रयत्नांमुळे आरोग्य व वैद्यकीय क्षेत्रात झालेल्या सुधारणांचा कल पुढीलप्रमाणे–

तक्ता क्र. ७.१ भारतातील वैद्यकीय व आरोग्यविषयक सुविधांमधील सुधारणांचा कल

वैद्यकीय व आरोग्य सोयीसुविधा	१९५१-५६	२००२-०७
प्राथमिक आरोग्य केंद्र	७२५	२२३७०
उपकेंद्र	-	१४५२७२
सामुदायिक आरोग्य केंद्र	-	४०४५
एकूण खाटा (२००२)	१२५०००	९१४५४३
वैद्यकीय महाविद्यालये	४२	२४२
वैद्यकीय महाविद्यालयातील वार्षिक प्रवेश	३५००	२६४४९
दंत महाविद्यालये	७	२०५
ॲलोपॅथिक डॉक्टर	६५०००	७६७५००
परिचारिका	१८५००	८६५१३५
ANMs	१२७८०	१४७४३९
आरोग्य प्रतिनिधी	५७८	५०३९३
आरोग्य सेवक (स्त्री)	-	१३३१९४
आरोग्य सेवक (पुरुष)	-	६२८११
ब्लॉक एक्स्टेंशन एज्युकेटर	-	४०६८
आरोग्य साहाय्यक (पुरुष)	-	२०२३४
आरोग्य साहाय्यक (स्त्री)/ LHV	-	१५५४६
ग्रामीण आरोग्य मार्गदर्शक (२००२)	-	३.२३ लाख
एकूण जन्मदर	३९.९	२४
एकूण मृत्युदर	२७.४	७.५
अर्भकमृत्युदर (IMR 1948-50)	१३४	५७
आर्युमान	३२.१	६५.४

(आधार-K. Park, Essentials of Community Health Nursing, 5th edition, 2008)

२००५ साली केंद्र सरकारने राष्ट्रीय ग्रामीण आरोग्य अभियान (National Rural Health Mission-NRHM) या कार्यक्रमाची घोषणा केली. २०१३-१४मध्ये ग्रामीण भागाबरोबरच हा कार्यक्रम शहरी भागांमध्येही राबविला जाऊ लागला आहे. २००५ पासून २०१६ सालापर्यंत केंद्र सरकारने या आरोग्य कार्यक्रमासाठी १ लाख ४४ हजार ५९९ कोटी इतका निधी खर्च केला आहे. त्यामुळे भारतातील सरकारी आरोग्य यंत्रणेमध्ये मोठ्या प्रमाणात सुधारणा घडून आल्याचे दिसून येते.

महाराष्ट्रातील सरकारी दवाखाने/रुग्णालयांमध्ये २०१२-१३मध्ये बाह्य रुग्ण संख्येत २ कोटी २६ लाखांवरून २०१६-१७मध्ये ३ कोटी ५४ लाख इतकी वाढ झाली आहे; तर आंतर रुग्णांच्या संख्येत १३ लाख ३० हजारांवरून १५ लाख ६७ हजार इतकी वाढ झाली. परिणामी राष्ट्रीय ग्रामीण आरोग्य योजना कार्यक्रमामुळे महाराष्ट्र राज्यात १३ वर्षांत २०१६-१७ पर्यंत बालमृत्यू दर ३६ वरून १९ इतका कमी करण्यात यश आले आहे. मातामृत्यू दर १३० वरून ६८ इतका कमी करण्यात यश आले आहे. २००० सालापूर्वी महाराष्ट्रातील व्यक्तीचे आयुर्मान ६४ वर्षे होते ते २०१८ साली ७१ वर्षांपर्यंत वाढले आहे.

आरोग्य व वैद्यकीय क्षेत्रात सन १९५१ पासून सुरू झालेल्या नियोजनात्मक विकासाच्या प्रक्रियेत भारतामध्ये सन २००२-०७ या अकराव्या पंचवार्षिक योजना कालावधीत आरोग्याच्या विविध सोयी-सुविधांमध्ये मोठ्या प्रमाणात लक्षणीय सुधारणा व वाढ झाल्याने भारतातील सरासरी आर्युमान वाढले आहे. अर्भक मृत्यूदर, माता मृत्युदर, बाल मृत्युदर आणि ढोबळ मृत्युदराच्या प्रमाणात लक्षणीय सुधारणा घडून आली आहे. त्यामुळे भारताच्या मानव विकास निर्देशांकामध्येही सुधारणा घडून येत आहे.

७.३ लोकसंख्या आणि मानव विकासातील प्रवाह (Population and human development issues)

सामान्यत: एखाद्या देशाच्या मानव विकासावर प्रभाव पाडणारे घटक म्हणजे, उत्पन्न, दारिद्र्य, असमानता, राहणीमान, शिक्षण आणि आरोग्य, पोषण आणि उत्तम प्रशासन इ. होय. लोकसंख्यावाढीचा मानव विकासावर निश्चितच परिणाम होत असतो. मानव विकासातील वेगवेगळ्या प्रवाहाचा लोकसंख्येशी असणारा सहसंबंध पुढीलप्रमाणे-

पॉल स्ट्रिटेन यांनी मानव विकासाची संकल्पना पुढीलप्रमाणे मांडली आहे, मानव विकास म्हणजे अधिकाधिक उत्पादकता होय. उत्तम निरोगी आरोग्य, साक्षर, कुशल आणि जागरूक असलेला श्रमपुरवठा उत्पादित भांडवल मालमत्तेसाठी आवश्यक आहे. तेव्हा उत्तम शिक्षण, आरोग्य सेवा आणि योग्य आहारामध्ये गुंतवणूक करणे समर्थनीय आहे.

लोकसंख्या आणि राष्ट्रीय व दरडोई उत्पन्नातील वाढ : भारताचे राष्ट्रीय उत्पन्न सरासरी दरवर्षी ५.५ टक्क्यांनी वाढते आहे, तर लोकसंख्या २.१४ टक्क्यांनी

वाढते आहे. त्यामुळे वाढते उत्पन्न वाढती लोकसंख्या उपभोगत आहे. त्यामुळे लोकसंख्यावाढीचा आर्थिक विकासावर विपरीत परिणाम दिसून येतो.

लोकसंख्या आणि शिक्षण : लोकसंख्येची गुणवत्ता देशातील साक्षरतेवर अवलंबून असते. देशात साक्षरतेचे प्रमाण अधिक असले तर आर्थिक प्रगतीचे कार्य अधिक सुलभ होते; म्हणूनच शासन साक्षरतेचे प्रमाण वाढविण्यासाठी सतत प्रयत्नशील आहे. १९८१मध्ये फक्त ७ व त्याहून अधिक वयाच्या व्यक्तींमध्ये साक्षरांची संख्या केवळ ३६.२ टक्के होती. त्यामध्ये स्त्रिया, अनुसूचित जाती आणि जमाती यांच्या साक्षरतेचे प्रमाण अनुक्रमे २४.९ टक्के, २१.४ टक्के आणि १६.४ टक्के इतके होते. सन २००४-०५ ते २०११-१२ याकाळात १५ ते ५९ या वयोगटातील लोकसंख्या ११.३ कोटीने वाढली, ज्यात विद्यार्थ्यांचे प्रमाण ४.१५ कोटी म्हणजे ३७ टक्के होते. शिवाय आज देशात ७६० विद्यापीठे, ३८४९८ महाविद्यालये व १२२७६ एकल शैक्षणिक संस्था (असंलग्नित) यांच्यामार्फत उच्चशिक्षण पुरविण्याचे काम केले जात आहे.

लोकसंख्या आणि अन्नपुरवठा : सन १९२१ ते २००१ या कालावधीत भारतातील दरडोई शेतीयोग्य लागवडी खालील जमीन क्षेत्रात १.११ एकर पासून ०.३२ एकर इतकी घट झाली आहे, ही घट ७१ टक्के इतकी आहे. ही तूट भरून काढण्यासाठी शेती उत्पादनात वाढ घडवून आणणे आवश्यक आहे. भारतात लोकसंख्यावाढ आणि अन्नपुरवठा यातील दरी मोठ्या प्रमाणात वाढत आहे. भारतातील सुमारे २५ कोटी लोकांना निकृष्ट आहारावर जगावे लागते. पाच वर्षे वयोगटातील सुमारे ५० टक्के बालकांचे मृत्यू निकृष्ट आहारामुळे निर्माण झालेल्या समस्यांतून होतात. संयुक्त राष्ट्रांच्या तज्ज्ञ समितीच्या मते, निकोप प्रकृतीसाठी दररोज २२०० उष्मांकांची आवश्यकता आहे, तर भारतात दररोज सरासरी २१०४ उष्मांक मिळतील एवढेच अन्न सेवन होते.

लोकसंख्या आणि बेरोजगारी : राष्ट्रीय नमुना सर्वेक्षण (NSS) यांनी केलेल्या ५५ व्या फेरीच्या सर्वेक्षणानुसार भारतामध्ये सन १९९३-९४ साली २०.१३ दशलक्ष बेरोजगारांची संख्या होती ती वाढून सन १९९९-२०००मध्ये २६.५८ दशलक्ष इतकी झाली. भारतातील बेरोजगारीचा दर सन १९९३-९४मध्ये ६.० टक्के इतका होता तो सन १९९९-२००० साली ७.३२ टक्के इतका झाला आहे. अकराव्या पंचवार्षिक योजनेनुसार बेरोजगारीचे हे प्रमाण सन २००४-०५मध्ये ८.३ टक्के इतके झाले आहे.

लोकसंख्या आणि दारिद्र्य : सन २००५-०६च्या सर्वेक्षणानुसार भारताचा बहुआयामी दारिद्र्य निर्देशांक (Multidimensional Poverty Index-MPI) ०.२८२ इतका आहे. देशातील ५५.३% टक्के लोकसंख्या अशाप्रकारच्या दारिद्र्यात जीवन जगत आहेत. मानव संसाधनाचा अपर्याप्त विकास आणि कमीतकमी वापर यांचा परिणाम बेरोजगारी आणि दारिद्र्य आहे. त्यामुळे मानवी क्षमतांचा विकास व वापर ही गरज असल्याचे लक्षात येते. दारिद्र्यात राहणाऱ्यांचे कौशल्य, कार्यक्षमता आणि उत्पादकता वाढली तर त्यांचे उत्पन्न वाढू शकते. दारिद्र्य मानव विकासातील प्रगतीचा अभाव आहे. मानव विकासाची अपेक्षित पातळी गाठण्याबाबत अपयश म्हणजे त्याचे दर्शक न घटलेले दारिद्र्य होय.

लोकसंख्यावाढीचा परिणाम जसा अन्नधान्य पुरवठा, बेरोजगारी, दारिद्र्य यांसारख्या मूलभूत घटकांवर होत असतो त्याचबरोबर तो शिक्षण, आरोग्य आणि निवासाची समस्या यांसारख्या घटकांवरही होत असतो. त्यामुळे लोकसंख्यावाढीचा परिणाम मानव विकासाच्या विविध घटकांवर होत असल्याने मानव विकास निर्देशांकावर परिणाम होत असतो.

जागतिक मानव विकास अहवाल २०१५ नुसार जगातील १८७ देशांमध्ये भारत १३१ व्या स्थानी आहे. तर सन २०१५ सालच्या लैंगिक विकास निर्देशांकांमध्ये (GDI) भारत १२१ स्थानी असल्याचे आढळून येते.

७.४ लोकसंख्या आणि संस्कृती (Population and Culture)

भारताचे हवामान समशीतोष्ण असल्याने स्त्रियांना जननक्षमतेची धारणा लवकर होते. त्या लवकर वयात येतात. तसेच बालविवाह किंवा कमी वयात विवाह या बाबी आपल्या देशात सर्वत्र आढळतात. १९३१च्या जनगणनेनुसार ७२ टक्के स्त्रियांचे विवाह १५ वर्षे वयापूर्वीच होत होते. हळूहळू विवाहाच्या वयामध्ये वाढ होत असल्याचे आढळून येते. परंतु, आजही शारीरिक, भावनिक आणि सामाजिकदृष्ट्या अपरिपक्व वयात स्त्रियांचे विवाह होतात. आपल्या देशात विवाहाच्या वयाचा कायदा असला तरी त्याकडे दुर्लक्ष करून मुलीचा विवाह लवकर करण्याकडे कल दिसतो; कारण भारतीय समाजामध्ये विवाहपूर्व संबंध निषिद्ध मानले जातात. लहान वयात विवाह झाल्यामुळे अपत्यसंख्या वाढते. तसेच विवाह अनिवार्य मानला जातो.

भारतात अनेक धर्म व जातिजमाती आहेत. त्यात अनेक रूढी प्रचलित आहेत. बहुपत्नीत्व, विधवा विवाह, मुलगा होण्याचा अट्टाहास, संतती नियमनास

विरोध अशा अनेक कल्पना रूढ आहेत. मुस्लीम वैयक्तिक कायद्यात एका पुरुषास अधिक स्त्रियांशी विवाह करण्याची तरतूद आहे, तर पितृसत्ताक भारतीय समाजात पुत्रप्राप्तीला महत्त्व दिले आहे; कारण पित्याला तो मोक्षप्राप्त करून देतो अशी समजूत आहे. मुलगा हवा हा अट्टाहास, त्यामुळे संतती नियमन न करण्याची प्रेरणा मिळते.

स्त्रियांचे शिक्षण अधिक असेल तर अपत्यांची संख्या कमी असल्याचे आढळते. हे विविध सर्वेक्षणातून आढळून आले आहे. स्त्रियांचे शिक्षण आणि त्यांचे विवाहाचे वय, त्यांचा दर्जा, जननत्व, बालमृत्यूचे प्रमाण इ. चा निकटचा संबंध आहे.

२००१च्या जनगणनेनुसार भारतातील साक्षरतेचे प्रमाण ६५.३८ टक्के इतके आहे. पुरुष साक्षरतेचे प्रमाण ७५.८५ टक्के आहे; तर स्त्रियांमधील साक्षरतेचे प्रमाण ५४.१६ टक्के इतके आहे. शिक्षणामुळे व्यक्ती अधिक उदारमतवादी, नव्या विचारांचे स्वागत करणारी बनते. भारतातील स्त्रियांच्या निरक्षरतेचे प्रमाण जास्त असल्यामुळे त्यांना कुटुंबनियोजनाचे तर्कशास्त्र पटत नाही. त्यांच्यामध्ये पुराणमतवादी, धार्मिकवृत्ती अधिक आढळते. याउलट, भारतातील केरळ या राज्यात साक्षरतेचे प्रमाण ९०.५९ टक्के इतके आहे. स्त्रियांमधील साक्षरतेचे प्रमाण ७४.८ टक्के आहे (१९९१ ची जनगणना). त्यामुळे जन्मदर अत्यंत अल्प (दर हजारी २२.४) इतका आढळतो; तर राजस्थानात स्त्रियांमधील साक्षरतेचे प्रमाण (१९९१मध्ये) २०.४४ टक्के इतके आहे. त्यामुळे देशातील सर्वाधिक जन्मदर असणाऱ्यांमध्ये हे राज्य तिसऱ्या क्रमांकावर आहे. सर्वाधिक जन्मदर उत्तरप्रदेशात ३७.५%, मध्यप्रदेश ३७.१%, तर राजस्थान ३६.४% इतका आहे.

अशा प्रकारे सांस्कृतिक व सामाजिक घटक लोकसंख्यावाढीवर परिणाम करत असतात.

समारोप : लोकसंख्यावाढीचा जसा पर्यावरणावर परिणाम होतो तसाच पर्यावरणाचाही लोकसंख्यावाढीवर परिणाम होतो. पर्यावरण आणि लोकसंख्या यातील संलग्नता ही एकतर्फी नाही. लोकसंख्यावाढ आणि पर्यावरणीय प्रदूषणामुळे आरोग्याच्या समस्या निर्माण होत आहेत, त्यामध्ये वाढ होत आहे. त्यामुळे आरोग्य योजनांवरील खर्चामध्ये वाढ होत आहे.

८. लोकसंख्याविषयक माहितीचे स्रोत
(Sources of Population Data)

प्रस्तावना : अतिशय प्राचीन काळापासून जनगणना पद्धत अस्तित्वात आहे. चीन, इटली, इजिप्त, रोम, पॅलेस्टाईन यांसारख्या देशांमध्ये फार पूर्वीपासून जनगणना केली जात असे. प्रजेची मोजणी करणे, प्रजेवर करआकारणी करणे, सैन्यात सैनिकांची तैनाती करणे यांसारख्या कारणांकरिता त्या वेळी जनगणना केली जात असे. भारतामध्ये फार पूर्वीपासून जनगणना होत असल्याची माहिती सापडते. अकबर बादशाह, चंद्रगुप्त मौर्य व इतर काही राज्यांच्या राजवटीत जनगणनेच्या नोंदी ऐतिहासिक दस्तऐवजात सापडतात.

भारतात लाकसंख्येविषयीची बहुतेक माहिती जनगणनेमार्फतच मिळते. भारतात इ.स.१८६५च्या सुमारास आधुनिक स्वरूपाच्या जनगणनेच्या कामाला सुरुवात झाली. तेव्हापासून इ.स. १८८१च्या जनगणनेपर्यंत हे काम प्रांतवार होत असे. इ.स. १८९१ पासून मात्र केंद्रीय शासनामार्फत नियमितपणे आणि पद्धतशीरपणे दर दहा वर्षांनी हे काम होत आहे.

८.१ जनगणनेचा अभ्यास : पद्धती आणि गुणवैशिष्ट्ये (Study of Census : methodology and characteristics)

सेन्सस Census हा शब्द लॅटीन भाषेतील Censese या शब्दापासून निर्माण झाला. या शब्दाचा खरा अर्थ 'मूल्य' किंवा 'कर' असा होतो. प्राचीन काळातील लोकसंख्येच्या विविध क्षेत्रातील संशोधक तिची गणना करण्यासाठी कर देणाऱ्या व्यक्तीचा विचार करीत असत किंवा सैनिक सेवेत भरती केले जाणाऱ्यावरून किंवा कामाच्या केल्या जाणाऱ्या सक्तीवरून अशा प्रकारच्या मर्यादित हालचालींवरून गणती केली जात असे. ख्रिस्तपूर्व काळातील जनगणनेचा हेतू मर्यादित होता. आधुनिक जनगणनेची सुरुवात १७-१८ व्या शतकात झाली. समाजातील लोकांची, त्यांच्या ठळक वैशिष्ट्यांची नोंद ठरावीक काळाने नियमितपणे गणतीमध्ये केली जात असे.

त्यावरून लोकसंख्येतील बदलाचे स्वरूप जाणून घेण्यास सुरुवात झाली. समाजाच्या हितासाठी जनगणना ही अत्यंत महत्त्वाची व्यवस्था आहे. संयुक्त राष्ट्रसंघाच्या प्रयत्नांमुळे जगात सर्वत्र जनगणना पद्धती प्रस्थापित झाली आहे. या आधुनिक जनगणनेचा अर्थ पुढीलप्रमाणे-

जनगणना : एखाद्या देशात किंवा त्या देशातील सुनिश्चित भूप्रदेशात एका विशिष्ट वेळेच्या लोकसंख्येविषयी आणि तिच्या आर्थिक व सामाजिक घटकांविषयी आकडेवारी गोळा करणे, तिचे संकलन करणे व ती प्रसिद्ध करणे या संपूर्ण प्रक्रियेस 'जनगणना' असे म्हटले जाते.

जनगणना म्हणजे फक्त शिरगणती अर्थात लोकांची मोजणी करणे असे नव्हे तर त्यामध्ये १) राष्ट्राच्या आर्थिक आणि सामाजिक जीवनात लोकांचे जीवनस्तर, २) देशाची आर्थिक प्रगती, ३) कल्याणकारी कार्य, ४) स्त्री-पुरुष प्रमाण, ५) आयुर्मर्यादा, ६) घनता, ७) ग्रामीण-शहरी विभागणी, ८) शिक्षण, ९) उत्पन्न इ. विविध माहिती जमा केली जाते.

संयुक्त राष्ट्रसंघ (United Nations) **:** जनगणना ही लोकसंख्येची माहिती गोळा करण्याची, संकलन करण्याची, मूल्यमापनाची, विश्लेषणाची एकूण प्रक्रिया असते आणि त्यावरून लोकसंख्याशास्त्रीय आर्थिक, सामाजिक सामग्री प्रसिद्ध करणे, देशातील सर्व व्यक्तींना अगर देशांच्या योग्य मर्यादा ठरवून दिलेल्या भागाशी विशेष वेळेशी संबंधित असते.

जनगणना पद्धती (Methodology) **:** जनगणना करणे ही बाब अत्यंत अवघड आणि किचकट स्वरूपाची असलेली दिसते. जनगणना करण्यासाठी बहुतेक राष्ट्रांकडून वापरण्यात येणाऱ्या काही पद्धती पुढीलप्रमाणे-

अ) जनगणनेच्या वेळी व्यक्ती ज्या प्रदेशात वास्तव्यासाठी आहे किंवा ज्या ठिकाणी जनगणना चालू असताना ती उपलब्ध आहे, तिथे तिची गणना केली जाते. ती व्यक्ती कायमस्वरूपी त्या ठिकाणी वास्तव्यास असते असे नाही. काही दिवसांनंतर ती व्यक्ती पुन्हा आपल्या मूळ गावी वास्तव्यासाठी जाते. नोकरी-व्यवसाय, विवाह या निमित्ताने व्यक्ती काही काळापुरत्या एखाद्या ठिकाणी वास्तव्यासाठी जातात. या पद्धतीमध्ये त्या ठिकाणी त्या व्यक्तींची मोजणी केली जाते. भारतामध्ये जनगणनेसाठी ही पद्धत वापरली जाते.

ब) दुसऱ्या पद्धतीमध्ये कायमस्वरूपी एखाद्या विशिष्ट प्रदेशात वास्तव्यासाठी असणाऱ्या व्यक्तींची गणना केली जाते. ही जनगणना करीत असताना संबंधित जागेवर त्या व्यक्ती उपलब्ध नसतील तरीही त्या व्यक्ती त्या प्रदेशात कायमस्वरूपी वास्तव्य करणाऱ्या असल्यामुळे त्यांची नोंद करून घेतली जाते.

क) वरील दोन्ही पद्धतींचा वापर तिसऱ्या पद्धतीत केला जातो. वरील दोन्ही पद्धतींचा जनगणनेमध्ये वापर करताना त्यात काही उणिवा, काही त्रुटी असण्याची शक्यता असते. तिसऱ्या पद्धतीमध्ये जनगणना करताना व्यक्ती राहून जाऊ नये, तिची नोंदणी व्हावी म्हणून कायमस्वरूपी व तात्पुरते विशिष्ट ठिकाणी वास्तव्य करणाऱ्या व्यक्ती मोजणीत धरल्या जातात.

एकदा का जनगणना करणे निश्चित झाले की, ती कशा प्रकारे करावयाची, तिचे स्वरूप काय असावे, त्यासाठी कोणत्या पद्धतीचा वापर करावयाचा हे निश्चित करणे आवश्यक असते. जनगणनेसाठी प्रश्नावली तयार केली जाते. प्रशिक्षित लोक या प्रश्नावलीप्रमाणे लोकांना प्रश्न विचारून माहिती भरून घेण्याचे काम करतात. जगातील सर्व राष्ट्रांना अनुकरण करता येईल अशी प्रश्नावली संयुक्त राष्ट्रसंघाच्या मार्फत तयार करण्यात आली आहे. त्या प्रश्नावलीत खालील माहितीविषयक प्रश्नांचा समावेश होतो–

व्यक्तिगत व कुटुंबविषयक माहिती : यामध्ये पुढील बाबींचा समावेश होतो. लिंग, वय, कुटुंबप्रमुखाशी नाते, वैवाहिक दर्जा, विवाहाच्या वेळी वय, विवाह नोंदणी, जीवित अपत्यांची संख्या, नागरिकत्व, साक्षरता, शैक्षणिक दर्जा (पात्रता), राष्ट्र गट, वंश गट, बोली भाषा (मातृभाषा), धर्म, इ.

भौगोलिक माहिती : यामध्ये जनगणनेच्या वेळी व्यक्ती जेथे हजर आहे ते ठिकाण, व्यक्तीचे कायम वास्तव्याचे ठिकाण, जन्मस्थान, विशिष्ट ठिकाणी वास्तव्याचा काळ, पूर्वीच्या वास्तव्याचे ठिकाण इ.

आर्थिक माहिती : कामाचे प्रकार, व्यवसायाचा प्रकार, उद्योग क्षेत्र, नोकरी क्षेत्र, व्यवसायातील दर्जा (प्रमुख) सेवक, किंवा इतर, उपजीविकेचे प्रमुख साधन.

जनगणनेची वैशिष्ट्ये (Characteristics) **:** जनगणनेची सर्वसाधारण वैशिष्ट्ये पुढीलप्रमाणे–

अ) सर्वव्यापी पद्धत : जनगणनेची मोजदाद संपूर्ण देशात एका विशिष्ट रात्री करण्यात

येत असे. त्याचा उद्देश जेथे लोक आहेत त्याच ठिकाणी त्यांची मोजदाद व्हावी; परंतु, काहींना तेथे जाणे शक्य झाले नाही म्हणून त्यांची मोजदाद वेगवेगळ्या दिवशी घेण्यात येत असे. परंतु, अनेक अडचणींमुळे ही पद्धत सोडून देण्यात आली व आपल्या नेहमीच्या निवासस्थानीच त्यांची जनगणना करण्याची पद्धत अंगीकारण्यात आली. या पद्धतीनुसार मोजदाद करण्याचे काम तीन आठवड्याच्या कालखंडात केले जाते; पण प्रत्यक्ष मोजणी एकत्रित एका ठरावीक दिवशी करण्यात येते व नोंदीमध्ये जर काही चुका, अपुरेपणा असेल तर पुनर्तपासणीच्या वेळी त्यात दुरुस्त्या केल्या जातात.

ब) **लोकसंख्येची सर्वांगीण माहिती :** कोणत्याही लोकसंख्या गणनेचे अतिशय महत्त्वाचे अंग म्हणजे प्रदेशानुसार मानवी व्यक्तींची मोजदाद होय. आधुनिक काळातील जनगणना केवळ लिंगभेद व वय याबाबत असलेली वर्गवारी, विवाहातील दर्जाच्या दृष्टीने लोकसंख्येचे वर्गीकरण तसेच ग्रामीण–नागरी वस्तीची विभागणी, स्थानांतराचा तपशील एवढीच माहिती देत नाही तर त्याबरोबरच अतिशय मौल्यवान अशी सामाजिक व सांस्कृतिक माहिती. उदा. राष्ट्रीयत्व, धर्म, मातृभाषा व इतर भाषा माहिती असलेल्या तपशिलासंबंधी आकडेवारी उपलब्ध करून देतात. ही माहिती विकासात्मक नियोजनासाठी अत्यंत उपयुक्त ठरते.

क) **लोकसंख्येच्या रचनेबद्दल माहिती :** जनगणना आपल्या देशातील लोकसंख्येच्या आकाराबद्दल माहिती, ज्ञान तसेच देशातील राज्ये, केंद्रशासित प्रदेश, जिल्हे, तालुके, तसेच मोठी शहरे, लहान शहरे, महानगरे यांची संख्या मिळू शकते; तसेच जनगणनेच्या विविध तक्त्यांमध्ये ग्रामीण व नागरी लोकसंख्येचे विभाजन हेसुद्धा दिलेले असते. जनगणनेतील तक्त्यांवरून लिंगभेद, वय, वैवाहिक दर्जा, मातृभाषा, द्विभाषिकत्व, कामगारांची लिंग व औद्योगिक विभागानुसार विभागणी, त्यांचे वर्ग, अनुसूचित जाती व जमातींचे वय, लिंगभेदानुसार विभाजन, लिंगभेद, वय, वैवाहिक दर्जानुसार कामगारांची विभागणी इ. विविध तपशीलांची सूक्ष्म माहिती मिळते. जनगणना ही मापनासमोर राष्ट्रीय अर्थव्यवस्थेचे व समाजाचे विविधतेने नटलेले एक सुव्यवस्थित चित्र उभे करते व ही माहिती देशाच्या पंचवार्षिक योजना तयार करताना वापरण्यात येते.

सर्वेक्षण : लोकसंख्याविषयक माहिती संकलित करण्यासाठी सर्वेक्षण ही पद्धतीसुद्धा वापरली जाते. ज्या देशात कायद्याचे बंधन किंवा पालन केले जात नाही. महत्त्वाच्या घटनांची नोंद केली जात नाही अथवा जनगणनेच्या कार्यास लोकांकडून योग्य तो प्रतिसाद दिला जात नाही त्या देशात अथवा प्रदेशात सर्वेक्षण ही पद्धत लोकसंख्याविषयक माहिती संकलित करण्यासाठी अत्यंत उपयोगी पडते.

सर्वेक्षणाच्या पद्धतीत नमुना निवड तंत्रांचा वापर केला जातो; म्हणजेच समग्र नमुन्यातून (एकूण नमुना/ढोबळ संख्या) अशा व्यक्तींमधून काही विशिष्ट व्यक्तींची नमुना दाखल निवड केली जाते. त्यांचे निरीक्षण केले जाते. ही पद्धत श्रम आणि पैसा या दोन्हींची बचत करणारी असल्याने उपयोगी मानली जाते. परंतु, या पद्धतीमध्ये काही त्रुटी आढळून येतात. यामध्ये विशिष्ट उद्देशानुसारच लोकसंख्येचा अभ्यास केला जातो. त्यामुळे व्यापक प्रमाणात विविध घटकांच्या संदर्भात माहिती संकलित होत नाही. त्यामुळे लोकसंख्येचे विविध गटात वर्गीकरण करणे शक्य होत नाही. भारतामध्ये नमुना सर्वेक्षण या पद्धतीचा वापर सन १९५० पासून करण्यास सुरुवात झाली. याद्वारे बेरोजगारी, आरोग्य, जन्म व मृत्यूचे प्रमाण, स्थलांतर, आर्थिक व सामाजिक प्रश्न इ. चा अभ्यास केला जात असल्याचे दिसून येते.

शासकीय नोंदणी अथवा खासगी नोंदणी : एखाद्या विशिष्ट ठिकाणी जन्म, मृत्यू, विवाह, घटस्फोट, स्थलांतर इ. ची नोंद करणे म्हणजे नोंदणी पद्धती होय. याद्वारे लोकसंख्येच्या विविध पैलूंबाबतची माहिती उपलब्ध होत असते. भारतामध्ये जन्म व मृत्यू नोंदणी कायदा सन १९६९ साली संमत करण्यात आला आहे.

काही देशांमध्ये कायद्याच्या अनुषंगाने ज्या गोष्टी सक्तीच्या किंवा बंधनकारक केल्या जातात त्यांना समाजमान्यता मिळत नसल्याने लोकांचा अशा प्रकारच्या नोंदणी पद्धतीस फारसा प्रतिसाद मिळत नाही. तेथे लोकसंख्याविषयक माहिती मिळविण्यासाठी या पद्धतीचा उपयोग केला जात नाही.

आधार क्रमांक : भारतामध्ये, भारतीय अद्वितीय ओळख प्राधिकारणामार्फत (Unique Identification Authority of India-UIDAI) भारतीय व्यक्तीला दिल्या जाणाऱ्या क्रमांकास आधार क्रमांक असे म्हणतात. हा आधार क्रमांक १२ अंकी व्यक्तीच्या वैयक्तिक ओळखीसाठी दिला जातो. हा क्रमांक प्रत्येक व्यक्तीस एकदाच वितरित केला जातो. या क्रमांकावरून व्यक्तीची जन्म तारीख, ठिकाण, लिंग, रहिवासी

पत्ता आणि जैविक माहिती मिळते. हा क्रमांक देशातील बँकिंग व्यवहार, मोबाईल, फोन, गॅस जोडणी तसेच शिधापत्रिका, पासपोर्ट, शासकीय आणि खासगी सेवेकरिता व्यक्तीच्या ओळखीचा पुरावा म्हणून ग्राह्य धरला जातो. त्यामुळे या क्रमांकाचा वापर वाढत असल्याने लोकसंख्याविषयक माहिती संकलनाकरिता भविष्यातील हा एक महत्त्वाचा स्रोत ठरणार आहे.

८.२ भारतातील निवडक जनगणनेची गुणवैशिष्ट्ये (Features of selected Census in India)

सन १८७२ पासून भारतीय जनगणना ही लोकसंख्या, आर्थिकक्रिया, साक्षरता व शिक्षण, निवास व निवासी सुविधा, नागरीकरण, जनन व मर्त्यता, अनुसूचित जाती व जमाती, भाषा, धर्म, स्थलांतर, दुर्बलता व इतर अनेक सामाजिक-सांस्कृतिक माहिती मिळविण्याचा एक उत्तम विश्वसनीय स्रोत आहे. भारतातील काही निवडक जनगणनेची वैशिष्ट्ये पुढीलप्रमाणे-

सन १९७१च्या जनगणनेची वैशिष्ट्ये : सन १९७१ साली जनगणना करण्यासाठी पुढील अनुसूचीचा वापर करण्यात आला. त्यामध्ये घरांची यादी (House list), वस्तू व सेवा यांचे उत्पादन करणाऱ्या उत्पादन स्थळांची यादी (establishment schedule), व्यक्तिविषयक प्रश्नावली (Individual slip) आणि लोकसंख्याविषयक अभिलेखन (population record) यांचा समावेश होता.

घरांची यादी : प्रत्येक गावातील आणि शहरातील घरांच्या याद्या १९७०मध्ये तयार झाल्या.

उत्पादन स्थळ यादी : वस्तू व सेवा उत्पादन करणाऱ्या इमारतींची यादी १९७१च्या जनगणनेचे वैशिष्ट्य होते. त्यामध्ये वस्तू उत्पादन किंवा दुरुस्ती करणारी ठिकाणे, घाऊक किंवा किरकोळ खरेदी-विक्री केंद्रे, सरकारी किंवा खासगी कचेऱ्या, मनोरंजनाची ठिकाणे इ. चा समावेश केला गेला. तसेच उत्पादन किंवा सेवा सरकारी आहे का? निमसरकारी आहे का? खासगी आहे की सहकारी आहे? त्या ठिकाणी किती व्यक्ती काम करीत आहेत? जर उद्योगधंदा असेल तर तो घरगुती आहे की नोंद करण्यात आलेला आहे? कोणत्या प्रकारच्या मालाचे उत्पादन होते किंवा सेवा पुरविली जाते? उद्योगास कोणती ऊर्जासाधने वापरली जातात? जर व्यापार असेल तर त्याचे स्वरूप इ. माहिती संकलित केली गेली.

व्यक्तिविषयक : यामध्ये एकूण पुढील १७ प्रश्नाद्वारे माहिती संकलित करण्यात आली. १) नाव, २) गृहप्रमुखाशी नाते, ३) लिंग, ४) वय, ५) वैवाहिकस्थिती, ६) फक्त सद्य:स्थितीत स्त्रियांसाठी-विवाहाच्या वेळेचे वय, मागील वर्षात मूल झाले होते का? ७) जन्म ठिकाणाची माहिती-जन्मस्थान, ग्रामीण/नागरी, जिल्हा, राज्य किंवा देश, ८) सध्याच्या किंवा पूर्वीच्या निवासस्थानाची माहिती-ग्रामीण/नागरी, जिल्हा, राज्य किंवा देश. ९) व्यक्तीची जिथे गणना झाली आहे, त्या ठिकाणी राहण्याचा कालावधी, १०) धर्म, ११) अनुसूचित जातीत किंवा जमातीत समावेश होत असेल तर जातीचे किंवा जमातीचे नाव, १२) साक्षर/निरक्षर, १३) शिक्षण कोठपर्यंत झाले, १४) मातृभाषा, १५) आणखी कोणत्या भाषा येतात, १६) मुख्य काम (main activity)-(अ) कामाचा मुख्य प्रकार-उत्पादक असल्यास शेतकरी आहे, शेतमजूर आहे की घरगुती उद्योगधंद्यात काम. उत्पादक नसल्यास घरकाम, विद्यार्थी, सेवानिवृत्त, भाडे किंवा स्वामित्व शुल्क घेणारे, अवलंबित, खूप वृद्ध, भिकारी, कारागृहवासी की धर्मदाय संस्थेत राहणारी व्यक्ती. (ब) कामाचे ठिकाण-उत्पादन स्थळ, उत्पादन क्षेत्र (Industry), व्यापार-धंदा-सेवा (service) यांचे स्वरूप, व्यवसायाचे वर्णन. (फ) श्रमिकाचा दर्जा (status), मालक आहे की नोकर आहे, एकट्याचा व्यवसाय की घरगुती व्यवसायात विनापगारी आहे. १७) दुय्यम काम (secondary work)-यामध्ये कामाचा प्रमुख प्रकार, शेतकरी, शेतमजूर की घरगुती उद्योगधंद्यात काम किंवा इतर कामाचे ठिकाण प्रश्न १६ मधील ब ते फ पर्यंत.

या प्रश्नावलीच्या साहाय्याने प्रत्येक लहान-मोठ्या व्यक्तींबद्दल लोकसंख्याशास्त्रीय, सामाजिक व आर्थिक स्वरूपाची माहिती संकलित करण्यात आली. ही व्यक्तिगत माहिती संकलित करणारे गणक साधारणत: प्राथमिक शाळेतील शिक्षक होते.

लोकसंख्या अभिलेख : प्रत्येक घरातील सर्व व्यक्तींविषयी गृहप्रमुखाशी नाते, लिंग, वय, वैवाहिक स्थिती, साक्षरता, प्रमुख काम या बाबींविषयक माहितीवरून लोकसंख्या अभिलेखन तयार करण्यात आले.

१९७१च्या जनगणेची संदर्भ तारीख १ एप्रिल १९७१ होती. लोकसंख्या गणती १० मार्चपासून सुरू झाली व ३१ मार्चला समाप्त झाली. या गणतीत व्यक्ती जेथे आढळल्या, तेथे त्यांची गणती करण्यात आली. सर्व बेघर लोकांची गणती ३१ मार्चच्या रात्री केली गेली. ही जनगणना संपल्यानंतर लोकसंख्याविषयक आकडे

त्वरित म्हणजे १२ एप्रिल १९७१ रोजी प्रसिद्ध करण्यात आले. या जनगणनेत सारणीकरण करताना गणकयंत्राचा (calculator) वापर केला गेला.

सन २००१च्या जनगणनेची वैशिष्ट्ये : सन १९७१च्या जनगणनेतील जवळपास सर्व वैशिष्ट्यांचा समावेश २००१च्या जनगणनेमध्ये होता. या जनगणनेसाठी सर्वप्रथम भौगोलिक स्थाननिश्चिती करण्यात आली. त्यामध्ये राज्य, जिल्हा, तालुका, समूह विकास गट, गाव आणि नगर यांचा समावेश होता. परंतु, ही जनगणना होण्यापूर्वी तीन महिने अगोदर तीन नवीन राज्यांची निर्मिती करण्यात आली त्यामुळे भौगोलिक स्थानविषयक यादी पुन्हा तयार करण्यात आली. सन १९६१ ते १९९१ पर्यंत जनगणनेमध्ये २ प्रश्नावलींचा वापर केला गेला. एक म्हणजे वैयक्तिक चिठ्ठी (Individual slip) आणि दुसरी म्हणजे घरांची चिठ्ठी (Household slip), परंतु या जनगणनेच्यावेळी एक संक्षिप्त घरगुती अनुसूचीचा (compact household schedule) वापर करण्यात आला.

ही जनगणना दोन टप्प्यांमध्ये करण्यात आली. यामध्ये प्रथम घरांचे क्रमांक नोंदवून घरांची यादी तयार केली गेली व नंतर लोकसंख्येची मोजणी करण्यात आली. यातील पहिला टप्पा एप्रिल आणि सप्टेंबर २०००मध्ये पूर्ण करण्यात आला. लोकसंख्येची मोजणी ९ आणि २८ फेब्रुवारी २००१च्या दरम्यान व १ आणि ५ मार्च दरम्यान उजळणी फेरीसह करण्यात आली. बेघर लोकसंख्येची मोजणी २८ फेब्रुवारी २००१च्या रात्री करण्यात आली.

या जनगणनेच्या कामामध्ये जवळपास २ दशलक्ष गणक आणि पर्यवेक्षक यांचा समावेश होता. त्यांनी ५९३ जिल्हे, ५५६४ तालुके, ५१६१ नगरे, ६४ लाख खेडी आणि २२० दशलक्ष घरांच्या सर्वेक्षणाद्वारे ही जनगणना पूर्ण केली.

सन २०११च्या जनगणनेची गुणवैशिष्ट्ये : सन २०११ची जनगणना ही भारतातील १५ वी राष्ट्रीय जनगणना होती. जनगणना हा ग्रामीण, नागरी आणि वार्ड स्तरीय प्राथमिक माहितीचा एकमेव स्रोत आहे. केंद्र व राज्य सरकारांना धोरण आखणी करण्यास आणि नियोजन करण्यासाठी आवश्यक असणारी मौल्यवान माहिती त्याद्वारे मिळते. तसेच ही माहिती राष्ट्रीय व आंतरराष्ट्रीय संस्था, विद्यार्थी, व्यावसायिक व्यक्ती, उद्योगपती व इतर अनेकांकडून वापरली जाते. सन २०११च्या जनगणनेचे एक घोषवाक्य होते, ते म्हणजे, 'आमची जनगणना, आमचे भविष्य'. या जनगणनेची काही गुणवैशिष्ट्ये पुढीलप्रमाणे–

अ) लोकसंख्या : या जनगणनेत भारताची एकूण लोकसंख्या १२१.०८ कोटी होती, ती मागील दशकापेक्षा १७.७ टक्के अधिक होती. या जनगणनेत पुरुषांपेक्षा स्त्रियांची संख्या अधिक वाढली. त्यामध्ये पुरुषांची संख्या ९०.९७ दशलक्ष तर स्त्रियांची संख्या ९०.९९ दशलक्ष ने वाढली. स्त्रियांच्या संख्या वाढीचा दर १८.३ टक्के तर पुरुषांच्या संख्यावाढीचा दर १७.१ टक्के होता. सन २००१-११ याकाळात भारताची लोकसंख्या १७.७ टक्के दराने वाढली तर त्या आधीच्या दशकात लोकसंख्यावाढीचा हा दर २१.५ टक्के इतका होता. सन २००१-११ या दशकातील सर्वांत अधिक लोकसंख्यावाढ ही बिहार (२५.४ टक्के)मध्ये नोंदविली गेली तर १४ राज्ये व केंद्रशासित प्रदेशात २० टक्क्यांपेक्षा अधिक लोकसंख्यावाढ नोंदली गेली.

ब) ग्रामीण-नागरी लोकसंख्या : २०११च्या जनगणनेनुसार जवळपास ८३३.५ दशलक्ष लोक ग्रामीण भागात राहतात की जे एकूण लोकसंख्येच्या २/३ पेक्षा अधिक आहेत. तर ३७७.१ दशलक्ष लोक नागरी भागात राहतात. सन १९५१ रोजी नागरी लोकसंख्येचे प्रमाण १७.३ टक्के होते ते २०११ रोजी ३१.२ टक्के इतके झाले. सशक्त कृती गट (Empowered Action Group-EAG) राज्यांमध्ये नागरी लोकसंख्येचे प्रमाण (२१.१ टक्के) होते, जे सशक्त कृती गट नसलेल्या राज्यांपेक्षा (३९.७ टक्के) कमी आहे. सर्वांत अधिक नागरी लोकसंख्या NCT दिल्ली (९७.५ टक्के) येथे आहे. देशातील नागरी लोकसंख्या अधिक असणारी प्रथम पाच राज्ये म्हणजे गोवा (६२.२ टक्के), मिझोराम (५२.१ टक्के), तामिळनाडू (४८.४ टक्के), केरळ (४७.४ टक्के) आणि महाराष्ट्र (४५.२ टक्के) ही आहेत.

क) साक्षरता : सन २००१ साली भारतातील साक्षरता दर ६४.८ टक्के इतका होता, त्यामध्ये ८ टक्क्यांनी वाढ होऊन तो २०११ साली ७३ टक्के इतका झाला. पुरुषांच्या साक्षरतेचे प्रमाण ८०.९ टक्के आहे, जे आधीच्या जनगणनेपेक्षा ५.६ टक्क्यांनी अधिक आहे. तर स्त्रियांचा साक्षरता दर ६४.६ टक्के आहे जो २००१च्या जनगणनेपेक्षा १०.९ टक्क्यांनी वाढला आहे. तसेच नागरी व ग्रामीण साक्षरता दरामधील अंतर सातत्याने कमी होत आहे. तसेच लैंगिक साक्षरतेच्या दरामधील अंतरसुद्धा प्रत्येक जनगणनेमध्ये घटते आहे. देशातील सर्वाधिक साक्षरता दर असणारी पाच राज्ये व केंद्रशासित प्रदेश म्हणजे, केरळ (९४ टक्के), लक्षद्वीप (९१.८ टक्के), मिझोराम (९१.३ टक्के), गोवा (८८.७ टक्के) आणि त्रिपुरा

(८७.२ टक्के) ही आहेत; तर याबाबतीत तळातील पाच राज्ये म्हणजे, बिहार (६१.८ टक्के), अरुणाचलप्रदेश (६५.४ टक्के), राजस्थान (६६.१ टक्के), झारखंड (६६.४ टक्के), आणि आंध्रप्रदेश (६७ टक्के) ही आहेत.

ड) **घनता :** २००१ साली लोकसंख्येची घनता जी ३२५ दर चौरस किलोमीटर इतकी होती ती २०११ साली ३८२ दर चौरस किलोमीटर इतकी वाढली आहे. लोकसंख्या घनतेच्याबाबतीत बिहारचा (११०६) प्रथम क्रमांक लागतो; तर सर्वांत कमी घनता अरुणाचलप्रदेशात (१७) आहे.

इ) **लिंग दर :** २०११च्या जनगणनेत दर हजार पुरुषांमागील स्त्रियांचे प्रमाण ९४० आहे की जे मागील जनगणनेपेक्षा १० टक्क्यांनी अधिक आहे. २०११मध्ये हरियाणामध्ये दर हजारी पुरुषांमागे स्त्रियांचे प्रमाण ८७९, त्यानंतर जम्मू व कश्मिरमध्ये (८८९), आणि पंजाबमध्ये (८९५) आहे; तर उत्तरप्रदेश व बिहारमध्ये हे प्रमाण अनुक्रमे ९१२ व ९१८ इतके आहे. तसेच दर हजारी पुरुषांमागे स्त्रियांचे प्रमाण सर्वाधिक केरळमध्ये (१०८४), तामिळनाडू (९९६), आंध्रप्रदेश (९९३), छत्तीसगढ (९९१), ओरिसा (९७९) आहे.

फ) **बालकांची संख्या :** २००१ साली ०–६ वयोगटातील बालकांची संख्या १६३.८ दशलक्ष होती; त्यामध्ये ०.४ टक्के वाढ होऊन २०११ साली ही संख्या १६४.५ दशलक्ष इतकी झाली.

ग) **अनुसूचित जाती/जमाती :** या जनगणनेनुसार ३१ राज्ये व केंद्रशासित प्रदेशात अनुसूचित जातींची संख्या आढळून आली; तर ३० राज्यांमध्ये अनुसूचित जमातींची संख्या आढळून आली. विविध राज्ये व केंद्रशासित प्रदेशात अनुसूचित जाती म्हणून जवळपास १२४१ पारंपरिक समूह आढळून आले; तर अनुसूचित जमातींचे ७०५ पारंपरिक समूह आढळून आले. या जनगणनेनुसार अनुसूचित जातींची लोकसंख्या २०१.४ दशलक्ष आहे जी मागील जनगणनेपेक्षा २० टक्के अधिक आहे.

ह) **भाषा :** सन २००१ आणि २०११च्या जनगणेनुसार देशातील विविध भाषा बोलणाऱ्यांची माहिती संकलित करण्यात आली. या जनगणनेनुसार उर्दू भाषा बोलणाऱ्यांच्या संख्येचा अपवाद वगळता सर्व प्रमुख भाषा बोलणाऱ्यांच्या संख्येत २००१–१० या कालावधीत वाढ झाली आहे. या भाषावार लोकसंख्येच्या विभागणीची माहिती प्रकरण ३मध्ये तक्ता क्र. ३.९मध्ये दिली आहे.

८.३ राष्ट्रीय कुटुंब आरोग्य पाहणी (National Family Health Survey)

संपूर्ण भारतात मोठ्या प्रमाणात अनेक फेऱ्यांमध्ये घरांसंबधी प्रातिनिधिक स्वरूपात हे नमुना सर्वेक्षण अथवा पाहणी करण्यात आली. सन १९९२-९३ मधील प्रथम पाहणी पासून या पाहणीच्या तीन फेऱ्या घेण्यात आल्या. ही पाहणी भारतासाठी राज्य आणि राष्ट्रीय पातळीवरील, जनन, अर्भक व बालमृत्यू, कुटुंबनियोजनाची अंमलबजावणी, गरोदर माता व बाल आरोग्य, प्रजनन आरोग्य, पोषण, ॲनिमिया, आरोग्य व कुटुंबनियोजनाच्या सेवांची गुणवत्ता व उपयोग यावरील माहिती प्रदान करते. या राष्ट्रीय कुटुंब आरोग्य सर्वेक्षणाच्या प्रत्येक यशस्वी फेरीचे दोन विशिष्ट उद्देश होते-(अ) आरोग्य व कुटुंब कल्याण मंत्रालय आणि इतर संस्थांना आरोग्य व कुटुंब कल्याणविषयक माहिती पुरविणे. (ब) आरोग्य व कुटुंब कल्याण विषयक मुख्य व उदयोन्मुख प्रश्नांची माहिती पुरविणे.

भारत सरकारच्या आरोग्य व कुटुंब कल्याण मंत्रालयाने 'आंतरराष्ट्रीय लोकसंख्या सेवा संस्था (International Institute for Population Services-IIPS),' मुंबई या संस्थेस सर्वेक्षण कामासाठी मध्यवर्ती संस्था (nodal agency) म्हणून नियुक्त केले व त्यांचेकडे सहकार्य व तांत्रिक मार्गदर्शन उपलब्ध करून देण्याची जबाबदारी सोपविण्यात आली. या सर्वेक्षणाच्या कार्यान्वयासाठी आंतरराष्ट्रीय लोकसंख्या सेवा संस्थेने अनेक क्षेत्रिय संघटनांशी (Field Organisations) सहकार्य केले आहे. प्रत्येक क्षेत्रिय संघटना एक किंवा अधिक राज्यात सर्वेक्षण कार्य करण्यासाठी जबाबदार होती.

ओआरसी मॅक्रो (ORC Macro USA) व इतर संस्थांनी या राष्ट्रीय कुटुंब आरोग्य पाहणीला विशिष्ट प्रश्नांवर तांत्रिक साहाय्य प्रामुख्याने पुरविले. या पाहणीच्या विविध फेऱ्यांसाठी USAID, DFID, UINICEF, UNFPA, MOHFW, बील व मेलिंडा गेट्स फाऊंडेशन व भारत सरकारने अर्थपुरवठा केला.

८.४ राष्ट्रीय नमुना पाहणी संघटना (National Sample Survey Organisation-NSSO)

भारतामध्ये नियोजन आयोग आणि इतर नियोजन समित्यांना आवश्यक माहिती मिळावी म्हणून प्रा. पी. सी. महालनोबीस यांनी नियोजन आयोगाअंतर्गत सन १९५०मध्ये राष्ट्रीय नमुना पाहणी संघटना या कायम समितीची स्थापना केली. सुरुवातीस ही राष्ट्रीय नमुना पाहणी संघटना भारतीय सांख्यिकीय संस्थेस (Indian Statastical Institute) जोडलेली होती. मार्च १९७०मध्ये राष्ट्रीय नमुना पाहणीची (NSS) पुनर्रचना करण्यात येऊन तिचे रूपांतर राष्ट्रीय नमुना पाहणी संघटनेत करण्यात आले. राष्ट्रीय नमुना पाहणी

संघटनासुद्धा काही तात्कालिक स्वरूपाचे सर्वेक्षण करते (उदा. मध्यम वर्ग व कामगार वर्गाचे सर्वेक्षण, जनगणना पश्चात लोकसंख्येचे सर्वेक्षण आणि पशुधन इ.). राष्ट्रीय नमुना पाहणी संघटना अनेक प्रश्नांवर प्रायोगिक व अन्वेषणात्मक सर्वेक्षणसुद्धा करते. राष्ट्रीय नमुना पाहणी संघटना सन १९५८ पासून ग्रामीण भागात जन्म, मृत्यू आणि लोकसंख्या यावर माहिती गोळा करते. सन १९७३ (२३ वी फेरी) पासून या कार्यक्रमात नागरी भागाचा समावेश केला आहे. राष्ट्रीय नमुना पाहणी संघटनेच्या माहितीचा वापर राष्ट्रीय मानव विकास अहवाल (National Human Development Report)- नियोजन आयोग आणि भारतीय मानव विकास अहवाल (Indian Human Development Report), (NCAER) प्रशस्तपणाने करतात. राष्ट्रीय नमुना पाहणी संघटनेचे प्रमुख चार विभाग कार्यरत आहेत, ते म्हणजे-

१) पाहणी आराखडा व संशोधन विभाग (Survey Design & Research Division-SDRD) : याविभागाचे मुख्यालय कोलकाता येथे असून याविभागाचे मुख्य कार्य पाहणी/सर्वेक्षणाचे तांत्रिक नियोजन करणे, नमुना आरेखन, संज्ञा व संकल्पना मांडणे, चौकशी अनुसूचिचे आरेखन करणे, अहवालाचे विश्लेषण व सादरीकरण करणे हे आहे.

२) क्षेत्रिय कार्यान्वय विभाग (Field Operations Divisions-FOD) : या विभागाचे मुख्यालय नवी दिल्ली आणि फरिदाबाद या ठिकाणी असून याविभागाचे मुख्य कार्य आर्थिक व सामाजिक पाहणी करणे, औद्योगिक आकडेवारी, किमती संकलित करणे इ. आहे.

३) माहिती प्रक्रिया विभाग (Data Processing Division-DPD) : याविभागाचे मुख्यालय कोलकाता येथे असून याविभागाचे मुख्य कार्य नमुना सर्वेक्षणाच्या माध्यमातून संकलित केलेल्या माहितीवर प्रक्रिया करणे व माहिती प्रसारित करणे हे आहे.

४) समन्वय व प्रकाशन विभाग (Co-ordination & Publication Division-CPD) : या विभागाचे मुख्यालय नवी दिल्ली याठिकाणी असून याविभागाचे मुख्य कार्य राष्ट्रीय नमुना पाहणी संघटनेच्या विविध विभागांमध्ये समन्वय घडवून माहिती प्रकाशित करणे हे आहे. या विभागामार्फत सर्वेक्षण अंकांचे प्रकाशन वर्षातून दोन वेळा केले जाते.

राष्ट्रीय नमुना सर्वेक्षण संघटनेचे उद्देश (Objectives of NSSO) **:** नमुना सर्वेक्षणाद्वारे देशाची आर्थिक-सामाजिक-जनसांख्यिकीय, औद्योगिक आणि कृषी संबंधित खात्रीशीर व सातत्यपूर्ण आकडेवारी संकलित करणे.

NSSO संपूर्णपणे राष्ट्रीय सांख्यिकी आयोगाच्या निर्देशाने काम करते.

NSSO मार्फत विविध प्रकारची नमुना सर्वेक्षणे केली जातात. त्यांचे प्रमुख चार प्रकार आहेत. घरगुती सर्वेक्षण, उपक्रम सर्वेक्षण, ग्रामसुविधा आणि भूमी व पशुधन गणना इ. आहेत.

NSSO मार्फत सर्वेक्षण या नावाने द्वैवार्षिक (Bi-annual) नियतकालिक प्रकाशित केले जाते.

NSSO मार्फत दरवर्षी विविध विषयांवरील सर्वेक्षणे-राष्ट्रीय नमुना पाहणी फेऱ्यांच्या स्वरूपात केली जातात. ती पुढीलप्रमाणे-

सामाजिक-आर्थिक सर्वेक्षण : उदा. घरगुती उपभोग खर्च, रोजगार व बेरोजगार आकडेवारी, भूमी व पशुधन धारणा, सामाजिक उपभोग (शिक्षण, आरोग्य इ.) दारिद्र्य, बाल कामगार साक्षरता, गैर कृषी उपक्रम इ.

साधारणत: दर पाच वर्षांनी घरगुती खर्चाच्या आकडेवारीचे पंचवार्षिक सर्वेक्षण (Quinquennial Survey of Household Consumption Expenditure) केले जाते. त्यासाठी मोठा नमुना घेतला जातो.

वार्षिक औद्योगिक सर्वेक्षणासाठी आकडेवारीचे संकलन करणे. कृषि सर्वेक्षण, शहरी किरकोळ किमतीचे संकलन, केंद्रीय सांख्यिकी संघटनेमार्फत (Central Statistical Organisation) मोजल्या जाणाऱ्या शहरी ग्राहक किंमत निर्देशांकासाठी (CPI) केले जातो.

राष्ट्रीय नमुना पाहणी संघटना हे आता राष्ट्रीय नमुना पाहणी कार्यालय (National Sample Survey Office) म्हणून ओळखले जाते. ते आता भारत सरकारच्या सांख्यिकी मंत्रालयांतर्गत कार्यरत आहे. भारतातील नियमितपणे आर्थिक-सामाजिक पाहणी करणारी ही सर्वांत मोठी संघटना आहे.

८.५ लोकसंख्याविषयक माहितीचे आंतरराष्ट्रीय स्रोत

लोकसंख्येविषयक विविध पैलूंवर जागतिक पातळीवरील विविध संस्था माहिती संकलित करून ती माहिती प्रकाशित करतात. त्यामुळे लोकसंख्याविषयक अभ्यासकांना, नियोजनकर्त्यांना त्याचा उपयोग होतो. या विविध संस्थांपैकी काही संस्थांची माहिती पुढीलप्रमाणे-

मानव विकास अहवाल (Human Development Report) **:** संयुक्त राष्ट्र विकास कार्यक्रमांतर्गत (United Nations Development Programme-UNDP) मानव विकास अहवाल जागतिक पातळीवर मानव विकासाच्या स्थितीचा आढावा घेतो. शिक्षण, आरोग्य आणि उत्पन्न ही मानव विकासाची निर्देशके आहेत. मानव विकास निर्देशांकाची संकल्पना सर्वांत प्रथम १९९०मध्ये मांडली गेली. विकासाचा हा नवा दृष्टिकोन मेहबूब-उल्-हक आणि डॉ. अमर्त्य सेन यांनी मांडला. या अहवालात दारिद्र्य, असमानता, शेती, रोजगार, घरगुती साधनसामग्री, सुविधा, वैद्यकीय सुविधा, बालके, वृद्ध, लोकसंख्येची स्थिती, लिंगभाव, कौटुंबिक पैलू, सामाजिक एकात्मता, सामाजिक सुरक्षितता इ. मुदृयांचा विचार केला जातो. हा अहवाल दरवर्षी प्रकाशित केला जातो. त्यामुळे लोकसंख्याविषयक अभ्यासकांना लोकसंख्येच्या विविध पैलूंचा अभ्यास करणे, विश्लेषण करणे या कामी या माहितीचा उपयोग होतो.

जागतिक विकास अहवाल (World Development Report) **:** १९७८ साली जागतिक बँकेमार्फत हा अहवाल प्रसिद्ध करण्यास सुरुवात झाली. यामध्ये आर्थिक विकास, शेती, तरुणांची स्थिती, गुंतवणूक, आरोग्य, पर्यावरण, दारिद्र्य, लोकसंख्याविषयक माहिती इ. बाबींचा समावेश होतो. या अहवालामुळे लोकसंख्याविषयक अभ्यासकांना माहिती मिळते व त्याचे विश्लेषण करता येते.

समारोप : भारतामध्ये जनगणनेच्या कार्यास सन १८७२ रोजी सुरुवात झाली असली तरी काळानुरूप प्रत्येक जनगणनेच्या कार्यामध्ये अनेक बदल करण्यात आले व जनगणनेचे अहवाल अधिकाधिक उपयुक्त व विश्लेषणात्मक स्वरूपात सादर करण्यात येत आहेत. या जनगणना अहवालाचा उपयोग देशातील नियोजन आयोग व इतर नियोजन समित्या, तसेच विद्यार्थी, व्यावसायिक, उद्योगपती इ. विविध घटक करतात. भारतातील लोकसंख्येसंदर्भात जनगणना हे सर्वांत विश्वासू माध्यम म्हणून ओळखले जाते. जनगणनेचे कार्य दर दहा वर्षांनी जरी होत असले तरी, जनगणना पश्चात आर्थिक व सामाजिक बाबींवर सातत्याने माहितीचे संकलन करून तिचे विश्लेषण करून उपयुक्त माहिती प्रकाशित करण्याचे कार्य देशातील राष्ट्रीय नमुना पाहणी संघटना वा कार्यालयामार्फत केले जाते. त्यामुळे नियोजनकर्त्यांना अधिकाधिक उपयुक्त व अद्ययावत माहिती उपलब्ध होते.

९. भारतातील लोकसंख्या धोरण
(Population Policy in India)

प्रस्तावना : भारत हा जगातील चीन पाठोपाठ सर्वाधिक लोकसंख्या असणारा दुसऱ्या क्रमांकाचा देश आहे. भारतातील लोकसंख्येची रचना व वितरण पाहता भारत हा तरुणांचा म्हणजेच उत्पादक लोकसंख्येचा देश आहे. त्यामुळे भारतामध्ये जननदर अधिक आहे. त्यामुळे भारतातील लोकसंख्यावाढीवर प्रभावीपणाने नियंत्रण करणे आवश्यक आहे. वाढत्या लोकसंख्येच्या वाढत्या गरजा भागविण्यासाठी उपलब्ध साधनसामग्रीवर अतिरिक्त ताण पडतो आहे. त्यामुळे बेरोजगारी, दारिद्र्य, अनारोग्य यांसारख्या समस्या निर्माण होत आहेत. त्यामुळे भारताच्या लोकसंख्येवर प्रभावीपणे नियंत्रण ठेवणे आवश्यक आहे व त्यासाठी प्रभावी लोकसंख्या धोरणाची आखणी आणि अंमलबजावणी आवश्यक आहे.

९.१ लोकसंख्या धोरणाचा अर्थ व व्याख्या (Meaning and definitions of population policy)

थॉमसन आणि लेवीस, 'लोकसंख्या धोरण हे मानवाच्या बौद्धिक विकासाचा परिचय करून देणारी, जीवनाला संघटित करणारी अशी योजना आहे, की ज्यामुळे मनुष्य फक्त जीवंत राहण्याचाच नव्हे तर चांगले जीवन जगण्याचा प्रयत्न करतो.'

डॉ. एस. चंद्रशेखर, 'लोकसंख्या धोरण म्हणजे राष्ट्रीय सरकारने निश्चित प्रयत्नाने देशातील लोकसंख्येच्या रचनेमध्ये विशिष्ट प्रकारे कायदेशीर कार्यवाही करून आणलेले परिवर्तन होय.'

पी. सी. जैन, 'लोकसंख्या धोरण हे केंद्र किंवा राज्य सरकारद्वारे विचारपूर्वक तयार केले जाते आणि त्याची अंमलबजावणी केली जाते की ज्याचा उद्देश जननदर कमी करून लोकसंख्यावाढ कमी करणे हा असतो.'

थोडक्यात, जन्मदर कमी करून लोकसंख्या वृद्धीचा दर कमी करण्याच्या उद्देशाने केंद्र सरकार व राज्य सरकारकडून हेतूपूर्वक आखले जाणारे आणि अंमलात आणले जाणारे धोरण म्हणजे 'लोकसंख्याविषयक धोरण' होय.

लोकसंख्या धोरण म्हणजे लोकसंख्येचे आकारमान, वाढ, लोकसंख्येची विभागणी, लोकसंख्येचे घटक यांवर परिणाम घडवून आणणाऱ्या शासकीय उपाययोजना होय. लोकसंख्या धोरण प्रामुख्याने लोकसंख्येचे आकारमान योग्य प्रमाणात ठेवण्यासाठी अमलात आणले जाते. लोकसंख्या धोरणाचा संबंध केवळ जन्मदर कमी करणे व लोकसंख्येवर नियंत्रण ठेवणे एवढ्यापुरताच मर्यादित नसून त्याचे इतर घटकांशी संबंध येतात. उदा. लोकसंख्या धोरण आणि आरोग्यविषयक धोरण, शेतीविषयक धोरण यांचा निकटचा संबंध असतो. लोकसंख्या धोरणाचा शिक्षण, रोजगार, घरबांधणी यांच्याशीही संबंध असतो. लोकसंख्या धोरणाचा ग्रामीण विकासाच्या आणि नागरी विकासाच्या योजनांशी संबंध असतो. लोकसंख्या धोरण आणि सामाजिक कायदे यांचाही परस्परसंबंध असतो. कुटुंबनियोजन म्हणजे संपूर्ण लोकसंख्या धोरण नसून कुटुंबनियोजन म्हणजे जन्मदरावर परिणाम करणारा लोकसंख्याविषयक धोरणातील एक भाग आहे.

९.२ भारतातील लोकसंख्या धोरणाची उत्क्रांती (Evolution of population policy in India)

भारतातील लोकसंख्या धोरणाची उत्क्रांती किंवा विकास पाहताना दोन भागात त्याचा आढावा घेणे आवश्यक आहे. एक म्हणजे स्वातंत्र्यपूर्व काळातील लोकसंख्या धोरण आणि दुसरे म्हणजे स्वातंत्र्योत्तर काळातील लोकसंख्याविषयक धोरण होय.

स्वातंत्र्यपूर्वकाळातील लोकसंख्या धोरण : स्वातंत्र्यपूर्वकाळात ब्रिटिश राजवटीत भारतातील लोकसंख्येने विस्फोटक पातळी गाठलेली नव्हती. त्यामुळे लोकसंख्या नियंत्रणाचे उपाय त्याकाळी विशेषत्वाने अस्तित्वात नव्हते. सन १८७७ ते ७९ या कालखंडात ब्रिटिश राजवटीकडून मृत्युदरावर नियंत्रण प्रस्थापित करण्यासाठी उपाययोजना आखण्यास सुरुवात झाली. मात्र, जन्मदरावर नियंत्रण ठेवण्यासाठी उपाययोजना करण्यात आली नाही.

परंतु सन १९११ साली लोकसंख्याविषयक अभ्यास करणाऱ्या काही अभ्यासकांना भारतातील लोकसंख्या समस्येची तीव्रता जाणवू लागली होती. परंतु, लोकसंख्या अतिरिक्त असणे ही एक समस्या असू शकते हे तत्कालीन ब्रिटिश राजवटीस फारसे मान्य झाले नाही. सन १९३१च्या जनगणनेनंतर मात्र लोकसंख्यावाढीचे गांभीर्य ब्रिटिश शासनाच्या लक्षात येऊ लागले. लोकसंख्येचा अभ्यास करणारे आयुक्त

(कमिशनर) श्री. हटन यांनी 'भारताचा विकास घडून यावयाचा असेल तर नवीन जन्माला येणाऱ्या बालकांचा प्रलयंकारी प्रवाह थांबायला हवा' असे उद्‌गार काढले.

ब्रिटिश राजवटीत लोकसंख्या धोरणाचा विचार करता १९२१ पासून लोकसंख्येत सातत्याने वाढच झालेली दिसून येते. त्यावरून ब्रिटिश भारताच्या लोकसंख्यावृद्धीकडे जाणीवपूर्वक दुर्लक्ष करत होते असा प्रश्न पडतो. म. गांधी, महर्षी धोंडो केशव कर्वे, नव-माल्थसवादी विचारवंत व इतरही समाजसुधारक त्या वेळी भारतातील लोकसंख्येच्या प्रश्नाकडे गांभीर्याने पाहात होते. मात्र या समाज सुधारकांच्या विचारांमध्येही भिन्नता आढळून येते. म. गांधींसारख्या नेत्याने ब्रह्मचर्य पालन, संयमन हाच मार्ग लोकसंख्या नियंत्रणासाठी योग्य असल्याचे सांगितले, इतर मार्गांनी संतती नियमन करणे त्यांनी नैतिकतेला धरून नाही असे म्हटले. त्यांचा हा विचार जनसामान्यांच्या मनात रुजल्याने संतती नियमनांच्या कृत्रिम साधनांच्या वापरावर आपोआपच मर्यादा निर्माण झाल्या. परंतु नव-माल्थसवादी विचारवंत तसेच महाराष्ट्रातील ज्येष्ठ समाज सुधारक महर्षी धोंडो केशव कर्वे हे संतती नियमनाच्या कृत्रिम साधनांच्या वापराबद्दल आग्रही होते.

स्वातंत्र्यपूर्वकाळात सन १९२५ ते १९४० या कालखंडात संतती नियमन कार्यक्रमास मोठ्या प्रमाणावर चालना मिळाली. शासकीय पातळीवरून चिकित्सालय निर्माण करणे, संतती प्रतिबंधात्मक शिक्षण देणे, संतती नियमनाच्या कृत्रिम साधनांचा प्रचार करणे याला प्रोत्साहन देण्यास सुरुवात झाली. त्याकाळात ज्या संतती नियमन कार्यक्रमास सुरुवात झाली त्यामध्ये संतती नियमनापेक्षा आरोग्य सुधारणा करण्यावर अधिक भर देण्यात आल्याचे दिसून येते.

स्वातंत्र्योत्तरकाळातील लोकसंख्या धोरणाचा विकास : सन १९४१ व त्यानंतर १९५१ मधील जनगणनेची आकडेवारी पाहता लोकसंख्येत होणाऱ्या प्रचंड वाढीची कल्पना राज्यकर्त्यांना येऊ लागली होती. त्यामुळेच स्वातंत्र्योत्तरकाळात पंचवार्षिक योजनांच्या माध्यमातून शासकीय पातळीवरून लोकसंख्या नियंत्रणाकडे विशेष लक्ष देण्यास सुरुवात झाली आणि संतती नियमनाच्या अनेक योजना पुढे आल्या. पहिल्या पंचवार्षिक योजनेपासूनच लोकसंख्या धोरणाची व्याप्ती आणि त्याची पद्धती यात भरपूर सुधारणा झाल्या. पहिल्या योजनेच्या काळात जन्मदर नियंत्रित करण्यासाठी प्रामुख्याने दोन पद्धतींवर भर देण्यात आला- १) पती-पत्नींनी संयम पाळणे, २) सुरक्षित काळाचा वापर करणे. यामध्ये जेली, फोम, टॅबलेट्स यांचा वापर करण्यावर भर देण्यास सुरुवात झाली.

दुसऱ्या पंचवार्षिक योजनेत लोकसंख्येच्या समस्येला महत्त्व देण्यात आले आणि केंद्रीय कुटुंबनियोजन मंडळाची स्थापना करण्यात आली. या योजनाकाळात एक कार्यक्रम तयार करण्यात आला. त्यात कुटुंबनियोजनाचा प्रचार, शिक्षण, सेवा, प्रशिक्षण आणि संशोधन या पाच बाबींवर भर देण्यात आला. प्रजोत्पादनक्षमतेच्या वयोगटात असलेल्या विवाहित जोडप्यांनी कुटुंबनियोजनाविषयी वैद्यकीय तज्ज्ञांचा सल्ला घ्यावा असा दृष्टिकोन स्वीकारण्यात आला. त्यासाठी कुटुंबनियोजन केंद्रांची संख्या वाढविण्यात आली.

तिसऱ्या पंचवार्षिक योजनेत कुटुंबनियोजन कार्यक्रमाच्या स्वरूपात बदल करण्यात आला. वैद्यकीय सुविधांवर भर न देता हा कार्यक्रम विस्तारित सेवा कार्यक्रम म्हणून राबविण्यात आला. केंद्रशासन पातळीपासून तालुका पातळीपर्यंत अधिकारी, वैद्यकीय सल्लागार, त्यांना मदत करणारे प्रशिक्षण अधिकारी, अशा प्रकारच्या लोकांची नेमणूक करण्यात आली आणि कुटुंबनियोजनाचा कार्यक्रम सर्वत्र पोहोचविण्याचे प्रयत्न या योजनेच्या काळात झाले. या योजनाकाळात कुटुंबनियोजन शस्त्रक्रिया व स्त्रियांनी वापरावयाचे लूप यापद्धती अत्यंत लोकप्रिय झाल्या. कुटुंबनियोजनाचा संदेश ग्रामीण लोकांपर्यंत पोहोचविण्यात आला. लाल त्रिकोण हे कुटुंबनियोजनाचे चिन्ह याच काळात अस्तित्वात आले. सन १९६५मध्ये भारत सरकारच्या कुटुंबनियोजन विभागाने अधिकृतरीत्या शस्त्रक्रिया, लूप व इतर परंपरागत उपाय, यांपैकी कोणताही पर्याय निवडण्याची मोकळीक दिली. सरकारने लूप वापरणाऱ्या स्त्रियांना आणि शस्त्रक्रिया करवून घेणाऱ्या स्त्री-पुरुषांना सानुग्रह अनुदान म्हणून पैसे देण्यास सुरुवात झाली.

चौथ्या पंचवार्षिक योजनेत कुटुंबनियोजन कार्यक्रमात काही सुधारणा करण्यात आल्या. याकाळापासून प्राथमिक आरोग्य केंद्रांना महत्त्व देण्यात आले. लोकांचे सर्वसामान्य आरोग्य, माता आणि मूल यांच्या आरोग्याची देखभाल, कौटुंबिक कल्याणाच्या सेवा यांची जबाबदारी या प्राथमिक आरोग्य केंद्रांवर सोपविण्यात आली. तर पाचव्या पंचवार्षिक योजनेत कुटुंबनियोजन हा माता-बाल संगोपन व आरोग्यसेवेचा एक भाग म्हणून ठरविला गेला. सहाव्या योजनेमध्ये दूरगामी लक्ष्ये ठरविण्यात आली, की ज्यामुळे लोकसंख्यावाढ व विकास यात संतुलन होऊ शकेल.

लोकसंख्या धोरणासंबंधी कायदे : सुरुवातीच्या काळात भारत सरकारने गर्भपाताला कुटुंबनियोजनाची पद्धती म्हणून मान्यता दिली नव्हती. सन १९७१मध्ये Medical Termination of Pregnancy Act-M. T. P. (वैद्यकीय गर्भपात) कायदा

मंजूर करण्यात आला. भारत सरकारने या कायद्याचे वर्णन सामाजिकदृष्ट्या अत्यंत महत्त्वाचा कायदा असे केले आहे. गर्भपाताच्या कायद्यानुसार गर्भवती स्त्रीला वाढणारे मूल नको असल्यास किंवा गर्भातील मुलाची वाढ तिच्या प्रकृतीला अपायकारक ठरविण्यात आल्यास किंवा अन्य कारणांनी गर्भपात करून घेता येतो. गर्भपाताच्या कायद्याचा मुख्य उद्देश 'मातेचा जीव वाचविणे' हा आहे. भारत सरकारने १९७२मध्ये हा कायदा अंमलात आणला असला तरी भारतातील अनेक घटक राज्यांनी या कायद्याचा स्वीकार केलेला नाही.

सन १९७६ साली तत्कालीन भारताचे आरोग्य व कुटुंबनियोजन कार्यक्रम मंत्री डॉ. करणसिंग यांनी नवीन लोकसंख्या धोरण आखले. त्या वेळी विवाह लवकर झाल्याने वैवाहिक जीवनाचा काळ वाढतो व मुले अधिक होतात; म्हणून भारत सरकारने विवाहाचे वय वाढविण्याचा कायदा मंजूर केला. या कायद्यानुसार मुलीला १८ वर्षे पूर्ण होण्यापूर्वी आणि मुलाला २१ वर्षे पूर्ण होण्यापूर्वी विवाह करता येत नाही. १९७६-७७च्या सुमारास तिसऱ्या मुलानंतर शस्त्रक्रिया सक्तीची करावी असा कायदा करावा असे प्रयत्न करण्यात आले. परंतु, अणीबाणीच्या काळातील अनुभव, त्याचबरोबर अशा कायद्याचे दूरगामी परिणाम, नैतिक बाजू इ. सर्व दृष्टिकोनातून हा विचार आता मागे पडला.

कैरो परिषदेनंतरचे लोकसंख्या धोरण : सन १९९४मध्ये इजिप्त येथील कैरो येथे लोकसंख्या आणि विकास यांवर आंतरराष्ट्रीय परिषद झाली. त्यामध्ये केवळ लोकसंख्यावाढ याच एकमेव मुद्द्यावर भर न देता प्रजनन आरोग्य व लिंग समानता या मुद्द्यांना प्राधान्य देणे आवश्यक आहे हे निश्चित करण्यात आले. या परिषदेनंतर भारताने १ एप्रिल १९९६ पासून नवीन उद्दिष्टांसह कुटुंबनियोजन कार्यक्रमाच्या अंमलबजावणीस सुरुवात केली.

९.३ लोकसंख्या नियंत्रण ते कुटुंब कल्याण (Population control to family welfare)

भारतासारख्या विकसनशील देशात जलद वाढणारी लोकसंख्या आर्थिक विकासाच्या मार्गातील एक प्रमुख अडथळा आहे. लोकसंख्या नियंत्रणासाठी भारताने राबविलेले लोकसंख्या नियंत्रणविषयक कार्यक्रमाचे स्वरूप पुढीलप्रमाणे-

लोकसंख्या नियंत्रण : सद्य:परिस्थितीत कुटुंबाचे आकारमान एका मुलापर्यंत आणावे असेही मत मांडले जात आहे. उपाययोजनांमध्ये राज्य सरकारच्या योजनांना

केंद्राची आठ टक्के मदत विशेषत: कुटुंबनियोजनाच्या कार्याकरिता देणे, १९७१च्या जनगणनेवर आधारित २५ वर्षांसाठी केंद्र व राज्य सरकारच्या लोकनियुक्त प्रतिनिधींची संख्या स्थिर ठेवणे, विवाहाचे वय स्त्रियांसाठी १८ व पुरुषांसाठी २१ इतके वाढविणे, मुलींच्या शिक्षणाला प्राधान्य देणे इ. बाबी नमूद करण्यात आल्या. कुटुंबनियोजनाचा नियोजित कार्यक्रम तयार करून सहा मूलभूत सोयींची तरतूद गृहीत धरण्यात आली. त्यामध्ये सामूहिक शैक्षणिक कार्य, अशा मार्गांनी कुटुंबनियोजनाच्या साधनांचा पुरवठा, की जेणेकरून ती मिळविण्यात मानसिक किंवा शारीरिक त्रास होणार नाही. विशेष गरजू व्यक्तींना दवाखाने, इस्पितळे यांच्यातून साहाय्य. आकडेवारी, माहिती इ.च्या आधारे जननक्षमतेवर इष्ट परिणाम घडवून आणणे. एकूण प्रशासकीय समन्वय. प्रशिक्षणाच्या सोयी, सरकारी नोकऱ्यांमध्ये दोन मुलांनंतर तिसऱ्या अपत्यप्राप्तीच्या वेळी बाळंतपणाची रजा नाकारली आहे.

सरकारी पातळीवर कुटुंबनियोजनाचे प्रयत्न करणारा भारत हा पहिला देश आहे. परंतु, कुटुंबनियोजन कार्यक्रमविषयक धोरणांना अद्याप चांगले यश प्राप्त झाले नाही. त्याची कारणे पुढीलप्रमाणे-

कुटुंबनियोजन कार्यक्रमाच्या अंमलबजावणीतील त्रुटी, सरकारी नोकर, प्राथमिक शिक्षक यांच्यावर त्या त्या स्थानिक भागातून कुटुंबनियोजन केसेस आणण्यासाठी सक्ती, लोकसंख्यावाढीमुळे निर्माण होणाऱ्या समस्यांच्या जाणिवेचा अभाव, भारतीय समाजावर असणारा रूढी, परंपरांचा पगडा, शिक्षणाचा अभाव, दारिद्र्य इ.

कुटुंब कल्याण : देशातील वातावरण कुटुंबनियोजन कार्यक्रमाविषयी फारसे अनुकूल नव्हते. त्यामुळे शासनाने १९७७ साली कुटुंबनियोजन कार्यक्रमाला 'कुटुंब कल्याण' असे नाव दिले. समाज व्यवस्थेमध्ये कुटुंब कल्याणाला महत्त्व आहे कारण सामाजिक संस्थेतील कुटुंब संस्था ही सर्वांत जुनी संस्था आहे. व्यक्तीच्या व समाजाच्या संदर्भातील अनेक महत्त्वपूर्ण कार्ये कुटुंब संस्थेकडून पार पाडली जातात. उदा. प्रजोत्पादन, बालसंगोपन, संवर्धन, व्यक्तीच्या व्यक्तिमत्त्वाची जडणघडण, वृद्धांची सेवा, आजारपणातील काळजी, संरक्षण व सेवा इ. मूलभूत स्वरूपाची कार्ये कुटुंब संस्थेकडून पार पाडली जातात. परंतु, आधुनिककाळात कुटुंब संस्थेवर अनेक परिणाम होऊन पारंपरिक कार्ये आणि कुटुंब संस्थेची भूमिका यात परिवर्तन घडून आले आहे. त्यातूनच कुटुंब कल्याणाची संकल्पना उदयाला आली आहे.

कुटुंब कल्याण म्हणजे कौटुंबिक संबंध एकजिनसी राहण्यासाठी कौटुंबिक

जीवनात सामाजिक मूल्यांची जोपासना करणे, सुदृढ व्यक्तिमत्त्वाचा विकास साधणे आणि कुटुंबातील सभासदांमध्ये समाधानकारक सामाजिक संबंधाची जाणीव निर्माण करणे होय.

कुटुंब कल्याणाचे कार्य कुटुंब कल्याण सेवा केंद्रामार्फत केले जाते. वेगवेगळ्या कौटुंबिक समस्या जाणून घेऊन त्या सोडविण्यासाठी मदत केली जाते. सुरुवातीच्या काळात समस्या सोडविण्यावर भर दिला जात होता. परंतु, आता त्या समस्या निर्माणच होऊ नयेत यावर अधिकाधिक भर दिला जात आहे. पाश्चिमात्य देशांमध्ये खासगी व सार्वजनिक संस्था कौटुंबिक कल्याणाची कार्ये करीत आहेत. धर्मादाय संस्थाही कुटुंब कल्याणाचे कार्य करतात. असे कार्य भारतातही पार पाडले जात आहे. भारतात या संस्थांमध्ये एम. डी. वाडिया ट्रस्ट, टाटा स्कूल ऑफ सोशल सायन्सेस इ. संस्था देणग्या स्वीकारून कुटुंब कल्याणाची कार्ये करतात. अशा संस्थांना सरकारी दवाखाने, बाल न्यायालये, बाल मार्गदर्शन केंद्र यांजकडून कुटुंबाच्या समस्यांची माहिती मिळते व अशा समस्याग्रस्त कुटुंबांना अशा संस्थांकडून मार्गदर्शन मिळते.

कुटुंबाचा आकार बदलला आणि कुटुंबाच्या कार्यात परिवर्तन होऊ लागले आहे त्यामुळे कुटुंब कल्याण कार्याची आवश्यकता आधुनिक समाजात अधिकाधिक जाणवू लागली आहे.

१.४ भारतातील कुटुंबनियोजन धोरण : आढावा (Family planning strategies in India : overview)

भारतात कुटुंबनियोजनाचा जाहीर पुरस्कार श्री. प्यारे किसन वट्टल यांनी त्यांच्या १९१६ सालातील 'The Population problem in India' या ग्रंथात केला. त्यानंतर १९२३मध्ये ना. सी. फडके यांनी ब्रीथ कंट्रोल नावाची संस्था मुंबईत स्थापन केली. अशा प्रकारची दुसरी संस्था पुण्यात जी. डी. कुलकर्णी यांनी सुरू केली. कुटुंबनियोजनासंदर्भात र. धो. कर्वे यांनी मात्र महत्त्वपूर्ण पाऊल उचलले. सन १९२५मध्ये त्यांनी मुंबईत कुटुंबनियोजनाकरिता एक केंद्र उघडले व त्याच्या प्रसारासाठी 'समाज स्वास्थ्य' नावाचे मासिक त्यांनी सुरू केले. कर्वे यांच्यावर या प्रकरणात अश्लिलतेच्या नावाखाली खटला भरला गेला व त्यांना शिक्षाही झाली. तसेच त्यांना मिशनरी महाविद्यालयातील नोकरीही गमवावी लागली. म्हैसूर सरकारने सन १९३० साली कुटुंबनियोजनाचे केंद्र उघडले. त्यानंतर सन १९३२मध्ये चेन्नई (मद्रास) विद्यापीठाने प्रतिबंधक साधने कशी वापरावीत याविषयी शिक्षण देणारा ठराव पास केला व मद्रास

सरकारने नंतर कुटुंबनियोजन केंद्रे उघडली. सन १९३२च्या अखिल भारतीय महिला परिषदेत कुटुंबनियोजनाच्या साधनांची माहिती महिलांना व पुरुषांना दवाखान्यातून करून द्यावी, असा ठराव पास केला गेला. या कार्यक्रमास चालना देण्याकरिता कुटुंबनियोजनाच्या प्रणेत्या श्रीमती मागरिट सँगर बाईंना सन १९३५-३६मध्ये बोलविले. पंडित जवाहरलाल नेहरूंच्या अध्यक्षतेखाली काँग्रेसने राष्ट्रीय नियोजन समितीची स्थापना केली. या समितीने एक अहवाल तयार केला. या अहवालात देशाच्या प्रगतीसाठी कुटुंबनियोजनाच्या माध्यमातून मुलांची संख्या मर्यादित ठेवणे आवश्यक असल्याचे स्पष्ट केले. सन १९३६ साली डॉ. ए. पी. पिलाई यांनी कुटुंबनियोजनाचे शिक्षण देण्यासाठी एक कोर्स सुरू केला. सन १९४०मध्ये केंद्रीय विधिमंडळात कुटुंबनियोजनासाठी देशात सर्वत्र आरोग्य केंद्र उभारावीत असा ठराव एन. सप्रू यांनी मांडला.

स्वातंत्र्योत्तरकाळात भारतातील कुटुंबनियोजनाच्या अंमलबजावणीस खऱ्या अर्थाने गती प्राप्त झाली. सन १९४९ साली श्रीमती धनवंती रामराव यांच्या अध्यक्षतेखाली भारतीय कुटुंबनियोजन संस्था (Family Planning Association of India-FPAI) स्थापन झाली.

कुटुंबातील मुलांची संख्या मर्यादित ठेवणे याचा अर्थ कुटुंबनियोजन होय. मुलांची संख्या मर्यादित ठेवणे याचबरोबर दोन मुलांमध्ये अंतर ठेवणे हेही कुटुंबनियोजनात अभिप्रेत असते. कुटुंबनियोजनामुळे कुटुंबाचे कल्याण साधणे शक्य होते. दोन मुलांमध्ये योग्य अंतर ठेवल्याने मुलांचे व आईचे आरोग्य चांगले राहते. मुलांचे संगोपन चांगल्या पद्धतीने करणे शक्य होते. त्यांचे शिक्षण, शारीरिक आणि मानसिक विकास याकडे लक्ष पुरविता येते. कुटुंबाचे राहणीमान, कुटुंबनियोजनाचा अवलंब केल्याने वाढू शकते. लोकसंख्येचा भार कमी करण्यासाठी आर्थिक नियोजन व कुटुंबनियोजन या दोन्ही बाबी आवश्यक ठरतात; म्हणूनच भारताच्या पंचवार्षिक योजनांमध्ये कुटुंबनियोजनाचा कार्यक्रम हाती घेण्यात आला.

पहिली पंचवार्षिक योजना : या योजनाकाळात नियोजन मंडळाने कुटुंबनियोजनाचा विस्तृत कार्यक्रम तयार केला. त्यादृष्टीने भित्तीपत्रिका व लहान पुस्तिका छापण्यात आल्या. या योजनेत २०५ संतती नियमनाची केंद्रे स्थापना करण्यात आली. या योजनाकाळात कुटुंबनियोजनासाठी फक्त ६५ लाख रुपये खर्चाची तरतूद करण्यात आली होती. परंतु, प्रत्यक्षात १८.५ लाख रुपये खर्च झाले.

दुसरी पंचवार्षिक योजना : याकाळात १९५६मध्ये एका स्वतंत्र कुटुंबनियोजन मंडळाची स्थापना करण्यात आली. या योजनेत कुटुंबनियोजन कार्यक्रमासाठी ५ कोटी रुपये खर्चाची तरतूद करण्यात आली. परंतु, प्रत्यक्षात २.३० कोटी रुपये खर्च झाले. योजनाकाळात ग्रामीण भागात १३७९ व नागरी भागात ८२४ कुटुंबनियोजन केंद्रे अस्तित्वात होती. १ लक्ष ४७ हजार नसबंदी शस्त्रक्रिया करण्यात आल्या. कुटुंबनियोजनाचे प्रशिक्षण देण्यासाठी प्रशिक्षण संस्था सुरू केल्या गेल्या. भित्तीपत्रके, प्रचार पुस्तिका, माहितीपट याद्वारे कुटुंबनियोजनाच्या प्रचारावर भर देण्यात आला. हा कार्यक्रम १९५१ ते १९६१ पर्यंत प्रयोगावस्थेत होता.

तिसरी पंचवार्षिक योजना : या योजनेत कुटुंबनियोजन कार्यक्रमावर २४.८६ कोटी रुपये खर्च करण्यात आले. २१०० कुटुंब कल्याण केंद्रे स्थापन करण्यात आली. शस्त्रक्रियेवर भर देण्यात आला. सरकारने कुटुंबनियोजन हे स्वतंत्र खाते सुरू केले. संतती नियमनाच्या साधनांचे मोफत वाटप करण्यात आले.

चौथी पंचवार्षिक योजना : या योजनाकाळात एकूण २७७ कोटी रुपये खर्च करण्याचे ठरविण्यात आले. १९७४ पर्यंत जन्मदर ३९ वरून ३२ वर आणण्याचे उद्दिष्ट होते प्रत्यक्षात हा दर ३५ वर येऊन उद्दिष्ट सफल झाले नाही. सेंट्रल फॅमिली कौन्सिलची स्थापना करण्यात आली. महिला डॉक्टरांची संख्या वाढविण्यात आली. १९७२मध्ये महाराष्ट्र सरकारने गर्भपाताचा धाडसी व दूरदर्शी कायदा संमत केला. कुटुंबनियोजनाचे महत्त्व सर्वांस पटावे त्यासाठी वर्तमानपत्रे, सिनेमा, रेडिओ व टेलिव्हिजनद्वारा जोरदार प्रचार करणे, निर्बिजीकरणाच्या शस्त्रक्रिया करणे, ग्रामीण व शहरी भागातील संबंधितांना कुटुंबनियोजनाची साधने मिळतील अशी व्यवस्था करणे, निर्बिजीकरणास तरुण जोडप्यांनी तयार व्हावे त्यासाठी त्यांना पैशांचे आकर्षण पुरविणे इ. वर भर देण्यात आला.

पाचवी पंचवार्षिक योजना : सन १९७९ पर्यंत जननदर दर हजारी ३० पर्यंत कमी करण्याचे उद्दिष्ट ठरविण्यात आले. परंतु, प्रत्यक्षात हा जननदर ३३ पर्यंतच कमी झाला. या कार्यक्रमासाठी ५१६ कोटी रुपये खर्च करण्याचे ठरविण्यात आले. परंतु योजनेच्या पहिल्या चार वर्षांत ४०९ कोटी रुपये खर्च झाले. याचकाळात अणीबाणी जाहीर झाली. त्या स्थितीचा फायदा घेऊन, शासकीय बळाचा वापर करून सक्तीने शस्त्रक्रिया घडवून आणल्या गेल्या. सन १९७६-७७मध्ये शस्त्रक्रियांचे लक्ष्य ४३ लाखांचे होते. परंतु, जबरदस्ती करून शस्त्रक्रियांची संख्या ८२ लाखांवर गेली.

अणीबाणीनंतर कुटुंबनियोजनाच्या कार्यक्रमाचे रूपांतर १९७७मध्ये कुटुंब कल्याण कार्यक्रमात झाले.

सहावी पंचवार्षिक योजना : या योजनेत कुटुंब कल्याण कार्यक्रमासाठी १०१८ कोटी रुपयांची तरतूद करण्यात आली. कुटुंबाचा सरासरी आकार हा ४.२ अपत्यांवरून २.३ अपत्ये एवढा खाली आणणे सन १९९५ पर्यंत जननदर दरहजारी २० पर्यंत खाली आणणे, मृत्युदर ९ पर्यंत घटविणे, ६० टक्के जननक्षम जोडप्यांना या कार्यक्रमांतर्गत सहभागी करून घेणे यांसारखी उद्दिष्टे निश्चित करण्यात आली. यासाठी खासगी संघटना आणि खासगी डॉक्टरांचे सहकार्य घेण्याचे ठरविले गेले. या योजनेत २४ दशलक्ष निर्बिजीकरणाच्या शस्त्रक्रिया करण्याचे उद्दिष्ट होते. प्रत्यक्षात योजनेअखेरीस १७ दशलक्ष निर्बिजीकरणाच्या शस्त्रक्रिया झाल्या. उत्तरप्रदेश, बिहार, राजस्थान या राज्यांमध्ये या कार्यक्रमाला अल्प प्रतिसाद मिळाला.

सातवी पंचवार्षिक योजना : या योजनेत ग्रामसेवक आणि ग्रामसेविका यांच्यामार्फत हा कार्यक्रम खेडोपाडी पोहोचविण्याचे ठरविण्यात आले. कुटुंब कल्याण कार्यक्रमासाठी योजनेत ३२५६ कोटी रुपये खर्चाची तरतूद करण्यात आली होती. या योजनेत दरहजारी दरवर्षी जननदर २९.१ पर्यंत खाली आणणे, मृत्युदर दरहजारी दरवर्षी १०.४ पर्यंत खाली आणणे, बालमृत्यू दर दरवर्षी ९० पर्यंत खाली आणणे, बालरोग प्रतिबंधक लस टोचण्याच्या कार्यक्रमात सर्व बालकांचा समावेश करणे. ७५ टक्क्यांपर्यंत स्त्रियांना बाळंतपणाच्या सोयी पुरविणे ही उद्दिष्टे ठरविण्यात आली. या योजनेत बालमृत्यू दरात मोठी घट घडवून आणण्यावर भर देण्यात आला. त्याचा परिणाम म्हणून १९८१ मधील लोकसंख्या वाढीचा वार्षिक दर २.२५ टक्के होता तो १९९१मध्ये २.११ टक्क्यांपर्यंत खाली आला.

आठवी पंचवार्षिक योजना : या योजनेत राज्य सरकारी कर्मचारी, केंद्रीय सरकारचे कर्मचारी अथवा सार्वजनिक क्षेत्रातील व्यक्तींनी दोन मुलांचे कुटुंब हे सूत्र स्वीकारले तर त्यांना अनेक सवलती देण्याचे ठरविण्यात आले. वेतनवाढ, घरबांधणीसाठी कमी दराने कर्जपुरवठा, प्रवास, रजा यांसारख्या सवलती देण्याचे ठरविले गेले. तसेच २० ते ३० वयोगटातील स्त्रीने स्वत:ला तीन वर्षांपर्यंत मूल होऊ दिले नाही तर तिला रोख बक्षीस देण्याचे ठरविले गेले. या योजनेत १९९२-९३मध्ये ११८६ कोटी रुपये कुटुंब कल्याण कार्यक्रमावर खर्च करण्यात आले तर १९९३-९४मध्ये १२७० कोटी रुपये खर्च झाले.

कुटुंब कल्याण व कुटुंबनियोजन कार्यक्रमातील अडचणी अथवा समस्या : भारतात कुटुंबनियोजनाचा कार्यक्रम राष्ट्रीय पातळीवर राबविला जात आहे. परंतु, या कार्यक्रमाच्या अंमलबजावणीत काही अडचणी वा समस्या आहेत. त्या पुढीलप्रमाणे–

निरक्षरता : भारतामध्ये साक्षरतेचे प्रमाण कमी आहे. त्यामुळे लोकांना कुटुंबनियोजनाचे महत्त्व पटवून देताना अडचणी येतात. निरक्षर लोकांच्या मनात कुटुंबनियोजनाच्या शस्त्रक्रियेविषयी अथवा इतर साधनांविषयी शंका असतात. या लोकांकडून कुटुंबनियोजनाच्या व कुटुंब कल्याण कार्यक्रमाला योग्य ते सहकार्य मिळत नाही.

रूढी, परंपरा व धर्माचा प्रभाव : भारतीय समाजात रूढी, परंपरांचा पगडा आहे. त्यामुळे कुटुंबनियोजन अथवा कुटुंब कल्याण कार्यक्रमाला योग्य तो प्रतिसाद मिळत नाही.

शस्त्रक्रियेविषयी गैरसमज : लोकांच्या मनात शस्त्रक्रियेविषयी शंका व भीती आहे. त्यामुळे कुटुंबनियोजन व कल्याण कार्यक्रमास लोकांचा अपेक्षित प्रतिसाद मिळत नाही.

गरिबी : ग्रामीण व नागरी भागात गरिबांना डॉक्टरांकडे जाऊन वेळ घालविणे, गोळ्या व इतर संतती नियमनाची साधने घेणे, शस्त्रक्रियेनंतर योग्य ती काळजी घेणे शक्य होत नाही. त्यामुळे कुटुंबनियोजन आणि कल्याण कार्यक्रमात अडथळे निर्माण होतात.

प्रशिक्षित कार्यकर्त्यांची कमतरता : कुटुंब कल्याण कार्यक्रमाची अंमलबजावणी करणारे कर्मचारी व कार्यकर्ते यांना पुरेसे प्रशिक्षण दिलेले आढळून येत नाही. त्यांच्याकडून लोकांच्या मनातील शंकांचे निरसन होत नाही. त्यांच्यामध्ये सेवाभाव वृत्ती कमी प्रमाणात आढळून येते त्यामुळे त्यांचा लोकांवर प्रभाव पडत नाही.

स्त्रियांचा दुय्यम दर्जा : कुटुंबनियोजन कार्यक्रमात स्त्रियांना अग्रस्थान देणे आवश्यक आहे. परंतु, कुटुंब कल्याण कार्यक्रमात स्त्रिया स्वतंत्रपणे सहभागी होऊ शकत नाहीत. त्यामुळे हा कार्यक्रम यशस्वी होत नाही.

संतती नियमनाच्या साधनांचे दुष्परिणाम : अज्ञान व संकोच यामुळे संतती

नियमनाच्या साधनांचे दुष्परिणाम दिसून येतात. त्यमुळे कुटुंब कल्याण कार्यक्रमाविषयी लोकांच्या मनात विश्वासाचे वातावरण नाही.

९.५ नवे राष्ट्रीय लोकसंख्या धोरण (The new national population policy)

गुणवत्तापूर्ण लोकसंख्येची पर्यायाने मानवी संसाधनांची निर्मिती व्हावी या हेतूने पंचवार्षिक योजना काळापासून भारत सरकारने लोकसंख्याविषयक धोरण जाहीर करण्यास सुरुवात केली. परंतु, १५ फेब्रुवारी २००० रोजी राष्ट्रीय लोकशाही आघाडी सरकारने नवे राष्ट्रीय लोकसंख्या धोरण जाहीर केले. राष्ट्रीय लोकसंख्या धोरण हे तीन स्तरांवर मांडले गेले. या त्रिस्तरीय लोकसंख्या धोरणाची उद्दिष्टे पुढीलप्रमाणे–

जवळची उद्दिष्टे : गरजपूर्ती न झालेल्या गोष्टींकडे जास्त लक्ष देणे यामध्ये कुटुंबनियोजनाची साधने, आरोग्य सेवासुविधा आणि आरोग्य क्षेत्रातील व्यक्ती, त्याचबरोबर जनन आरोग्य व बाल आरोग्य सेवा एकत्रितपणे पुरविण्याचे धोरण होते.

मध्यमस्तरावरील उद्दिष्टे : एकूण जननक्षम दर हा वर्ष २०१० पर्यंत १ (रिप्लेसमेंट इंडेक्स–अदलाबदल प्रजोत्पादनांक) होणे आवश्यक आहे. यासाठी आंतरविभागीय क्षेत्रांनी एकमेकांशी सहकार्य करून जय्यत तयारी करणे आवश्यक होते.

दूरवरची उद्दिष्टे : सन २०४५ सालापर्यंत लोकसंख्या ही स्थिर झाली पाहिजे; तेव्हा सुयोग्य स्तरावर टिकून राहणारी आर्थिक वाढ, सामाजिक विकास आणि पर्यावरण संरक्षण राहील. राष्ट्रीय समाज–लोक सांख्यिक ध्येये ही २०१० सालापर्यंत गाठण्यासाठी वरील उद्दिष्टांना विचारात घेऊन ठरवावी लागतील.

कुटुंबातील अपत्यांची संख्या दोन असावी, या हेतूने आणि सन २०४६ पर्यंत लोकसंख्या स्थिर राखणे या उद्देशाने हे धोरण स्वीकारण्यात आले. या राष्ट्रीय लोकसंख्याविषयक धोरणाची महत्त्वाची वैशिष्ट्ये पुढीलप्रमाणे–

लोकसभेतील जागांची संख्या २०२६ पर्यंत आहे तीच ठेवण्याचे धोरण निश्चित करण्यात आले. यामागे उत्तरप्रदेश, बिहार, मध्यप्रदेश, राजस्थान वगैरे राज्यांत लोकसंख्यावाढीमुळे लोकसभेच्या अधिक जागा देण्यात येऊ नये हा उद्देश होता.

बालमृत्यूचे प्रमाण दरहजारी ३० पर्यंत खाली आणणे. ८० टक्के प्रसूती नियमित दवाखाने, हॉस्पिटल, वैद्यक संस्थांमध्ये प्रशिक्षित कर्मचाऱ्यांकडून करण्यात याव्यात. मातामृत्यूचे प्रमाण हे एक लाख जन्मांच्या मागे १०० पर्यंत कमी करणे. दोन मुलांच्या छोट्या कुटुंबांना प्रोत्साहन देणे. सुरक्षित गर्भपाताच्या सुविधात वाढ करणे. बालविवाह

प्रतिबंधक कायद्याची कडक अंमलबजावणी करणे. शाळेतील शिक्षण १४ वर्षे वयापर्यंत सक्तीचे व मोफत करणे आणि मुलांचे तसेच मुलींचे प्राथमिक व माध्यमिक शिक्षणातील गळतीचे प्रमाण २० टक्क्यांपेक्षा खाली जाऊ देऊ नये. २१ वर्षे वयानंतर विवाह करणाऱ्या स्त्रियांना विशेष बक्षीस देणे. लोकसंख्याविषयक राष्ट्रीय आयोगाची स्थापना करणे.

राष्ट्रीय लोकसंख्या धोरणात मांडलेले लोकसंख्या स्थिरीकरणाचे उद्दिष्ट साध्य करण्याच्यादृष्टीने सर्वसमावेशक व्यूहरचना स्वीकारण्यात आली आहे. यात खेड्याच्या पातळीपर्यंत मूलभूत आरोग्य, कुटुंबनियोजन, बाळंतपण व बालकांच्या आरोग्यविषयक सेवा पोहचविणे यांचा समावेश आहे. २००५ पासून राष्ट्रीय कुटुंबनियोजन विमा योजनेची अंमलबजावणी केली जात आहे. ही योजना निर्बिजीकरण (sterlisation) स्वीकारण्यासाठी यातील अपयश, गुंतागुंत व मृत्यू याबाबतीत आहे. निर्बिजीकरण स्वीकारणाऱ्यांसाठी भरपाई पॅकेजमध्ये २००७ साली वाढ करण्यात आली.

प्रेरणा व संतुष्टी व्यूहरचनेखाली मुलींचे विवाह उशिरा, दोन मुलांच्या जन्मातील अंतर वाढविणे, कुटुंबनियोजन सेवा पुरविण्याच्या बाबतीत सार्वजनिक खासगी अथवा भागीदारी यांची अंमलबजावणी होत आहे. सन २०१३ पर्यंत पुन:स्थापना पातळीची जननक्षमता आणण्यासाठी भारत सरकारने राष्ट्रीय ग्रामीण आरोग्य मिशन (National Rural Health Mission 2005-12) ची स्थापना केली. मात्र, २०१२ पर्यंत हे ध्येय साध्य झाले नाही. २०१२मध्ये एकूण जननक्षमता दर २.८ होता.

९.६ राष्ट्रीय लोकसंख्या आयोग (National Population Commission)

राष्ट्रीय लोकसंख्या किंवा जनसंख्या आयोग हा भारत सरकारचा आयोग आहे. त्याची स्थापना ११ मे २००० रोजी करण्यात आली. या आयोगाचे अधिकार पुढीलप्रमाणे–

अ) राष्ट्रीय लोकसंख्या धोरणाची अंमलबजावणी करण्यासाठी तसेच लोकसंख्या धोरणाची ठरविण्यात आलेली ध्येयं प्राप्त करण्यासाठी आढावा घेणे, लक्ष ठेवणे, आणि दिशानिर्देश देणे.

ब) लोकसंख्या स्थिरीकरणासाठी आरोग्य, शैक्षणिक वातावरण आणि विकासाचे कार्यक्रम यांमध्ये समन्वयास प्रोत्साहन देणे.

क) केंद्र आणि राज्यांमध्ये विविध क्षेत्र आणि संस्थांमार्फत कार्यक्रमाचे नियोजन आणि अंमलबजावणी यामध्ये आंतरक्षेत्रीय समन्वयास प्रोत्साहन देणे.

ड) लोकसंख्या स्थिरीकरण यासाठी विविध लोकाभिमुख कार्यक्रम विकसित करणे.

आयोगाची रचना : राष्ट्रीय जनसंख्या आयोग हा पंतप्रधानांच्या अध्यक्षतेखाली कार्यरत आहे त्यामध्ये पुढील सभासद असतात.

सर्व राज्यांचे मुख्यमंत्री, केंद्रशासित प्रदेशांचे मुख्यमंत्री, आरोग्य व कुटुंब कल्याण मंत्री, संबंधित मंत्री–यात मनुष्यबळ विकास मंत्री, ग्रामीण विकास मंत्री, आणि वने व पर्यावरण मंत्री इ., त्याचबरोबर लोकसंख्या अभ्यासक, सार्वजनिक आरोग्य व्यावसायिक, बिगर शासकीय संघटना (NGOs) इ. चा सभासदांमध्ये समावेश असतो.

समारोप : भारतात वाढत्या लोकसंख्येवर प्रभावीपणे नियंत्रण ठेवण्यासाठी स्वातंत्र्योत्तरकाळात नियोजनाच्या माध्यमातून प्रत्येक पंचवार्षिक योजनेद्वारे विविध कार्यक्रम आखण्यात आले व उद्दिष्टे ठरविण्यात आली. परंतु, या नियोजनबद्ध कार्यक्रमांना फारसा प्रतिसाद न मिळता भारताच्या लोकसंख्येत जलदगतीने वाढ होत राहीली. त्यानंतर राष्ट्रीय लोकशाही आघाडी सरकारने सन २००० साली नवे लोकसंख्या धोरण आखले व कुटुंब कल्याण कार्यक्रमांतर्गत लोकसंख्येवर प्रभावीपणे नियंत्रण आणण्याचे प्रयत्न करण्यात आले त्यास थोड्याफार प्रमाण यश येत असल्याचे सन २००१ व २०११च्या जनगणनेद्वारा आढळून आले आहे. या कालावधीत २०११च्या जनगणनेमध्ये लोकसंख्या वृद्धी प्रथमच मोठ्या प्रमाणात कमी होऊन तो दर १७ टक्क्यांच्या जवळ पोहोचला. तरीही देशातील उपलब्ध साधनसामग्री आणि विकासाची गती पाहता भारताची लोकसंख्या निश्चितच विस्फोटक आहे. त्यावर यापेक्षा अधिक कडकपणे नियंत्रणाची आवश्यकता आहे. त्यावरच सन २०४६ पर्यंत लोकसंख्या स्थिरीकरण उद्दिष्टाची सफलता अवलंबून आहे.

१०. भारतातील माता व बाल कल्याण धोरण
(Maternal and Child Welfare Policies in India)

प्रस्तावना : कोणत्याही देशाचा विकास हा सुदृढ मनुष्यबळाच्या विकासावरच अवलंबून आहे. त्यामुळे बालकांचे आरोग्य उत्तम व सुदृढ व्हावे यासाठी मातासंगोपन महत्त्वाचे आहे. मातासंगोपनामुळे गर्भधारणेपासूनच बाळाचे आरोग्य उत्तम व निरोगी राखण्यास मदत होते. त्यादृष्टिकोनातून भारतामध्ये गर्भवती मातांचे आरोग्य आणि बाल आरोग्य यासाठी विविध योजना आणि शासकीय व स्वयंसेवी संस्था कार्यरत आहेत. त्यांच्या मार्फत ग्रामीण व दुर्गम भागातील गर्भवती स्त्रिया आणि बालकांना शासकीय योजनांचा लाभ पोहोचविण्याचे कार्य प्रभावीपणे चालू आहे. यावर देशातील मनुष्यबळाचा विकास अवलंबून आहे. त्याचे परिणामही आता दिसून येत आहेत.

१०.१ माता आरोग्य व पोषण धोरणाचा आढावा (Maternal health and nutrition policies : overview)

माता आरोग्य हे कोणत्याही देशाच्या संदर्भात दारिद्र्य घटविणे आणि समानता वाढविण्याच्या दृष्टिकोनातून विकासाची महत्त्वाची बाजू आहे. जगणे व चांगले मातृत्व हे फक्त स्वत:साठीच महत्त्वाचे नसून ते आर्थिक, सामाजिक आणि विकासातील आव्हाने विस्तृतपणाने सोडविण्याच्या केंद्रस्थानी आहे. माता मृत्युदर हा कोणत्याही देशातील गुणवत्तापूर्ण आरोग्य सेवांचा महत्त्वाचा निदर्शक आहे. एका सरकारी आकडेवारीनुसार देशातील १५ ते ४९ वर्षे वयातील ३५.६ टक्के महिला ह्या कुठल्या ना कुठल्या आजाराने त्रस्त आहेत; तर ५५ टक्के महिलांना रक्तक्षयाचा आजार आहे. संयुक्त राष्ट्र संघाच्या मानव विकास अहवालानुसार भारतातील माता मृत्युदर हा शेजारील देशांपेक्षाही अधिक आहे. भारताने मागील दोन दशकात हा माता मृत्युदर कमी करण्यात लक्षणीय प्रगती साधली आहे.

सन १९९० साली भारताचा माता मृत्युदर हा प्रत्येकी एक लाख जीवंत

जन्मामागे (per hundred thousand live births) ६०० इतका होता की जो जवळपास दीड लाख मातांचा दरवर्षी मृत्यू दर्शविणारा होता. भारताच्या रजिस्ट्रार जनरल (Registrar General of India-RGI) यांनी प्रसिद्ध केलेल्या आकडेवारीनुसार सन २०१०-१२ या कालावधीत माता मृत्युदर हा एक लाख जीवंत जन्मामागे १७८ इतका कमी झाला की, जो २००७-०९ या कालावधीत २१२ इतका होता. त्यामुळे सन २००७-०९ ते २०१०-१२ या कालावधीत हा दर ५.७ टक्क्यांनी कमी करण्यात यश प्राप्त झाले आहे. २०१२ साली माता मृत्युदर १ लाख जीवंत जन्मामागे १०० इतका कमी करण्याचे लक्ष्य होते तर ११ व्या पंचवार्षिक योजनेत एक हजार जीवंत जन्मामागे माता मृत्युदर १ इतका कमी करण्याचे लक्ष्य होते.

या माता मृत्युदरामध्ये आसाम राज्य (३२८) प्रथम स्थानी असून त्यापाठोपाठ उत्तरप्रदेश/उत्तराखंड (२९२) व राजस्थान (२५५) यांचा क्रमांक लागतो. तर हा दर सर्वांत कमी केरळ (६६), महाराष्ट्र (८७), आणि तामिळनाडू (९०) या राज्यांमध्ये १०० पेक्षाही कमी आहे. महाराष्ट्रातील माता मृत्युदर २०१६-१७ पर्यंत (६८) इतका कमी करण्यात यश आले आहे.

माता आरोग्याचे इतर निदर्शक : यामध्ये गर्भावस्थेतील आरोग्य तपासणी, दवाखान्यात प्रसूती आणि प्रशिक्षित व कुशल व्यक्तीद्वारा प्रसूती, तसेच प्रसूती पश्चात काळजी इ. माता आरोग्याचे प्रमुख निदर्शक आहेत. हे सर्व निदर्शकांचे निरीक्षण नियमितपणे आरोग्य व्यवस्थापन माहिती व्यवस्थेद्वारा (Health Management Information System-HMIS) केले जाते. तसेच ठराविक कालावधीने जिल्हास्तरीय घरेलू पाहणी (District Level Household Surveys-DLHS), राष्ट्रीय कुटुंब आरोग्य पाहणी (National Family Health Surveys-NFHS) आणि वार्षिक आरोग्य पाहणी (Annual Health Surveys-AHS) यांच्याद्वारासुद्धा याचे निरीक्षण केले जाते. त्याचबरोबर युनिसेफद्वारा स्वतंत्र पाहणी केली जाते.

जननी सुरक्षा योजना : एप्रिल २००५मध्ये विशेषत: समाजातील असुरक्षित घटकातील स्त्रियांना दवाखान्यातील प्रसूती आणि त्याचबरोबर माता आणि नवजात शिशू मर्त्यता कमी करण्यासाठी जननी सुरक्षा योजना सुरू करण्यात आली. या योजनेत गर्भवती स्त्रियांना काही अटींवर रोख रक्कमेचे साहाय्य पुरविले जाते, यामध्ये शासकीय आरोग्य सुविधांमार्फत कुशल जन्म साहाय्य आणि तातडीची स्त्रीरोग काळजी पुरविणे अशी प्रमुख अट आहे. ही योजना देशातील सर्व राज्य आणि केंद्रशासित

प्रदेशात कार्यान्वित आहे, अल्प कामगिरी राज्यांवर (Low Performing States) यामध्ये विशेष लक्ष केंद्रित करण्यात येत आहे. जवळपास ९ लाख 'आशा'- अधिकृत सामाजिक आरोग्य कार्यकर्ते (Accredited Social Health Activists-ASHAs) शासन आणि गरीब गर्भवती स्त्रियांमधील प्रभावी दुवा म्हणून काम करत आहेत. ज्यांना दवाखान्यातील प्रसूतीस प्रोत्साहन देण्याकरिता मोबदला दिला जातो.

या योजनेत ज्या राज्यांमध्ये कमीप्रमाणात दवाखान्यामध्ये प्रसूती केली जाते अशा राज्यांवर विशेष लक्ष केंद्रित करण्यात आले आहे. त्यामध्ये उत्तरप्रदेश, उत्तराखंड, बिहार, झारखंड, मध्यप्रदेश, छत्तीसगढ, आसाम, राजस्थान, ओडिशा आणि जम्मू व कश्मिर या राज्यांचा समावेश होतो. या राज्यांना अल्प कामगिरी राज्ये (Low Performing States) असे संबोधले गेले आहे; तर उर्वरित राज्यांना उच्च कामगिरी राज्ये असे संबोधले गेले आहे.

या योजनेत सर्व प्रसूती दाईमार्फत होऊन माता मृत्युदर कमी करणे हा उद्देश होता. या योजनअंतर्गत संस्थेतील प्रसूतीनंतर सात दिवसांच्या आत ग्रामीण भागातील लाभार्थ्यास ७०० रुपये व शहरी भागातील लाभार्थ्यास ६०० रुपये दिले जातात; तर कुशल दाईमार्फत घरी प्रसूती झाल्यास ५०० रुपये दिले जातात. सिझेरियनद्वारे प्रसूती झाल्यास १५०० रुपये दिले जातात.

या योजनांच्या लाभार्थींमध्ये सन २००५-०६ साली ७.३८ लाख वरून सन २०१३-१४मध्ये १.०५ कोटी इतकी वृद्धी झाली. त्याचबरेबर या योजनेमध्ये सन २००५-०६ साली ३८.२९ कोटी रुपये खर्चावरून २०१३-१४मध्ये १७४८ कोटी रुपये इतकी वाढ झाली.

भारताशी निगडित सहस्रकातील विकास उद्दिष्ट सन १९९० ते २०१५ या कालावधीत माता मृत्युदर तीन चतुर्थांशाने कमी करणे हे ठरविण्यात आले आहे.

नवसंजीवनी योजना : महाराष्ट्र राज्यात आदिवासी भागातील माता मृत्युदर व अर्भक मृत्युदर कमी करण्यासाठी १५ जिल्ह्यातील आदिवासी भागात ही योजना राबविली जाते. या योजनेअंतर्गत १७२ फिरती वैद्यकीय पथके निर्माण केली आहेत. तसेच या योजनेमध्ये मातृत्व लाभ योजनेअंतर्गत प्रसूतिपूर्व आरोग्य तपासणीसाठी केंद्राला भेट देण्यासाठी ४०० रुपये रोख व ४०० रुपयांची औषधे पुरविली जातात. या योजनेच्या लाभार्थींची संख्या सन २०११-१२मध्ये ८१४९६ होती व खर्च रु. ७.७७ कोटी इतका होता.

सबल व किशोरी शक्ती योजना : केंद्र शासनाच्या महिला व बालविकास विभागाच्या या योजनेअंतर्गत महाराष्ट्रातील ११ ते १८ वयोगटाच्या किशोरवयीन मुलींसाठी पोषक आहार, लोहयुक्त गोळ्या आणि जंतनाशक गोळ्या दिला जातात. तसेच आरोग्याची नियमित तपासणीही केली जाते.

१०.२ बाल आरोग्य आणि पोषण धोरणाचा आढावा (Child health and nutrition policies : overview)

भारतात ० ते १४ वयोगटातील लोकसंख्येला बालकांची लोकसंख्या असे म्हटले जाते. परंतु, संयुक्त राष्ट्रसंघाने १८ वर्षांखालील मुलामुलींचा समावेश बालकांच्या लोकसंख्येत केला आहे. सन १९९१च्या जनगणनेनुसार भारतात ० ते १४ या वयोगटातील बालकांच्या संख्येचे प्रमाण एकूण लोकसंख्येच्या ३८.८ टक्के इतके होते ते सन २०११च्या जनगणनेनुसार ३३.६ टक्के इतके कमी झाले. भारतात या वयोगटातील बालकांना विविध प्रकारच्या समस्या भेडसावतात. यामध्ये अपुऱ्या पोषणाची समस्या म्हणजेच कुपोषणाची समस्या महत्त्वपूर्ण आहे. संपूर्ण भारतात तीव्र कुपोषित बालकांचे प्रमाण २०.३ टक्के इतके आहे. भारतात मध्यम कुपोषित बालकांचे प्रमाण ३०.०२ टक्के इतके आहे. कमी उष्मांकाचा आहार हे कुपोषणाचे मुख्य कारण आहे. कुपोषित बालकांच्या बाबतीत भारत जगातील तिसऱ्या क्रमांकाचा देश आहे. 'सेव्ह द चिल्ड्रन' या धर्मादाय संस्थेने १९ डिसेंबर २०११ ते ९ जानेवारी २०१२ या कालावधीत भारतात केलेल्या सर्वेक्षणानुसार भारतातील एकूण मुलांपैकी ४३ टक्के मुले कुपोषित आहेत; तर ७५ टक्के मुलांमध्ये रक्ताची कमतरता आहे. कुपोषणामुळे शरीराची व मेंदूची वाढ व्यवस्थित होत नाही. कुपोषणामुळे बालके चिडचिडी होतात, उदासीन व निरुत्साही बनतात. जागतिक भूक अहवाल २०१७ (International Food Policy Research Institute, World Hunger Report 2017)मध्ये भारतीय उपखंडातील तीव्र कुपोषित बालकांच्या समस्येचा आढावा पुढीलप्रमाणे घेतला आहे–

आकृती १२.१ भारतीय उपखंडातील तीव्र कुपोषित बालकांची समस्या

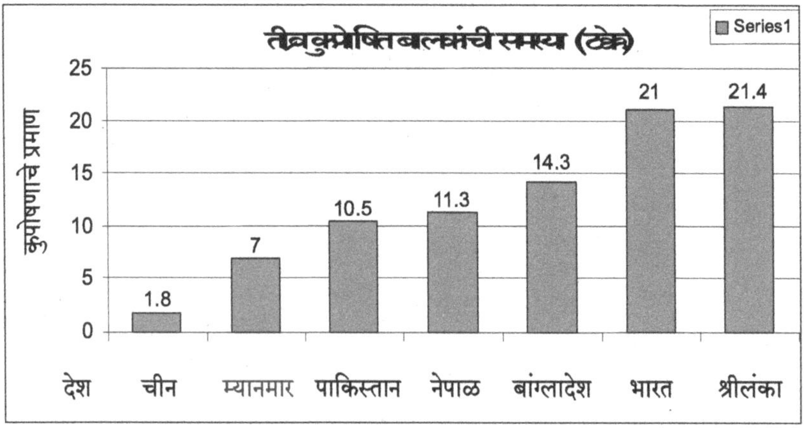

(संदर्भ - दै. लोकसत्ता २६-१०-२०१७, पान ६)

भारताशेजारील देशांमध्ये भारतातील बाल कुपोषणाचे प्रमाण अधिक असल्याचे दिसून येत आहे. त्याचप्रमाणे मर्त्यता याप्रकरणात आपण पाहिले आहे की, भारताशेजारील देशांमध्ये भारतातील बाल मृत्यू व अर्भक मृत्यूचे प्रमाण अधिक आहे. एकीकडे भारताचा विकासदर वाढत आहे, भारतातील आरोग्यविषयक सुविधांमध्ये वाढ होत आहे. भारताच्या मानव विकास निर्देशांकामध्ये सुधारणा घडून येत आहे. तरीही अद्याप भारतातील बाल आरोग्याबाबत मोठे यश प्राप्त झालेले दिसून येत नाही. नवजात शिशू मृत्यूंपैकी जवळपास ८० टक्के मृत्यू हे कमी वजनाच्या नवजात बाळाचे होत असल्याचे दिसून येते; तर २०१२ साली अकराव्या पंचवार्षिक योजनत अर्भक मृत्युदर एक हजार जन्मामागे २८ इतका कमी करण्याचे लक्ष्य होते. महाराष्ट्र राज्यात २०१६-१७ पर्यंत बाल मृत्युदर १९ इतका कमी करण्यात यश आले आहे.

एकात्मिक बाल विकास योजना (Integrated Child Development Scheme-ICDS) : देशात बाल आरोग्य आणि पोषणाच्या संदर्भात २ ऑक्टोबर १९७५ पासून एकात्मिक बाल विकास योजना हा कार्यक्रम राबविला जात आहे. या कार्यक्रमाअंतर्गत देशात २००८-०९ पर्यंत १३.५६ लाख अंगणवाड्या कार्यरत असल्याचे दिसून येते. या अंगणवाडीची उद्दिष्टे पुढीलप्रमाणे आहेत-

० ते ६ या वयोगटातील बालकांच्या आरोग्य व पोषणात सुधारणा करणे. बालकांच्या मानसिक विकासाच्या वाढीचा पाया भक्कम करणे. बालकांमधील मृत्यू, आजार, कुपोषण कमी करणे आणि त्यामुळे होणारी शैक्षणिक गळती थांबविणे. आई आणि कुटुंबाचे बालसंगोपन कौशल्य वाढविणे. योग्य पोषण आहार व आरोग्य शिक्षण याद्वारे माता सक्षमीकरण कार्यक्रम राबविणे.

वरील उद्दिष्टे साध्य करण्यासाठी अंगणवाड्यांच्या माध्यमातून पुढील सेवा दिल्या जातात. यामध्ये पूरक पोषण आहार, लसीकरण, आरोग्य तपासणी, संदर्भीय सेवा, आरोग्य शिक्षण व पोषण शिक्षण, आणि अनौपचारिक शाळापूर्व शिक्षण इ.

पूरक पोषण आहार यामध्ये अंगणवाड्यांच्या माध्यमातून ० ते ६ वर्षे वयोगटातील बालकांना दरदिवशी ५०० उष्मांक व १२ ते १५ ग्रॅम प्रथिने असलेला आहार दिला जातो. तीव्र कुपोषित बालकांसाठी ८०० उष्मांक व २० ते २५ ग्रॅम प्रथिने असलेला आहार दिला जातो. गरोदर व स्तनदा मातांसाठी ६०० उष्मांक व १८ ते २० ग्रॅम प्रथिने असलेला आहार पुरविला जात असल्याचे दिसून येते.

राष्ट्रीय पातळीवर एकात्मिक बाल विकास सेवा योजनेसाठी विशिष्ट निधीची तरतूद करण्यात येते. ही योजना केंद्र आणि राज्य शासन यांच्या संयुक्त विद्यमाने चालविण्यात येते. या योजनेसाठी निधीचे प्रमाण ९०:१० असे आहे. केंद्र शासन प्रत्येक अर्थसंकल्पात या योजनेसाठी आर्थिक तरतूद करते.

मध्यान्ह भोजन योजना (Mid Day Meal Scheme-MDMS) **:** ही योजना १९९५मध्ये लागू करण्यात आली. प्राथमिक शाळेतील मुलांची पट संख्या नियमित राखणे आणि त्यांच्या पोषणाची स्थिती सुधारणे हा योजनेचा प्रमुख उद्देश आहे. हा जगातील सर्वांत मोठा शालेय भोजन कार्यक्रम आहे. यामध्ये मोफत अन्नधान्य दिले जाते, त्याचबरोबर शिजवण्यासाठी खर्च, वाहतूक अनुदान आणि इतर सुविधा दिल्या जातात.

सप्टेंबर २००४मध्ये या मध्यान्न भोजन योजनेत सुधारणा करण्यात आली व तिचा सर्वत्र विस्तार करण्यात आला. त्यानंतर जून २००६मध्ये पुन्हा या योजनेत सुधारणा करण्यात आल्या. या योजने अंतर्गत १९९५मध्ये ३.२२ लाख शाळांमधील ३.३४ लाख मुलांचा या कार्यक्रमात समावेश होता; तर २००६-०७मध्ये ९.५ लाख प्राथमिक शाळा/Education Guarantee Scheme Centres यामधील १२ कोटी मुलांचा समावेश होता.

डॉ. ए. पी. जे. अब्दुल कलाम अमृत आहार योजना : या अंतर्गत आदिवासी भागातील कुपोषणाचा सामना करण्यासाठी सहा महिने ते सहा वर्षे वयोगटाच्या मुलांना आठवड्यातून चार वेळा अंडी, शाकाहारी मुलांना दोन केळी असा आहार दिला जातो. २०१६-१७मध्ये अमृत आहार योजनेअंतर्गत महाराष्ट्रातील २१ लाख ६९ हजार मुलांना हा आहार देण्यात आला असून यावर १३२ कोटी ५८ लाख रुपये खर्च करण्यात आले.

जननी शिशू सुरक्षा कार्यक्रम : भारत सरकारने १ जून २०११ रोजी जननी शिशू सुरक्षा कार्यक्रमाची सुरुवात केली. गरोदर स्त्रियांना आणि त्यांच्या आजारी नवजात बालकांना औषधे, आहार, चिकित्सा, तसेच वाहतूक इ. साठीचा स्वत:च्या खिशातून करावा लागणारा खर्च टाळण्यासाठी हा कार्यक्रम आखण्यात आला आहे. ही योजना सार्वजनिक आरोग्य संस्थांमध्ये प्रसूती करणाऱ्या सर्व गरोदर मातांसाठी मोफत आहे. या योजने अंतर्गत गरोदर महिलांना मोफत औषधे व उपभोग्य वस्तू, मोफत चिकित्सा, मोफत रक्त पुरवठा आणि साधारण प्रसूतीसाठी ३ दिवस व सिझेरियनसाठी ७ दिवस मोफत आहार दिला जातो. या योजनेमध्ये घरापासून वैद्यकीय संस्थेपर्यंत व परत घरापर्यंत मोफत वाहतूक व्यवस्था पुरविली जाते. तसेच सार्वजनिक आरोग्य संस्थेमध्ये जन्मलेल्या नवजात शिशूसाठी जन्मापासून ३० दिवसांपर्यंत वरील सेवा मोफत पुरविली जाते. या योजनेच्या अंमलबजावणीसाठी सन २०१२-१३मध्ये रु. २१०७ कोटींची तरतूद करण्यात आली होती.

समारोप : भारतामध्ये शेजारील राष्ट्रांपेक्षाही माता मृत्युदर व बाल मृत्युदर अधिक असल्याचे आढळून येते. मात आरोग्य आणि बाल आरोग्य यामध्ये लक्षणीय सुधारणा घडून येण्यासाठी केंद्र शासन आणि राज्य शासन पातळीवर अनेक योजना कार्यरत आहे. त्यामुळे सन २०११ नंतरच्या काळात भारतातील माता मृत्यू आणि बाल मृत्यू दरामध्ये मोठ्या प्रमाणात घसरण झालेली दिसून येते. त्याचप्रमाणे माता आरोग्य आणि बाल आरोग्य यासाठी आशा-दाई यांच्या सेवा विशेष उपयोगी पडत असल्याचे दिसून येते. तसेच अंगणवाड्यांमार्फत माता व बालपोषणाचा कार्यक्रमही उपयोगी पडत असल्याचे अढळून येत आहे.

११. लोकसंख्या शिक्षणाची आवश्यकता
(Population Studies : requisite)

प्रस्तावना : लोकसंख्यावाढ नियंत्रणासाठी ज्या उपाययोजना आखल्या जातात त्याची प्रभावीपणे अंमलबजावणी व्हावी याकरिता लोकांमध्ये त्याविषयक योग्यप्रकारे जागृती होणे आवश्यक आहे. त्यावरच लोकसंख्याविषयक धोरणाचे यश अवलंबून आहे. त्यामुळे लोकसंख्याविषयक धोरणामध्ये लोकसंख्या शिक्षणाचा अंतर्भाव असणे गरजेचे आहे.

११.१ लोकसंख्या शिक्षण अर्थ (Meaning of population studies)

लोकसंख्या शिक्षण हा शिक्षणाच्या क्षेत्रातील एक नवा दृष्टिकोन आहे. हा फक्त प्रचारात्मक कार्यक्रम नसून त्यामध्ये कुटुंब, समाज, राष्ट्र व जग यांमधील लोकसंख्येचा अभ्यास समाविष्ट आहे. भारतात लोकसंख्या शिक्षण ही संकल्पना १९८० नंतर जोर धरू लागली व १९९०मध्ये शालेय शिक्षणात लोकसंख्या शिक्षणाचा समावेश करण्यात आला. लोकसंख्येच्या स्थितीला अनुलक्षून विद्यार्थ्यांमध्ये बुद्धिनिष्ठ जबाबदार वृत्ती व आचरण विकसित करणे हा या कार्यक्रमाचा उद्देश आहे.

लोकसंख्येचे स्वरूप व लोकसंख्या बदलाचे विविध क्षेत्रातील परिणाम यांचे ज्ञान संपादन करण्यासाठी केलेले अध्ययन-अध्यापन म्हणजे 'लोकसंख्या शिक्षण' होय. लोकसंख्या शिक्षण म्हणजे मनुष्यबळ विकासाचा कार्यक्रम असेही म्हटले जाते.

लोकसंख्येच्या प्रमाणाचा व रचनेचा सम्यक विचार करून उत्तम जीवनमानाकडे वाटचाल करण्यासाठी आवश्यक असलेल्या बाबींचे योग्य प्रकारे ज्ञान देण्याची प्रक्रिया म्हणजे 'लोकसंख्या शिक्षण' होय.

लोकसंख्या शिक्षण केवळ लोकसंख्येच्या सांख्यिकी माहितीपुरते मर्यादित नसून त्यामध्ये लोकसंख्येत येणाऱ्या सर्व घटकातील संबंधांचा अभ्यास व त्याला पोषक उपाययोजना यांचे विवेचन व विश्लेषण अभिप्रेत आहे. त्यामुळे लोकसंख्या शिक्षण ही एक व्यापक संकल्पना आहे. त्यात लोकसंख्येची संख्यात्मक व गुणात्मक

अशी दोन्ही स्वरूपे समाविष्ट आहेत. लोकसंख्या शिक्षणात संयुक्त राष्ट्र संघटना तसेच विविध आंतरराष्ट्रीय संघटना यांच्याकडून खालील बाबींचा समावेश केलेला आढळून येतो-

१) लोकसंख्या शिक्षण हा एक शैक्षणिक कार्यक्रम असून, त्यामध्ये लोकसंख्येतील बदल, विकास आणि मानवी जीवन यातील संबंध स्पष्ट करून देणे.

२) सांप्रतच्या व उद्याच्या मानवी जीवन विकासाबाबतची जाणीव निर्माण करणे.

३) लोकसंख्येच्या समस्येकडे संशोधन दृष्टीने पाहण्याचा दृष्टिकोन निर्माण करणे.

४) लोकसंख्या शिक्षण हे मूल्याधारित असल्यामुळे मूल्यांचे विवरण करण्यास मदत करून त्यांच्या सामाजिक जीवनावरील परिणामांची जाणीव निर्माण करणे आणि पर्याय सुचविणे.

५) लोकसंख्या शिक्षणात लोकसंख्या-शो व लोकसंख्या अभ्यास यातील योग्य घटकांचा समावेश करणे.

६) कुटुंबनियोजन आणि लैंगिक शिक्षण यातून सुजाण नागरिकत्व निर्माण करणे.

७) कुटुंब शिक्षणाद्वारे जबाबदार पालकत्वाबाबत जाणीव निर्माण करणे.

वरील घटकांचा विचार करता असे आढळून येते की, लोकसंख्या शिक्षण हे कुटुंबनियोजन कार्यक्रमापेक्षा अधिक व्यापक आहे.

लोकसंख्या शिक्षणाची उद्दिष्टे : लोकसंख्या शिक्षणाची प्रमुख उद्दिष्टे पुढीलप्रमाणे-

अ) जीवनमानावर परिणाम करणारे घटक, त्यांचा परस्परसंबंध व त्यांमधील परिवर्तनाची प्रक्रिया यांचे ज्ञान मिळविण्यास लोकसंख्या अभ्यासकांना मदत करणे.

ब) जीवनमान ठरविण्यास जबाबदार असणाऱ्या घटकांमध्ये योग्य दिशेने परिवर्तन घडवून आणण्यासाठी योग्य क्षमता, जाणीव व कौशल्ये विकसित करण्यास मदत करणे.

क) प्राप्त ज्ञान, जोपासलेली मूल्ये, आत्मसात केलेली कौशल्ये व क्षमता यांच्या आधारे देशाचा भावी नागरिक म्हणून विचारपूर्वक कुटुंबासंबंधी योग्य व समाजाच्या दृष्टीने हितकारक निर्णय घेण्यासाठी अभ्यासकांना पात्र बनविणे.

वरील उद्दिष्टांच्या पूर्ततेकरिता महाराष्ट्र शासनाने १९८४-८५ पासून शालेय शिक्षणात टप्प्या-टप्प्याने लोकसंख्या शिक्षणाचा समावेश केला आहे.

११.२ लोकसंख्या शिक्षणाची आवश्यकता व महत्त्व (Need and significance of population studies)

१) लोकसंख्येत घडणारे परिवर्तन, त्यामध्ये लोकसंख्येतील संख्यात्मक बदल आणि लोकसंख्येच्या रचनेत घडून येणारे गुणात्मक बदल यांच्या प्रगतीच्या दृष्टीने लोकसंख्या शिक्षण महत्त्वाचे आहे.

२) लोकसंख्येचा साधनसंपत्तीवर होणारा परिणाम, साधनसंपत्तीवरील मर्यादा आणि त्याचा काटकसरीने वापर करण्याची आवश्यकता यादृष्टिकोनातून लोकसंख्या शिक्षण महत्त्वाचे आहे.

३) लोकसंख्येची आर्थिक तसेच शैक्षणिक प्रगती आणि श्रमिकांच्या कार्यक्षमतेत वाढ घडवून आणण्यासाठी लोकसंख्या शिक्षण आवश्यक आहे.

४) लोकसंख्येचा सामाजिक आणि सांस्कृतिक संबंध तसेच सामाजिक व सांस्कृतिक दर्जा सुधारण्यासाठी नैतिक मूल्ये जोपासण्यासाठी लोकसंख्या शिक्षणाची आवश्यकता आहे.

५) लोकसंख्या आणि पर्यावरण यांचा संबंध व मानवी अस्तित्वासाठी पर्यावरणातील समतोल राखण्यासाठी लोकसंख्या शिक्षण आवश्यक आहे.

६) राष्ट्रीय उद्दिष्टे साध्य करण्यासाठी लोकसंख्या शिक्षणाची आवश्यकता आहे. यामध्ये लोकसंख्येच्या समस्या सोडविण्याकरिता शासन कोणते व कोणत्या पातळीवर प्रयत्न करते आहे याची जाणीव अभ्यासकांना होण्यासाठी लोकसंख्या शिक्षणाची आवश्यकता आहे.

७) लोकसंख्या शिक्षणाच्या माध्यमातून लैंगिक शिक्षण दिले जाते. त्यामुळे लैंगिक संबंध आणि जनन प्रक्रिया यांचा परस्परसंबंध स्पष्ट करणे ही लोकसंख्या शिक्षणाची महत्त्वाची जबाबदारी आहे. त्यामुळे लोकसंख्या शिक्षण आवश्यक आहे.

८) लोकसंख्या नियंत्रणासाठी गर्भनिरोधक साधनांचे महत्त्व पटवून देणे. शस्त्रक्रियेविषयी लोकांच्या मनातील गैरसमज दूर करणे. कुटुंब कल्याणाची माहिती लोकसंख्या शिक्षणाच्या माध्यमातून दिली जाते; म्हणून लोकसंख्या शिक्षण अधिक महत्त्वाचे आहे.

समारोप : राष्ट्रातील मनुष्यबळाचा सुनियोजित व यथायोग्य उपयोग करून राष्ट्राचा आणि राष्ट्रातील लोकांचा सामाजिक, सांस्कृतिक आणि आर्थिक विकास घडवून आणण्यासाठी लोकसंख्या नियंत्रण, लोकसंख्येतील रचनात्मक बदल आणि त्याचे विविध परिणाम यांची जाणीव लोकांमध्ये निर्माण करणे याकामी लोकसंख्या शिक्षण अधिक आवश्यक व महत्त्वपूर्ण ठरते.

संदभसूची

(References)

- *महाराष्ट्राची आर्थिक पाहणी पर्यायी दृष्टिकोन (२०१५)*, संपादक- कॉम्रेड गोविंद पानसरे आणि इतर, श्रमिक प्रतिष्ठान, कोल्हापूर, मे २०१५
- *लोकसंख्या व समाज*, डॉ. ज्योती गगनग्रास व सुधीर येवले, निराली प्रकाशन, पुणे, सप्टेंबर २०१४
- *लोकसंख्या शिक्षण*, शिल्पा कुलकर्णी, डायमंड पब्लिकेशन्स, पुणे, मे २००८
- *लोकसंख्याशास्त्र*, सुमती कुलकर्णी व तारा कानिटकर, श्री विद्या प्रकाशन, पुणे, १९७९
- *स्वातंत्र्योत्तर भारतीय अर्थव्यवस्था*, के. एम. भोसले व के. बी. काटे, फडके प्रकाशन, कोल्हापूर, दुसरी आवृत्ती, डिसेंबर १९९६
- Asian Drama – An Inquiry into the Poverty of Nations, Myrdal, Gunnar, Vol. I, II, III, Penguin Books, 1968
- Data Booklet, World Mortality 2017, United Nations
- Demographic Transition, edited by Aijazuddin Ahmed & others, Rawat Publication, Jaipur, 1997
- Demography Techniques & Analysis, A. K. Chattopadhyay and A. K. Saha, Viva Books Pvt. Ltd. , 2012
- Demography The Science of Population, Jay Weinstem & Vijayan K. Pillai, Published by Little field, Lanham, Maryland, 2016
- Economic Survey of India and its states 2012-13, Anup Chatterjee & N. Mani, New Century Publications, New Delhi, July 2013
- Essentials of Community Health Nursing, K. Park, Published by M/s Banarsidas Bhanot, Jabalpur, MadhyaPradesh, Fifth edition, 2008
- Health Family Planning and Nutrition in India, edited by Rameshwari Pandya, New Century Publications, New Delhi, 2009
- India's Demography, P. K. Mujumdar, Rawat Publication, 2017
- Indian Economy, Ruddar Dutta & KPM Sundharam, S. Chand & Co. Ltd. , New Delhi, 58th edition, 2008

- Principles of Population Studies, A. A. Bhende & Tara Kanitkar, Himalaya Publishing House, Mumbai, 2004
- Society And Population, David M. Heer, Prentice Hall of India Pvt. Ltd. , New Delhi, 1978
- The International Migration Report 2017
- http ://censusindia. gov. in/Census_And_You
- http ://www. mospi. gov. in/national-sample-survey-office-nsso
- http ://www. un. org/development/desa/publications/international-migration-report-2017
- http ://www. unpf. org
- http ://www. yourarticlelibrary. com/urbanization/statistics-regarding-trends-of-urbanization-in-india
- https ://mpra. ub. uni-muenchen. de/61577/1/1/MPRA_paper
- www. ayush. gov. in

लेखक-परिचय

डॉ. अविनाश कुलकर्णी यांनी पुणे विद्यापीठातून एम. कॉम., एम. फील. ही पदवी प्राप्त केली. तसेच महाराष्ट्र शासनाची सहकार क्षेत्रातील जी. डी. सी. ए. ही पदविका प्राप्त केली. त्यानंतर त्यांनी पुण्यातील टिळक महाराष्ट्र विद्यापीठातून पीएच. डी. ही पदवी प्राप्त केली. २०१३-१५ या कालावधीत त्यांना इंडियन कौन्सिल ऑफ सोशल सायन्स रिसर्च, नवी दिल्ली यांची पोस्ट डॉक्टरल रिसर्च फेलोशिप मिळाली, त्यांनी या पीएच. डी. पदव्युत्तर संशोधनाचा शोधप्रबंध पूर्ण करून सादर केला. पुण्यातील सहकारी बँकिंग क्षेत्रात १८ वर्षे सेवेचा अनुभव त्यांच्या गाठीशी आहे. त्यांची विविध विषयांवरील एकूण ७ पुस्तके आणि प्रसिद्ध नियतकालिकांमधून अनेक संशोधनपर लेख प्रकाशित झाले आहेत. त्यांनी महाराष्ट्र राज्य मराठी विश्वकोश निर्मिती मंडळाच्या, मराठी विश्वकोशासाठी आपल्या लेखनाद्वारे योगदान दिले आहे.